மானாவாரி மனிதர்கள்

சூர்யகாந்தன்

மானாவாரி மனிதர்கள்	:	நாவல்
ஆசிரியர்	:	சூரியகாந்தன்
	:	© ஆசிரியருக்கு
முதற்பதிப்பு	:	ஏப்ரல் 1989
புதிய பதிப்பு	:	டிசம்பர் 2013
வெளியீடு	:	வம்சி புக்ஸ்
		19, டி.எம்.சாரோன்,
		திருவண்ணாமலை - 606 601
		செல்: 9445870995, 04175-251468
அச்சாக்கம்	:	சாய் தென்றல், சென்னை-600 077
விலை	:	₹ 150/-
ISBN	:	978-93-80545-95-0

Maanavaari Manithargal	:	Novel
Author	:	Suriyakanthan
	:	© Author
First Edition	:	April 1989
Recent Edition	:	December - 2013
Published by	:	Vamsi books
		19.D.M.Saron,
		Tiruvannamalai-606 601
		Cell : 9445870995, 04175-251468
Printed by	:	Sai Thendral, Chennai-600 005
Price	:	₹150/-
ISBN	:	978-93-80545-95-0

www.vamsibooks.com - e-mail: vamsibooks@yahoo.com

என்னுடைய அன்புமிக்க
பெற்றோர்களுக்கு...

மீண்டும் மீண்டும் மலர்கிறது...

கொங்குக் கிராமத்து மக்களின் வாழ்க்கையை காலப்பதிவாகவே இந்த ‘மானாவாரி மனிதர்கள்’ நாவலில் பதிவு செய்துள்ளேன். 1988ல் எழுதி முடித்த இந்த நாவல் 89-ல் வெளியிடப்பட்டது. இலக்கிய உலகில் இந்தப் படைப்பானது பெற்ற வெற்றியையும், கவனிப்பையும் அனைவரும் அறிவர். 1990-வரையிலான எல்லைக்குள் பெருஞ்சாதனையை நிகழ்த்தி அசைக்க முடியாத கலை மண்டபமாகவே நிலை பெற்று விட்டது.

இதன் பாதிப்பிலும், தாக்கத்திலும் ஆட்பட்டு அதன் பின்னர் தொடங்கி... நிறையப் பேர் இன்றளவிலும் கூட எழுதி வருகின்றனர். புதிய தடம் அமைத்துக் கொண்டு நான் சென்றதைப் பின்பற்றி என் பின்னால் வந்து கொண்டிருப்பவர்களும் இதனை உணர்வர். நேர்மையான திறனாய்வாளர்கள், இலக்கிய ரசனை மிக்கவர்கள். தரமான வாசகர்கள் ஆகியோருக்கு இந்த உண்மை தெரியும்!

சக மக்களின் மெய்யான மொழி நடையோடு அவர்களின் பண்பாட்டு உணர்வுகளும், தன்மைகளும், மண்ணோடு கலந்து விட்டிருக்கும் தட்பவெப்பச் சூழல்களும், பாரம்பரிய குணங்களும் அவற்றின் வெளிப்பாடுகளுமாக இரண்டற இணைந்து இயங்கும் இயற்கைக்கு மிகவும் ஒப்பான இலக்கியமாகவே எனது படைப்புகள் விளங்கி வருகின்றன. அவற்றில் ததும்பிக் கொண்டிருக்கும் மாசு மருவற்ற மனித நேயத்தை எவரும் மறந்து விடவோ; மறுதலித்து விடவோ முடியாத வாறும்.. செய்து வருகின்றன.

தமிழகப் பல்கலைக் கழகங்களும், பிற மாநிலப் பல்கலைக் கழகங்களும், தன்னாட்சிக் கல்லூரிகள் பலவும் இந்த நாவலின் சிறப்புக்கருதி பாட நூலாக ஆக்கின. நூற்றுக்கணக்கான எம்ஃபில், பி.எச்.டி. ஆராய்ச்சிகளுக்கு இந்த நாவல் மையப் பொருள் ஆயிற்று. கருத்தரங்குகளிலும், கட்டுரைகளிலும் தவிர்க்கவியலாத அம்சமாய்ப்

பதிந்து போயிற்று. செம்மண்ணின் மக்களது வாழ்வியலை இயல்பாக எழுதிக்காட்டிய எனது விளைவுகள் கண்டு மகிழ்ச்சியடைகிறேன். அமரர் அகிலன் நினைவு நாவல் போட்டியில் இந்தப் படைப்பைத் தேர்ந்தெடுத்த திரு. தொ.மு.சி.ரகுநாதன், திருமதி.ராஜம் கிருஷ்ணன், டாக்டர் எழில் முதல்வன் ஆகியோருக்கும்; இலக்கியச் சிந்தனை அமைப்பாளர்களுக்கும். இந்த நாவலை முதல், இரண்டு பதிப்புகள் வெளியிட்டுச் சிறப்பித்த அகிலன் கண்ணன் அவர்களுக்கும், அடுத்த பதிப்புகளை நன்கு வெளியிட்ட மதுரை மீனாட்சி புத்தக நிலையத்தாருக்கும், ஆக்க பூர்வமான விமர்சனக் கருத்துக்களை தொடர்ந்து எழுதி வரும் இலக்கிய இதழ்களுக்கும் எனது மனமார்ந்த நன்றிகள்.

இந்த "மானாவாரி மனிதர்கள்" நாவல் பிற மொழிகளுக்கும் சென்று தனது எல்லைகளை விரிவுபடுத்திய படியே உள்ளது. மலையாளத்தில் சுவாதி. எச்.பத்மநாபன், இந்தியில் டாக்டர்.. எச்.பால சுப்ரமணியம், ஆங்கிலத்தில் சிட்டி. விஸ்வேஸ்வரன், கன்னடத்தில் பேராசிரியர் ரங்கசாமி ஆகியோர் மொழிபெயர்த்துள்ளனர். அந்த அன்பு நெஞ்சங்களுக்கும் எனது நன்றிகள்.

எனது படைப்புகளை நேசித்தும், வாசித்தும் "மானாவாரி மனிதர்களும், பூர்வீக பூமியும் கொங்கு மண்ணின் இரட்டைக் காப்பியங்கள்" எனக் கருதியும் வருபவர்களில் சக படைப்புக்கலைஞர் பவா செல்லதுரை அவர்கள் முக்கியமானவர். இந்திய இலக்கியமாகப் பெருமை கொள்ளத்தக்கது இந்த நாவல் என்று தனது 'வம்சி' பதிப்பகத்தின் வழியே கலையழகோடு புதிய பதிப்பாக வெளியிடுகின்றார். அவரது அன்புக்கும், தோழமைக்கும் எனது மகிழ்ச்சியும், நன்றியும் உரியதாகட்டும்

அன்புடன்

தொலை : 0422-2608705
அலை : 9944557480

11.12.2013
கோவை - 10.

1

பொழுது உச்சிவானத்தில் இருந்தது.

இவள் ஒவ்வொரு அடி வைக்கும்போதும் பாதங்களில் நெருப்புப் பற்றிக் கொண்டதைப்போல் தகிப்பு மிகுந்து வந்தது. ஊரை நெருங்க இன்னும் ஒரு மைல் தூரத்தைக் கடந்தாக வேண்டும். கிட்டத்தட்ட இரண்டு மைல்களுக்கும் அப்பாலுள்ள ஒரு தோட்டத்திலிருந்து தண்ணீர் சுமந்து கொண்டு வந்தாள்.

தலையில் இருந்த குடத்தைவிட, இடுப்பிலிருந்த குடம் கனமாக இருந்தது. இந்தக் குடத்தைத் தலைக்கு மாற்றிக் கொண்டு தலையில் இருந்த குடத்தை இடுப்புக்கு மாற்றிக் கொள்ளலாமா என்ற யோசனையை செயல்படுத்த இயலவில்லை.

இவளுக்கும் முன்னால் கூப்பிடு தூரத்தைக் கடந்து இரண்டு பெண்கள் தண்ணீர்க் குடங்களைச் சுமந்தபடி போய்க் கொண்டிருந்தனர். அவர்களும் வேலம் பாளையத்துக்காரர்கள் தான்.

''இந்த ஊருக்குத்தா... எப்ப விடிவுகாலம் வருமோ'' என பழனியம்மாள் இப்போதும் நினைத்தாள். இந்த நினைப்பு இவளுக்கு மட்டுமல்ல. இந்த ஊரைச் சேர்ந்த பண்டம்பாடிகள் உள்பட சகல உயிர்களுக்கும் கடந்த நான்கைந்து வருஷங்களாகவே உண்டு. நெஞ்சில் அடித்த ஆணியைப்போல் அசைத்து அசைத்துப் பார்த்தாலும் பிடுங்க முடியாதபடி வலுவாகத் குத்திக் கொண்டு நிற்கிற இந்த இம்சையானது தொடர்ந்து வருத்திக் கொண்டேயிருந்தது.

தனது இருபத்தெட்டு வருஷ அனுபவத்தில் இப்படியொரு தண்ணீர்ப் பஞ்சத்தை இவளும் கண்டதில்லை. கர்ப்பமாயிருந்தால் வயிற்றிலிருக்கும் சிசுவும்கூட இந்தத் துன்பத்தை அனுபவிக்கும் படியாக இப்போது நிலைமை முற்றி விட்டது.

ஊரை அடுத்திருக்கும் கிணறுகள் எல்லாமே ஏறக்குறைய வற்றிப்போய்க் கிடந்தன. வடக்கேயிருந்த ஒரு தோட்டத்தில் மட்டும் விவசாயம் நடந்து வந்தது. அங்கு ஆழக்கிணறு. அதனுள் ‘போரிங்’ போட்டு தாராளமாகத் தண்ணீரைக் கைப்பற்றியிருந்தனர்.

ஆனால், ‘இந்த ஊருக்கு வந்திருக்கிற பஞ்சத்துக்கு நாம தண்ணீர் விட்டா கட்டுப்படியாகாது’ என்று ‘இரும்பு கேட்டை’ எந்நேரமும் பூட்டியே வைத் திருப்பது அங்கு வழக்கமாயிருந்தது.

பகலின் வெப்பத்தையும், இரவின் இருட்டையும் ஒரு பொருட்டாகக் கருதாமல் குடங்களைத் தூக்கிக் கொண்டு இந்த ஊர் ஜனங்கள் தலைவிரிகோலமாக அலைகிற அலைச்சல் இவளின் மனசில் சூறைக் காற்றைப் போல் முறைச்சலிட்டுக் கொண்டிருக்க நடையின் வேகத்தை அதிகப்படுத்தினாள்.

இனிப்போய்த்தான் அடுப்புப் பற்ற வைக்கவேண்டும். பூலுவபட்டிக்கு கிணற்று வெட்டு வேலைக்குப்போன மருதமுத்து காலையில் பழைய சோற்றைக் கரைத்துக் குடித்துவிட்டு, அதையே தூக்குப் போசியில் ஊற்றிக் கொண்டும் போயிருந்தான். மத்தியான வேளைக்கு சூடாக எதாவது ஆக்கிக்கொடுத்துவிட இவளுக்கு அவகாசமில்லை.

‘அழுகிற புள்ளெயெ இடுப்பெ வுட்டுக் கீழே எறக்கியுட முடியாது’ங்கிறாப்பிடி சதா தண்ணிக்கொடம் தண்ணிக் கொடம்னு தூக்கீட்டுச் சீரழியறதே நம்பளோட பாடாப் போச்சு. இதுல சோறாக்குறதுக்கும், புள்ள குட்டிகளுக்குப் போட்டு வெய்க்கிறதுக்கும் நேரமேது?.. என்று ஒவ்வொருத்தியின் சங்கடமும் நீங்காத நோய் போல் பீடித்திருந்தது.

கிழக்கேயிருந்த குளத்தடி வயல்களை நம்பியே முக்கால் வாசிப்பேரின் குடும்பங்கள் நடந்து கொண்டிருந்தன. சேத்து உழவு, வரப்பு வெட்டு என்று ஆம்பிளைகளுக்கும்; களையெடுப்பு, கதிரறுப்பு, சருகு உரிப்பு எனப் பொம்பிளைகளுக்கும் கூலி வேலைகள் கிடைத்துக் கொண்டிருந்தன.

மேற்கேயிருந்த சிறுவாணி மலைப்பகுதியில் பெய்யும் மழை நீர் இருபது மைல்களைத் தாண்டி எப்போதாவது கிழக்கு நோக்கிக் கூடுதலாக வரும் சமயங்களில் கிளை வாய்க்கால்களைக் கடந்து இந்த சொட்டையாண்டி குளத்தையும் நிரப்பிவிடும். அந்த நீர் ஏழெட்டு மாசம் வரை வற்றாமல் இருக்கும்.

அந்த ஈரம் கிழபக்கத்திலும், வடபக்கத்திலும் ஒரு மைல் சுற்றளவிலுள்ள வயல்புறத்துக் கிணறுகளையெல்லாம் நிறைமாதக் கர்ப்பிணிகளாக்கிவிடும். அதன் பொருட்டு பாம்பேரியில் தமுக் கடிக்கும் தண்ணீரை மேல் பெட்டில் மோட்டார் பம்பு செட்வைத்து இறைக்க வேண்டியது வரும்.

இப்படிக் கரும்பும், நெல்லும், மஞ்சளும் விளைந்து அங்கே ஏகமாய்ச் செழித்திருக்க இந்த ஊர் ஜனங்கள் கூலியாட்களாய் அங்கு போய்ப்பாடுபட்டு வயிற்றுப் பிழைப்பு நடத்த வேண்டியதாகி விட்டது.

ஊருக்குத் தெற்கே மூன்று மைல் தொலைவிலுள்ள மலைகள் தெரிந்தன. இவர்களின் உள்ள உணர்வுகளெல்லாம் தங்களைத் தாண்டிப் போய் விடக்கூடாது என்பது போல் கிழ மேற்கில் அந்த மலைகள் நீண்டு போயிருந்தன. அதன் அடிவாரத்திலிருந்து வடக்கே ஊர் வரையிலும் பரவிப் போய்க்கிடக்கிற செம்மண் காடுகளில்தான் இவர்களின் ஜீவிதம் படிந்து போயிருந்தது.

பழனியம்மாள் குடும்பத்துக்கும் ஒரு ஏக்கர் நிலம் உண்டு. வானம் பார்த்த மானாவாரி நிலம் அது! நன்றாக மழை பெய்த தருணங்களில் வருஷத்துக்கு ரெண்டு போகம் சாமை, கொள்ளு, கம்பு, தட்டைப் பயறு, பச்சைப் பயறு என விளைச்சல் இருக்கும்.

'நல்ல மழை பேஞ்சு அஞ்சு வருஷத்தப்பிடி ஆகிப்போச்சு' என சுலோகம் அத்துப்படியாகி விட்ட நிலைமையில் அந்தக் காடுகளை வெறுமனே போய்ப் பார்த்து விட்டு வந்து என்ன பிரயோஜனம்? என்றுதான் பெரும்பாலான குடியானவர்கள் இப்போது... பெரிய பண்ணையங்களில் கூலிக்காரர்களாய் வேலை பார்க்கிறார்கள்.

''பாழப்போன தண்ணிப் பஞ்சம் வந்து இந்த ஊரையே பாழ் பண்ணிப் போட்டுது'' என்று இந்த ஊர் வழியே செல்லும் வழிப்போக்கர்கள் அக்யானப்பட்டுக் கொண்டு போவதும்...

''வெடிஞ்சும் வெடியாமப் பாத்தா சிறுசு பெருசெல்லாம் ஒவ்வொரு கொடத்தையோ, தவலையையோ. தலையில் வெச்சுட்டு ஆகாரத்துக்குப் பறக்குற காக்காய்களாட்டம் தோட்டந் தோட்டமாய் பறந்தடிச்சிட்டு திரியறாங்க'' என்று பேசுவதும் சர்வ சாதாரணமாகியிருந்தன.

இவள் முகத்திலும், கழுத்திலும் பொங்கி நிற்கும் வியர்வையை முந்தானையில் துடைத்துக்கொண்டே பொடி பறக்கும் புழுதித்தடத்தில் வந்து கொண்டிருந்தாள். அந்தத் தடம் இடையறாது வெப்பப் பாதங்கள் நடந்து நடந்து பாறைபோல் இறுகிக்கிடந்தது. இன்னும் சில வருஷங்களுக்கு அதில் புல் முளைப்பதுகூட அரிது.

ஊரிலிருந்து புறப்பட்டு வடக்கிலும் வடமேற்கிலும் தண்ணீரைத் தேடிப்போகும் ஒரு யாத்ரீகனைப் போல். அந்தத் தடம் முடிவில்லாத கோடாக ஒரு அக்கினி அம்பாகத் தோன்றியது.

'இன்றைக்குத் தீரும் நாளைக்குத் தீரும்' என்னும் நம்பிக்கை ஒன்றே இந்த ஊரில் உயிரோடிருக்கும் எல்லோருடைய இதயங்களிலும் ஈரப்பசையாய் இருந்து இயக்கிக் கொண்டிருந்தது. தண்ணீரைச் சேகரிப்பதற்கு மட்டுமே ஒவ்வொரு நாளின் பெரும்பாலான நேரமும் செலவாகிக் கொண்டிருந்தது. அதுபோக கொஞ்சம் நஞ்சமாய் எஞ்சியிருந்த நேரங்களிலேயே இவர்களுடைய வாழ்வின் மற்ற பணிகளெல்லாம் நடக்க வேண்டுமென்பது காலத்தின் விதிபோல் கட்டாயமாக்கப்பட்டிருந்தது.

இவள் வீட்டுத்திண்ணையில் குடங்களை இறக்கி வைத்து விட்டு கட்டுத்தறிக்குப் போனாள். இன்னமும் மேய்ச்சலுக்குப் போன எருமைகள் வரவில்லை. மகள் அருக்காணிதான் அவைகளை ஓட்டிப் போயிருந்தாள்.

கட்டியிருந்த எட்டு முழ சுங்கிடிச்சேலை முழங்கால் வரை புழுதிபட்டு ஈரத்தோடு நசநசத்தது. அனுதினமும் கருக்குகிற வெய்யில் இவளின் மாநிறத்தையும் மாற்றி விட்டது.

முறத்தில் வைத்துவிட்டுப்போன சோளத்தை எடுத்துத் தண்ணீரில் இட்டு, களைந்து உரலுக்கு எடுத்துப்போனாள். இதைக் குத்தி எடுத்துத்தான் ராத்திரிச் சோறு தயார் பண்ண வேண்டும். அடுப்புக்குத் தீ போட்டு விட்டால் உலை காய்வதற்குள் சோளத்தைக் குத்தியெடுத்துப் புடைத்துவிடலாம். இடையில் 'வவுறு பசிக்குதம்மா என்னாச்சும் இருக்கறதைப் போட்டு வெய்யம்மா' என்று பையன் வடிவேலு ஓட்டமும் நடையுமாய் வந்தாலும் வருவான்.

இவளுடைய அம்மாவின் வீடு தெற்கு வழுவில் இருந்தது. ரெண்டு மூணு நாளாகவே அங்கு போய்ப் பார்த்துவிட்டு வரவேண்டிய முக்கிய ஜோலியொன்று மனசைப் பிராண்டிக் கொண்டுதானிருந்தது. இன்றைக்கு முடிந்தால் சாயங்காலத்துக்குள்ளாகவே போய் 'அய்யன்வூட்டு நெலமையைப் பார்த்துட்டு வரோணும்' என நினைத்துக் கொண்டே உலக்கையை உயர்த்திக் குத்தினாள்.

வேலிப்படலுக்கு மேலாகப் போய்விட்டு, பிறகு தாழ்ந்து கீழே வருகிற உலக்கையின் மேற்புறத்து பூணில்பட்டு மத்தியான வெயில் தெறித்துப்போனது.

''**நா**ஞ்சொல்றது நம்ப எல்லார்த்தோட நல்லதுக்குத்தான். காட்டையும், வூட்டையும் கண்ணாலமான மூணா நாளே பிரிச்சுக் குடுன்னு சொல்லீட்டு நா ஒண்ணும் எல்லார்த்தாட்டமா ஒத்தக்கால்லெ நிக்கிலை. இது நா வெரைக்கும் பாத்தாச்சு மழமாரி ஒண்ணையுங்காணம். இங்கே குடிக்கறதுக்கு பச்சத் தண்ணிக்கே தரிகிணதாளம் போடவேண்டிதா இருக்கு. அதுதா இந்த ஓசனைக்கு வந்து உங்ககிட்டெ நாங்கேக்கறது என்ன சொல்றீங்க?''

மகன் பொன்னப்பனின் இந்த வார்த்தைகளுக்குப் பதில் எதுவும் சொல்லாமல் வண்டிப் படலைச் சரி பண்ணிக் கொண்டிருந்தார் பெரியசாமி. மூங்கில் குச்சிகளைக் கொடுவாளால் சீவி, பிரிந்து போயிருந்த பகுதிகளுக்கு அடைப்புக் கொடுத்தார்.

''இந்த மாசத்துலயே நாலஞ்சு முகூர்த்த நாளுக வருது. அதுல ஒண்ணுல போயி அட்வான்சு குடுத்துப் பேசி முடிச்சுப்போட்டு, குத்தகை சீட்டு எழுதீட்டு வந்துட்டா நல்லதுன்னு எனக்குப் படுது'' எனத்தொடர்ந்து சொன்னான் மகன்.

''ஒரேயடியா போறம் போறம்னு சொல்லி எந்த எண்ணத்துல நீயி கேக்கறீன்னு தெரியுண்டா.. நா ஒண்ணு சொல்றங்கேளு. இந்த ஊரைவுட்டுப் போட்டு மேக்குச் சீமைக்குப் பண்ணையம் பண்ணப் போனவிக எத்தனெ பேருத்தெ நானும் பாத்தாச்சு. கொண்டு போனதுகளெயும் வுட்டுத் தொலைச்சிட்டு கட்டுன கோமணத்தோட மறுக்காவும் இங்கெதாங் கதீன்னு வந்து சேந்துட்டிருக்காங்கொ! உனி நீயும்பட்டு அலையோணுங்கறே!'' தந்தையின் நெஞ்சத்தவிப் போடு பேசினார். அறுபது வயதைத் தாண்டிய திரேகம் என்பதால் சுமாராக நடுக்கமும் இருந்தது.

''நா அங்கெ போயி பொழைக்கறனோ இல்லெ பொழைக்காமப் போறனோங்கறது என்னோடபாடு. நா ஒண்ணும் தெல்லவாரி ஆளோ, மொல்லமாரி ஆளோ இல்லெ. மானாவாரி ஆளு. அது இந்த மூணு ஊருச்சனத்துக்குந் தெரியும். எனக்குன்னு உள்ள பங்கைப் பிரிச்சுக் குடுத்துடுங்கையா''

மகனின் இந்தக் கேள்வியைச் சற்றும் எதிர்பாராததால் பெரியசாமிக்குத் தடுமாற்றம் உண்டானது. கண்களில்கூட கண்ணீர் தேங்கி விட்டது.

''உனக்கு வர்ற பங்கை எடுத்துத் தலையில் கட்டீட்டா நாம் போயிடப்போறே? இருக்கிற காட்டை செரி பகுதியாப்பிரிச்சு உனக்கு ரெண்டு ஏக்கராவையும், சின்னவனுக்கு ரெண்டு ஏக்கராவையும் நாளைக்கே வேணும்னாலு நா கெரயம் பண்ணிக் குடுத்தர் றண்டாப்பா. அதுக்குள்ளே நீ மேக்குச் சீமைக்குப் போறன்னு ஒரே முட்டாப் பறக்குறியே. ஏண்டா இந்த ஊர்ல இருந்து பொழச்சுக் காட்டாமெ உனிமெ அசலூரு போயித்தான் பொழச்சுட்டு வரோணுமா? கொஞ்சம் ஓசுனெ பண்ணிப்பாரு.''

''நாவெல்லா நல்லா ஓசுனெ பண்ணியாச்சு. மேக்கெ ஆலாந்தொறை, செம்மேட்டுப் பக்கத்துல நல்லபடியா வெவசாயம் நடக்குது, ஒழவு போட்டுப் பண்ணையம் பாக்கறதுக்கு செரியான ஆளுக இல்லாமெ தோட்டந் தொறவுக்காரனுக பூமிகளெ குத்தகைக்குக் குடுக்கறானுக. நம்ப பங்காளி பச்சீணன் போன வருஷந்தா போயி குத்தகைக்குப் புடிச்சான். இப்பொ அவனுக்கு என்ன கெட்டுப் போச்சு? இந்த வறச் சீமையில் உக்காந்துட்டு அன்னாடும் காட்டுக்குப்போயி மண்ணாங் கட்டிகளை எண்ணிப் போட்டு ஊட்டுக்கு வர்றதுதா கண்ட பொழப்பு. மழமாரி பேயும் பேயும்னு உங்களாட்டவெ மேலெ பாத்துட்டிருந்தா உன்னமும் ஆறுமாசத்துத்துல குடிக்கறதுக்குங்கூட கஞ்சி கெடைக்காது''

''கெடைக்காமப்போனா போகுட்டும். உன்ர தம்பிகாரனும் வருட்டும், எல்லாங் கலந்து பேசி அப்பறம் முடுவு பண்ணுலாம்''

''அவங்கிட்டெ என்ன கேக்கறது? எனக்குத் தெரிய பொறந்த பையங்கிட்டயெல்லாம் போயி நா ஓசுனெ வேறே கேக்கோணுமா?''

''அடே கொஞ்சம் பொறுமையா பதறாமெப் பேசு! உப்ப உனக்கு உள்ளதை யாரு புடுங்கீட்டாங்க? உன்னமும் ரெண்டொரு வருஷத்துக்குள்ளே தெக்கெ வடக்கெ பாத்து அவனுக்கும் ஒரு கண்ணாலத்தைப் பண்ணீட்டா என்ர செமையெல்லாங் கொறஞ்சிடும். அப்பறம் உனக்கும் அவனுக்கும் காடு கரையெப் பிரிச்சிக் குடுத்துர்லாம்னுதா நானும் ஆசைப்பட்டுட்டு இருக்கறண்டாப்பா.''

''அது வரைக்கும் நாங் குடும்பம் பண்ண வேண்டாமா? எனக்கும் கண்ணாலமாகி இப்ப வருஷம் ரெண்டாகப் போகுதல்லொ. இந்த ஊட்டையும் காட்டையும் நீங்களே கட்டீட்டு அழுவுங்க. ஒரு ஆயிரமோ ரெண்டாயிரமோ என்னை நம்பிக் குடுங்க. அதை வெச்சு நா மேக்கெ போயி குத்தகைக் காச்சும் பூமி புடுச்சுப் பண்ணையம் பண்ணிப் பார்க்கறன்னு தான் சொல்றேன்''

தன்னுடைய அண்ணனுக்கும், தந்தைக்கும் நடந்து கொண்டிருக்கும் இந்தச் சச்சரவுகளைத் திண்ணைக் காலுக்கருகில் நின்று கொண்டு

அசையாமல் கேட்டபடியிருந்தாள் பழனியம்மாள். இருட்டி விட்டது. கூதற்காற்றும் வீசியது.

இன்றைக்கு எப்படியும் ஏதோ ஒரு தீர்மானம் ஆகாமல் பொன்னப்பன் ஓயமாட்டான் என்பது அவனது படபடப்பிலும் அவசரத்திலும் இவளுக்குத் தெளிவாயிற்று.

வண்டியை சாலைக்குள் தள்ளி நிறுத்திவிட்டு, எருதுகளுக்குத் தீவனம் போட்ட பின்னர் வாசலுக்கு வந்த பெரியசாமி அப்போதுதான் மகள் நின்று கொண்டிருப்பதைப் பார்த்தவராக,

''ஆரது பழனாத்தாளா! உப்பத்தா வந்தயா? சித்தெ மிந்தி வந்திருந்தீன்னா உன்ர பொறந்தவங்காரன் போட்ட போட்டை பார்த்துருக்கலாமெல்லொ'' என்றார்.

''பாத்தனுங்கய்யா. உங்க ரெண்டு பேர்த்துக்குள்ளெ என்னமோ மனத்தாங்கல் பொகைஞ்சுட்டு இருக்குதுன்னு எனக்கும் சாப்புமூப்பாக் காதுக்கு எட்டுச்சுங்கொ. அது என்னதுன்னு தெரிஞ்சுட்டுப் போலாம்னுதா நானும் வந்தவ உங்கொ சத்தங்களெக் கேட்டுட்டு இவத்தயே நின்னுட்டனுங்கொ''

''அதுதா என்னமோ தனிக்குடித்தனம் பண்ணப் போறே, இந்த ஊர்ல இருந்தா அதுக்குச் செரிப்பட்டு வராது. மேக்கெ செம்மேட்டுப் பக்கமாப் போயி குத்தகைக்குப் புடுச்சி உழுகப் போறம்னு சொல்லீட்டு பணங்கேக்கறான் பொன்னப்பன்...''

''அதுக்கு நீங்க என்ன சொன்னீங்க?''

திண்ணையில் உட்கார்ந்துகொண்டு கேட்டாள் இவள்.

கயிற்றுக் கட்டிலைத் தென் வடலாகத் தள்ளிப் போட்டபடி அதில் கம்பளியை உதறிப் போட்டுக் கொண்டு உட்கார்ந்தார் பெரியசாமி. லாந்தர் விளக்கின் வெளிச்சத்தில் அவரது கருத்த முகமும், நரைத்த புருவங்களும் லேசான துடிப்புக்கு ஆட்பட்டிருப்பதை இவளால் உணர முடிந்தது.

''நானென்ன சொல்றதுக்கு இருக்குது? எல்லாம் எறகு முத்திப் பறவையானா அததுபாட்டுக்குத் தெசைக்கு ஒண்ணாப் போகத்தானெ செய்யும்னு நெனச்சுட்டே. அவ்வளவுதா...'' என்றார்.

சுவரில் சாய்ந்து உட்கார்ந்திருந்த அவனோ இன்னமும் அமைதி ஏற்படாதவனாக....

''அம்மிணி? நா ஒண்ணும் வெகரமில்லாமப் போயி அய்யங்கிட்ட எதுமுட்டு முட்டீட்டன்னு நீயொண்ணும் தப்பபிப்ராயம் பண்ணிக்க வேண்டாம். உப்பத்த நெலமையில வெறுங்கையோட போயி ஒரு அஞ்சு ரூவா கடனாக் கேட்டாலுங்கூட நாம வாங்க முடியாது. நம்ம வேப்பமரத்துக் காட்டுல ஒரு ரெண்டு ஏக்கராவை யாருக்காச்சும் குத்தகைச் சீட்டோ இல்லெ அடமானப்பத்திரமோ எழுதிக் குடுத்துட்டு அதும் பேர்ல கடனா வாங்குலாமல்ல...'' என்றான் தங்கச்சியிடம் நியாயம் கேட்கிறவனாக.

''வாங்குலாம். ஆனா இப்ப இந்த வறக்காட்டை வெச்சுட்டு யாரு உனக்குப் பணம் குடுக்கறம்னு வந்து நிக்கிறாங்க...?''

''என்னொ அதுக்குத்தானா ஆளுக இல்லாம போச்சு? நாளைக்கே வேணும்னாலும் காடு பூராவுக்கும் நா ஆளுக் கொண்டாறே...''

''நீ படுற ஆத்திரத்தைப் பார்த்தா வெலைக் கெரயமே பண்ணீடுவப் போலத் தெரியுது...''

''ஆமாம். பின்ன இங்கே என்ன வெளஞ்சு நிக்கிது? குடிக்கறதுக்கே தண்ணியில்லாத ஊர்ல இருந்து சீரழியறதைவுட எங்கியாச்சும் போகுறதுல என்ன தப்பு?ம் சொல்லு நீயே? என்னைய நம்பி எம்பொறகால வந்தா அய்யனுக்கும் அம்மாளுக்கும் கஞ்சியூத்தாம நானிவகளெ நடுத்தெருவுலயா வுட்டுருவே...?''

முறுக்கமான வயசுதான் இவனுக்கு? அது பேச்சிலும் தெரிந்தது. நன்றாக மழையிருந்த காலத்தில் இரண்டே நாளில் தங்களின் காட்டை உழவு போட்டு முடித்துவிட்டு, மற்ற காடுகளுக்குக் கூலிக்கு ஏரோட்டப் போய் வந்தவன்.

‘‘ஏண்ணா? நீ சொல்ற யோசனைக்கு உன்ர தம்பிகாரன், ராசப்பன் சம்மதிப்பானா?’’

‘‘அவங்கிட்ட என்னொ நா சம்மதங்கேட்கோணும்னு?’’ பரபரப்போடு கேட்டான் பொன்னப்பன்.

‘‘என்ன? நீங்க ரெண்டு பேருமே அய்யனுக்கு மக்கமாருகதானெ? அப்ப அவுனுக்கும் செரி பங்கு உண்டல்லொ...?’’

‘‘அவம் பங்குக்கு... ஆரு... ஆசைப்பட்டாங்க? எனக்கு வர்றதைப் பிரிச்சுக் குடுத்துட்டா... நா ஏ இன்னமும் இங்கெ உக்காந்துட்டிருக்கேன்...?’’

தன் திட்டத்தை ஓரளவுக்கு வெளியே கொட்டிவிட்டதாக இப்போது கொஞ்சம் அமைதியடையலானான்.

‘‘இருந்த அஞ்சு ஏக்கராவுல எனக்கு நகைபண்ணிப் போடறதுக்கும், கண்ணாலச் செலவுக்கும்னு ஒரு ஏக்கராவெ அய்யன் வித்துச்சு. மிச்சமிருக்கிற நாலுல... இப்ப உனக்கு ரெண்டையும், சின்னவனுக்கு ரெண்டையும் பங்கிக் குடுத்தாச்சின்னா அப்புறம் அய்யம் பேர்த்துக்கு ஒரு புடிமண்ணுங்கூட கெடையாது. மேற்கொண்டு இவிகளுக்கு சோத்துக்கு என்ன வழி?’’

இப்படி இவளும் விடாமல் கேட்டாள்.

‘‘கேளு... பழனாத்தா... நீயே... கேளு...’’ என்று சொல்லியவாறு பெரியசாமி, போர்வையைப் போர்த்திக் கொண்டு பொடுபொடுவென கலக்கமாய்ப் பார்த்தார்.

சட்டென்று, மகனிடமிருந்து பதிலேதும் வரவில்லை. ‘‘ச்செரி? ஆம்பளை மக்க... காப்பாத்திலைன்னா போகுது? நானெங்கெ போயிட்டே...? அய்யனையும், அம்மாளையும் சும்மாவா வுட்டுருவே?’’

சற்றுக் கோபத்தோடு கூறியவளாய்... அடுப்படியில் சோறாக்கிக் கொண்டிருந்த அம்மாவிடம் போனாள்.

''சின்னவனும் ஓர்க்ஷாப்போ என்னவோ... வெய்க்கிறம்னு கணபதில எடம் பார்க்க அன்னாடும் போயிட்டு வந்துட்டுத்தான் இருக்கறான். கூடுன சீக்கிரத்துல அவனுக்கும் கண்ணாலங் காச்சியெப் பண்ணிவெச்சிட்டு காட்டெ மக்கமாருக வசம் வுட்டுட்டா பிக்கல் எல்லாம் தீருமல்ல...''அம்மா சுப்பாத்தாளின் அபிப்ராயம் இப்படியிருந்தது. மேற்குச் சீமையில் போய் தோட்டத்து விவசாயம் பண்ணவிருக்கிற மூத்தமகன் கூடவோ; இல்லையென்றால் கணபதியில் ஓர்க்ஷாப்பு வைக்கப் போகிற இளைய மகன் கூடவோ போய்விட்டால், தன்னை வேண்டாமென்றா தள்ளிவிடப் போகிறார்கள் என்கிற எண்ணம் ஒருபக்கம் அவள் மனசில் தங்கியிருந்தது.

''போறவிகெல்லாம் போய்ச்சேருங்க? காலமெல்லாங் கஷ்டப்பட்டு... உழுந்து பொரண்டு... எந்திரிச்ச இந்தச் செம்மண்ணெ அரவெலைக்கோ... கால் வெலைக்கோ வித்துப் போட்டு மேக்கெயும் வடக்கெயும் பஞ்சம் பொழைக்கப் போறம்னுட்டுப் போங்க...! ரெண்டு கொசவஞ் சட்டியெ சாக்குல போட்டு மூட்டையாக்கட்டி தோள்ல போட்டுட்டு வெறும் கையும் காலோட கெழக்குச்சீமை செஞ்சேரியாம் பாளையத்துல இருந்து இந்தச் சீமைக்கு நா பஞ்சம் பொழைக்க வந்தே...! இத்தன நாளா எலும்பொடியப் பாடுபட்டு எதோ இந்த மண்ணெ கட்டிக்காத்து வெச்சிருந்தே...! இப்ப மக்கமாருக தோணி இதையும் வித்துக் கருக்கிப் போட்டுப் போறதுக்குக் காலம் வந்துடுச்சு...! ம்... என்னமோ பண்ணுங்க... ஆனா ஒண்ணுமட்டும் சொல்லீடறே... எல்லாரும் கெவனமா கேட்டுக்குங்க... காடு மட்டுமல்ல... இந்த வூட்டையும் வேணும்னாலும் ஆளுக்குப்பாதியா பிரிச்சு எடுத்துக்குங்க, எனக்கு இந்தக் கட்டை வண்டிய மட்டுலும் வுட்டுருங்க. அந்த ஒண்டி சண்டி எருதுகளெ வெச்சு கொளத்து மண்ணைச் செமந்துனாலும்... நா பொழப்புத்தனம் பண்ணிக்கிறேன்...''

அய்யனின் அடிமனசிலிருந்து கொப்பளித்து வந்த இந்த வேதனையின் திவலைகளுக்குப் பிறகு அங்கிருந்த யாரும் அப்போதைக்கு எதுவும் பேச மனமில்லாதவர்களாகக் கலைந்து போயினர்.

பொன்னப்பன் துண்டை உதறித்தோளில் போட்டுக்கொண்டு வெளியில் போய்விட்டான்.

"எந்துரிச்சுப் போயி... சோறுண்டுட்டு வந்து படுங்க. போங்கய்யா" எனக் கூறிவிட்டு பழனியம்மாள் தன் வீட்டுக்குத் திரும்பினாள்.

அழகானதொரு கோலம் போடுவதற்காக... யாரோ வைத்த புள்ளிகள் போல் வானவெளியில் ஆங்காங்கே நட்சத்திரங்கள் சிதறிக் கிடந்தன.

கிணற்றுவெட்டு வேலை முடிந்து வந்த மருதமுத்து அடித்துப் போட்ட மாதிரி திண்ணையில் படுத்துத் தூங்கிக் கொண்டிருந்தான். வேலையின் கடினம் அசதியாய் அவன் உடலெங்கும் பரவிக் கிடப்பதைப் போல் இவளுக்குப் பட்டது.

அப்பனுக்குச் சோறு போட்டு விட்டுத்தான் தானும் உண்டதாக அருக்காணி எழுந்து சொல்லி விட்டுப்படுத்துக் கொண்டாள். வடிவேலு தூங்கி விட்டிருந்தான். கை கழுவிக்கொண்டு வட்டிலை எடுத்து வைத்தவளுக்கு மறுநாள் மலைக்கு விறகு வெட்டப் போகிற வேலை இருப்பது ஞாபகத்துக்கு வந்தது வெய்யில் உயர்வதற்கு முன்பே போயாக வேண்டும். ராத்திரிச் சோற்றில் மிச்சம் பண்ணி தண்ணியூற்றி வைத்துவிட்டால் நாளைக்குக் கொண்டுபோக மருதமுத்துக்குத் தோதுப்படும்.

எருமைக்குத் தீவனம் போட்டுவிட்டு வந்து பாயில் படுத்த பிறகு ம்.. வெகுநேரம் வரை அய்யன் வீட்டுச் சச்சரவு நெஞ்சில் அழுந்திக் கொண்டிருந்தது.

விடிந்ததும்.. கிழக்கு வழுவு ராமாத்தாள் மலைக்குப் போக வந்து விட்டாள் பல் துலக்கி, வாயை கொப்பளித்து, முகம் கழுவிக் கொண்டு வந்து மக்களை எழுப்பினாள் இவள். அடுப்பில் சூடாக இருந்த கருப்பட்டிக் காபியை.. அதுகளுக்கு ஊற்றிக் கொடுத்து விட்டு, ராமாத்தாளுக்கும் ஒரு டம்ளரில் கொண்டுவந்து கொடுத்தாள்.

"இந்தாக்கா... குடிங்க... நாம உனி... சாயங்காலம் தெரியாது... என்னாச்சும்...குடிக்கறதுன்னா...? அவிக... மொதல் கோழி

கூப்புடுறப்பவே எந்திரிச்சுப் போயிட்டாங்க. சட்டீல மிச்சமிருக்கறது இதுக ரெண்டுக்கும் தாட்டும். ராத்திரிக்கு சோறு வந்துதா ஆக்கோணும்...''

''நம்மடதும் இன்னைக்கு உன்ர கணக்குத்தான் வந்துதா... என்னாச்சும் பண்ணவேணும்...! செரி... வா... போகலாம். மொதல் பஸ்ஸூம் கூட அப்பலையாவே கெழக்கே போயிடுச்சு... பழனாத்தா''

பையனை பள்ளிக்கூடம் போகச்சொல்லிட்டு... மகளை... எருமையை மேய்க்கச் சொல்லியவளாய்... இவள் கிளம்பினாள். ஊரின் மத்தியிலிருந்த அரச மரத்து மேடையிலிருந்து... நாலாப்பக்கமும்... கிளைகளைப் போல்... தெருக்கள்... பிரிந்து போயின. ஒவ்வொரு கிளைகளிலும் ஒட்டிக்கொண்டிருக்கிற இலைகளாக... ஆங்காங்கே வீடுகள் தெரிந்தன.

ஊரைக்கடந்து தெற்கு நோக்கிப் போகிற இட்டேரியில் இருவரும் நடந்தனர். பண்படுத்தப்பட்ட நிலம் மாதிரி வானம்... சூரிய வெளிச்சத்திற்காக காத்திருந்தது. ராமாத்தாளிடம்.. கொஞ்சம் வெற்றிலை வாங்கி.. தன்னிடமிருந்த பாக்கைச் சேர்த்து வாயில் போட்டு மென்று கொண்டே பழனியம்மாள்.. நடந்தாள்.. புகையிலை கேட்டு வாங்கிக் கொண்டாள் அவள்.

சில வருஷங்களாகவே.. இப்படி விறகுக்குப் போவதென்றாலோ.. சருகுக்குப் போவதென்றாலோ... இவர்கள் ஒருவரை விட்டு ஒருவர் பிரிந்து தனியாகப் போகிற வழக்கமில்லை. அதிலும் ராமாத்தாள்... புருஷனை இழந்து.. வெள்ளைச்சேலை உடுத்தி விதவைக்கோலம் பூண்ட பிறகு வீட்டைவிட்டு எங்கு புறப்படுவதென்றாலும் அது மற்றவர்களைவிட முன்னாலேயே என்றாகி விட்டது. யார் எதிரிலுல் வந்து அபசகுனம் என்று பேர் வாங்கிக் கொள்ளாமலும்; எந்தெந்த நேரங்களில் தன் கடமைகளைச் செய்து முடிக்கிறாள் என்பதை மற்றவர்கள் தெரிந்து கொள்ளாமலும்.. இவளின் செயல்பாடு அமைந்து போயிற்று.

பழனியம்மாளை விட பத்துப் பன்னிரண்டு வயது மூத்தவளான இவளுக்கு.. அன்பும், கரிசனமும் நிறையவே உண்டு. பேர் சொல்ல ஒரு மகனும், ஒரு மகளும் உண்டு. வெண்கொக்குகள் அணி வகுத்து ஒரு நீண்ட மலர்ச் சரம்போல.. தென்மேற்கே போய்க்கொண்டிருந்தன. விளைச்சல் தருணங்களில்.. கொள்ளுக்காடுகளில்.. இரை பொறுக்குவதற்காக.. வந்து போகும் அந்த கொக்குகள்.. இப்போது காடுகளெல்லாம்.. வெட்டார வெளியாய் கிடக்கிற நிலைமையிலும் கூட வந்து போவது.. பழைய நினைவுகளின் உந்துதலால்தானோ என இவர்கள் நினைத்தனர்.

எங்கு பார்த்தாலும் செம்மண் காடுகள் வெறிச்சோடிக் கிடந்தன. குடிபெயர்ந்து போன வீட்டின் வாசலைப்போல் அவைகள் தென்பட்டன. வேலிகளில்கூட கிளுவை மரங்களோ, சங்கம் புதர்களோ... பசுமையைத் தக்க வைத்திருக்கவில்லை. முட்களெல்லாம் காய்ந்து உளுத்துப்போன நகங்களாக ஆகிவிட்டன.

''மிந்தியெல்லா பட்டி பட்டியா வெள்ளாடுக அத்தனெ இருந்துதுகளே நம்ம ஊர்ல... இந்த வெறுமையில அத்தனையும் ஒழிஞ்சி போச்சில்ல. அடிவாரத்து காடுக வெரையிலும் அதுகளுக்கு தீவனங் கெடையாது. அதுகள வெச்சு தாக்குப்புடிக்க முடியாமத்தான் எல்லாம் வித்துத் தொலைச்சுட்டாங்க...''

''ஆடுக... ஒதுங்கறதுக்குங்கூட வேலிக பக்கத்துல நெழல காணோமே. அப்புறம் அதுகளெ வெச்சுட்டு என்னதாம் பண்ணுவாங்க?''

பேசிக்கொண்டே கலுங்கல் காட்டுப்பள்ளத்தைத் தாண்டி... மலைக்குச் செல்லும் தடத்தில் நடந்தனர். சற்று தூரத்தில் வேலிச்சரிவில் குழிகள் தோண்டி, காட்டு எலிகளைப் பிடிக்கிற வேலையில் வலையர்கள் ஈடுபட்டிருந்தனர். குழந்தையைத் தோளில் போட்டுக் கொண்டு வலைச்சி ஒருத்தியும் நின்றிருந்தாள். நாய் ஒன்று அவர்களைச் சுற்றித் திரிந்தது.

''இவிக இன்னிக்கு நம்முளுக்கு மிந்தியே தெக்கே வந்துட்டாங்க பாரு! இருட்டிருட்டா இருக்கிறப்பவே வூட்டை வுட்டு வந்துட்டாங்களாட்டந் தெரியுது''

''அப்பிடித்தான் இருக்கும். இவிக பச்சாபாளையத்து வலையருக! இப்ப மலெ வெறகு செமக்குறதுக்குங்கூட அதிகமா வர்றதில்லெ. மத்தியானத்து வெரைக்கு இப்பிடிச் சுத்துனா.. எப்படியும் நாலஞ்சு எலிகளப்புடுச்சுப் போடுவானுக, இதை வெச்சே ஒரு நாளத்த ஆகாரத்துக்கு வழி பண்ணிக்குவானுக''

''காட்டு எலிக்கறி நல்லாக் கெழங்காட்டம் ருசியா இருக்கும். என்னமோ நோவுக்குங்கூட மருந்து பண்ண இது ஆகும்னு சொல்லுவாங்க''

''ஆமா! இது போக ஒவ்வொருவாட்டி வரப்புகள்ல கோரக் கெழங்கு தோண்டுறதுண்டு. மிந்தியொரு சமயத்துல வந்த பஞ்சத்துக்கு.. கத்தாழைக் கெழங்கெல்லாம் கூட தோண்டி யெடுத்துப்போயி வேகவெச்சு நம்ப சனங்க தின்னிருக்காங்களாம்! எங்க அய்யனெல்லாம் சொல்லியிருக்காங்க...''

'' அந்தப் பஞ்சம் தான் மறுக்காவும் இப்ப நம்ம ஊருக்குத் தண்ணி பஞ்சம்கிற ரூபத்தில வந்திருக்குது பழனாத்தா...''

'' இன்னிக்கு நா வெட்டீட்டு போற வெறகு என்ர ஊட்டு அடுப்பு எரிக்கறதுக்கில்லை. உனக்குத் தெரியுமா?''

'' அதுமு அப்படியா? ஏ வித்துப்போடறவளா?''

'' ஆமா... கொளத்துப் பாளையத்து டீக்கடைக் காரனுக்கு கொண்டுட்டுப் போயி செமையைப் போட்டுட்டு இன்னிக்கே பணம் வாங்கியாகோணும்.''

''உன்ர செமையை ப் பத்து ரூவா வெலை சொல்லு...! அப்பத்தான்... ஏழோ எட்டோனாலும் கெடைக்கும்''

'' எட்டு கெடைச்சாலும் போதுன்னு இருக்குது! ஏன்னு கேட்டீன்னா... இந்தப் பணத்தை வெச்சுத்தான் பட்டி மாதாரிச்சி யோட வாயை அடைக்கோணும்...''

''ஓ... அந்த வரிப்பணத்தைச் சொல்றெயாக்கு...'' ஆமாம். பின்னே... இல்லாட்டி போனா வடக்காலத் தோட்டத்துத் தொட்டியில

ஒரு கொடம் தண்ணி மோந்துட்டுவர அவ வுட்ருவாளா...? நம்பளோட நெலமைய ப்பாரு எப்படீன்னு...?''

''வடக்கு வழுவுக்காரிக எல்லோரும் பத்து நாளா அப்பிடித்தாம் பேசிக்கிறாங்க. வெடியால ஒரு மணி நேரமும், சாயங்கால மொருமணி நேரமும் அந்தத் தோட்டத்து தொட்டியில் தண்ணி மோந்துக்கலாம். அதுக்கு ஒரு வாரத்துக்கு பத்து ரூவா அவளுக்கு நாம குடுத்துற வேணுமாம்''

''இது நம்பவுமே... அநியாயமாவில்லெ இருக்குது? இதை வுட்டா... நம்முளுக்கு வேறெ வகைச்சல் ஒண்ணும் இல்லையே. எத்தன தூரந்தான் கொடத்த வச்சிட்டு நாயாட்டம் அலையறது? இதாச்சும் ஏதோ அரை மைல் தூரத்துக்குள்ளே அகப்படுதேன்னு சொல்லி ஒத்துக்க வேண்டியதிருக்கு. அவுளுக்கு ஒத்தாசை பண்ண வேண்டியிருக்கு...''

''அவளப் பாத்தா... தோட்டத்துல பண்ணயம் பண்ற ஆள்காரியாட்டவா இருக்குறா? தோட்டமே அவுளுதுங்கற நெனப்பில நம்ம பொம்பளைகளையெல்லாம் வேலைக் காரிகளாட்டம் ஆக்கிப் போட்டா போ...''

''அந்த அநியாயத்தை ஏங்கேக்கறே? அவ பண்றது ஒண்ணா ரெண்டா...? ஒரு நாளைக்கு பக்கெட்டுல சாணியைக் கரைச்சு தொட்டியில ஊத்தி ஆரும் தண்ணிய மோக்க முடியாமப் பண்ணீடறா! இன்னொரு நாளைக்கு சீலைக்கு சோப்புப் போட்டு அதைய அந்தத் தொட்டியில போட்டு அலாசி அசிங்கம் பண்ணி, யாரும் தண்ணி எடுக்காமப் பண்ணீடறா! அக்குருமம் ஜாஸ்தி...''

'' இதெல்லாம் பாத்துப்போட்டு சகிக்க முடியாமத்தான்... எல்லாரும் சரணாகதியானது. இப்ப இன்னிக்கு நாம மலையேறி வெட்டுற வெறகு அவ வூட்டு அடுப்பெரிக்க போகுதுன்னா... பாரேன்...?''

அடிவாரம் போய்ச் சேர்ந்தாயிற்று.

பாறைச் சரிவுகளை ஒட்டினாற் போலிருந்த பகுதியில்.. அந்நேரத்திற்கு சாராயம் காய்ச்சுகிற வேலை மும்முரமாய் நடந்து கொண்டிருந்தது. டியூப்களில் ஊற்றிக் கட்டிக் கொண்டிருப்போரும், ''ஊறல்'' சுமந்து கொண்டு வருவோருமாக க் காணப்பட்டனர்.

அதையெல்லாம் கடந்து மேலே ஆனைக்கல்லை நோக்கிப் போகும் குறுகலான தடத்தில் இவர்கள் சென்றனர்.

அந்தத் தெற்கு மலையானது இந்த வட்டாரத்துக்காரர்களின் உத்தேசத்தின்படி பழனி மலையைப் போல் நான்கு அல்லது ஐந்து மடங்கு உயரமும், அகலமும் கொண்டதாகப் பரவிப் போயிருந்தது.

அடுத்தடுத்து ஒன்றையொன்று தொட்டுக் கொண்டு மேற்கு நோக்கி வெள்ளக்குட்ராயன் மலை, வேங்கைராயன் மலை, வீரராயன் மலை, ஐயாமலை என்று விரிந்து போய்.. சிறுவாணி மலையின் தொடர்ச்சியுடன் சங்கமித்துக் கொள்வதாய் நீண்டிருந்தது.

பெரும் பெரும் மூங்கில் புதர்களையும், காரை மரங்களையும், வெள்ளைவேலான், கருவேலான் மரங்களையும், கள்ளி மரங்களையும், வாகை வகையறாக்களையும் தங்களிடத்தில் கொண்டிருந்த இந்த மலைகளானது தொடர்ச்சியாக ஏற்பட்ட வெறுமையில் பசுமையைப் பறிகொடுத்து விட்டுப் பாறைகளை மட்டும் சுமந்து கொண்டிருக்க வேண்டியதாய்ப் போயிற்று.

முன்பு இருந்ததில் நான்கில் ஒரு பகுதி மரங்கள்தான் இப்போது இருப்பதாய்ப் பெரியவர்கள் சொல்வதுண்டு! அத்தோடு விதைகளின் வயிறுகளிலிருந்து பிறந்த மரங்கள்.. மலைகளின் முதுகுகளில் வளர்ந்து கொண்டிருப்பதாக.. அவர்கள் எண்ணிக் கொள்வதுண்டு!

இந்த மலைகளின் தோள்களுக்கு இடையில் தான் பாலக்காட்டுக் கணவாயானது.. விருவிருப்பான காற்றை கொண்டு வருகிற வழியாக பேர் சொல்லிக் கொண்டிருந்தது. கோயமுத்தூர் பருத்தி நெசவு மில்களில் நூல் இழைகள் அறுந்து போகாமல் இருக்க.. இந்த ஈரப்பசைக் காற்றானது மிகவும் உதவுவதாக நகரத்தின்

வசதிக்காரர்கள் கார்களில் போகும் போது சொகுசாக சந்தோஷப்பட்டுக் கொள்ளவும் இடமிருந்தது.

இவைகளையெல்லாம் விட, பச்சைமிளகாயைக் கடித்துக் கொண்டு அம்பிலியையோ.. பழைய சோற்றையோ குடித்தபடி காலங்காலமாய் இந்தப் பகுதிகளின் கிராமங்களில் உயிர்வாழும் ஜனங்களின் உடல்களுக்கு மட்டுமல்ல. உள்ளங்களுக்கும் ஒத்தடம் கொடுக்கிற படியாக.. இந்தக் காற்று வீசிக்கொண்டுதானிருந்தது.

நாளாவட்டத்தில் பெரும்பாலான மரங்களை விறகுக் காரர்களே வெட்டி வெட்டி அழித்து விட்டிருந்தனர். முன்பெல்லாம் அடிவாரப் பகுதியிலேயே பெரிய மரங்களெல்லாம் இருந்ததுண்டு. வேலம்பாளையத்தில் உள்ள பழைய வீடுகளின் விட்டங்களும், கதவு, நெலவு கட்டுக் கோப்புகளும், யானைக் கால்களைப் போன்ற திண்ணைக் கால்களும் இங்கிருந்து, கொண்டு போகப் பட்ட பல ஜாதி மரங்களின் ஞாபகங்களாய் இன்னமும் இருக்கின்றன.

புதர்கள் அழிந்து ஆட்களின் நடமாட்டம் ஆகிவிட்டதால் பெருநரி, எடக்காடை, கழுதைப்புலி முதலான மிருகங்களெல்லாம் சரியான தீனியும் கிடைக்காமல் போய்.. அப்படியப்படியே மேற்கு மலைகளுக்கு இடம் மாறிப் போய்விட்டன. ''இப்ப கீரி, குள்ளநரி, உடும்பு, மொசலுக... இப்படிச் சிலதுக மட்டுந்தா இங்கெ இருக்குதுக..'' எனும்படி குறைந்துவிட்டது.

பழனியம்மாளும், ராமாத்தாளும்.. இந்தச் சூழல்கள் பற்றிய நினைவுகளோடு தங்கள் பணியில் ஈடுபட்டிருந்தனர். கொடுவாள்களின் வீச்சுப்பட்டு முள் மரங்களின் கிளைகள் சாய்ந்து விழுந்தபடியிருந்தன. இவர்களைச் சுற்றி குவிந்திருக்கிற பஞ்சமோ.. வெட்ட வெட்ட தழைக்கிற மரத்தைப் போல்.. அயர அடிப்பதாய் இருந்தது.

2

மருத முத்து அன்றைக்கு நேரமாகித்தான் வந்து சேர்ந்தான். அந்த வாரத்திய கூலிப்பணம் கிடைக்கும் என எதிர்பார்த்திருந்து அது மறுபடியும் ரெண்டு மூணுநாள் தாமதமாகும் எனத் தெரிந்து விட்டு வர இந்நேரமாகிவிட்டது.

காலையிலிருந்து தான் பட்ட பாட்டுக்கு எட்டு ரூபாய்ச் சம்பாத்தியம் கிடைத்ததையும், அதை ''தண்ணிப் பணமாகக்'' கொடுக்க வேண்டியிருப்பதையும் புருஷனிடம் கூறிவிட்டு சோறு உண்ணக் கூப்பிட்டாள்.

''ஊட்ல வெச்சிருந்த வெதைச் சோளத்தெ எடுத்து நாலஞ்சு நாளாக சோறாக்கியிட்டு இருக்கறே...''

'' பின்னெ... அதெ கூடையில சும்மா வெச்சிட்டிருந்து என்ன பிரயோஜனம்? மழை பெய்யற நெலமை ஒண்ணையுங் காணமே.''

''ஒரு வாரம் பத்து நாளத்தப் படிவரவேண்டிய.. கெணத்து வெட்டுப் பணம் உன்னமும் வராம இழுத்தடிக்குது. அது வந்துச்சுனாலும்.. நாளத்த சனிக்கெழம அன்னூர் சந்தைக்குப் போயி ராகினாலும் நாலஞ்சு வள்ளம் வாங்கிட்டு வர்லாம்னு ஓசுனெ பண்ணி வெச்சிருந்தே...''

''செரி... எப்பிடியோ... வந்து சேருட்டும்...''

இவர்களுக்கு முன்னால் எரிந்து கொண்டிருந்த மண்ணெண்ணை விளக்கு.. வெளிச்சம் மங்கியது. அதைக் கையில் எடுத்து ஆட்டிப் பார்த்துவிட்டு, ''எண்ணெ தீந்து போச்சு... நாளைக்காச்சும் வாங்கி ஊத்தீர்லாம்...'' என்ற போது

''என்னம்மிணி... உன்ர மகங்காரன் சாயங்காலமா வந்தவன் வெளையாடிச் சலிச்சிட்டு அப்பிடியே அப்பிச்சி கட்டில்லெ படுத்துத் தூங்கீட்டான்...''

பையன் வடிவேலுவைத் தன் தோளில் போட்டுக் கொண்டு பொன்னப்பன் வாசலில் நின்று கொண்டிருந்தான்.

''ஓ வாண்ணா! வா உள்ளெ வா! உப்பத்தா சோறு தின்னுட்டு இருக்கறம். மாமங்காரனுக்கு தொந்தரவு குடுக்கலாம்குற பிரியத்துலதா இவெ அங்கெ வந்துட்டாம் போலத் தெரியுது...''

''ஆமாமா! இவனெ எடுத்துப் பாயில படுக்கவெயி. தூக்கத்து முசுவில... அங்கத்த சோறுங்கூட இவனுக்கு ஒண்ணும் புடிக்கிலை!''

''ராத்திரித்த சோறு இங்கியும் செரியா திங்கிறதில்லே. வெளையாடறதுக்கு சிட்டாளுகளோட சேர்ந்துட்டா அப்புறம் ஒண்ணும் பேர்லயும் சோடையிருக்கறதில்லைங்கிறே...''

வட்டிலைக் கழுவி வைத்து விட்டு, பையனை வீட்டுக்குள் கொண்டுபோய்ப் படுக்க வைத்தாள். திண்ணையில் உட்கார்ந்தவனிடம் பீடி வாங்கிப் பற்றி புகைவிட்டபடியே மருத முத்துவும் பாயைப் போட்டுக்கொண்டு சாய்ந்தான்.

''ஏம்புள்ள! உங்க மாமனை சோறுங்கச் சொல்லே, ஒண்ணுமே பேசாம, நீ மட்டும் உள்ளெ சட்டியெ உருட்டீட்டு இருந்தீன்னா அப்புறம் கோவங்கீவம் வந்து மாமங்காரெ எந்திரிச்சி போயிடப் போவுது...'' என்றான் மகளிடம்.

''நம்ம வூட்டுச் சோறெல்லாம் மாமனுக்குப் புடிக்காதுங்க. அதுதா நாங்கூப்புடுலைங்க...''

''அதுமு... அப்பிடியா...? அடடே, அது எதுனாலயாமா...? இப்பிடின்னு தெரிஞ்சிருந்தா ஏதாச்சும் கருவாடுனாலும் வாங்கியாந்து காரமா வருத்துக் கொடுத்துருக்கலாமே...''

''இல்லீங்கய்யா...! அத்தெ வந்து சோறாக்கிப் போடற வரைக்கும் அடுத்த வூட்டுச் சோறு எதையும் தொட்டுக்கிறதில்லையின்னு மாமன் இருக்குது...''

சிரிப்போடு சொல்லியவளாய் வட்டிலைக் கழுவப் போனாள் அருக்காணி.

''அட்ரா... சக்கைன்னானா...! பத்து வயசுப்புள்ளைக்குங்கூட சாடை போட்டு பேசறதுக்கு எப்பிடித் தெரியுதுன்னு பாருங்க மச்சா...'' என்ற பொன்னப்பனிடம்

''ம்... அப்பறம்... உன்ர பொறந்தவக்காரி கொணம் இது கிட்டயும் இல்லாம எங்கே போயிடுங்கிறே...?'' என்றான் மருதமுத்து.

''ஆமாம் பின்னெ இன்னைக்கு... மயிலாத்தா ஊருக்குப் போயி மாசம் எத்தனையாச்சு? அவதா எப்ப இங்கெ வர்றம்னு இருக்காண்ணா...''

வெற்றிலையில் சுண்ணாம்பைத் தடவி வாய்க்குள் போட்டு மென்றுகொண்டே, ரெண்டு பாக்கையும் வெற்றிலையையும் கொண்டு வந்து அண்ணனுக்குக் கொடுத்தாள். அதை வாங்கிக் கொண்டு

''நானென்ன அவளெப்போயி கூப்புடாமயா இருந்தே! நெகமத்துக்கு மூணு தடவை போயிட்டு வந்தாச்சு! அவ புடிகுடுத்துப் பேசுனாத்தானெ? அவ புடிச்ச மொசலுக்கே மூணு காலுன்னு நிக்கிறா... அப்பறமென்ன பண்றது?''

''பொடணி மேலெ நாலு போடு போட்டு இழுத்தாற வேண்டியதுதான். அவொ கிட்ட உன்னியும் என்ன தாட்சிணை! பொம்பளைக்கி கொஞ்சம்னாலும் சொரணை வேண்டாமா?''

பழனியம்மாளுக்கு உள்ளூர இதைப்பற்றிக் கேட்க வேண்டு மென்றுதான் உறுத்திக்கொண்டேயிருந்தது. அதற்கு இப்போது தான் சந்தர்ப்பம் கிடைத்திருக்கிறது.

''போத்தால இருந்தா இத்திணி குடு...'' என்று கேட்டு வாங்கி , வாயில் போட்டு அடக்கிக் கொண்டே திண்ணைக்காலில் சாய்ந்த பொன்னப்பனை,

''உன்ர பொண்டாட்டிதா இங்க வர்றமுங்கறாளா? இல்லெ, வரமாட்டம்னே ஒரே முட்டாச் சொல்லீட்டாளா? ஒளிக்காமச் சொல்லு...''

சற்று தயக்கத்தோடு மருதமுத்து கேட்டான். பீடி தீர்ந்து புகை வாசற் பக்கமாக நகர்ந்து விட்டிருந்தது.

''வரமாட்டம்னு அவ ஏஞ்சொல்றா? வருவே... காடு கரைய தனியாப் பிரிச்சு வாங்கீட்டு தனிப் பண்ணையம் பண்ணுங்கோ... அப்பறந்தா... நா வந்து உங்க மூஞ்சீல முழிப்பேன்னுங்குறா''

''அப்பிடியா சங்கிதி?''

''அப்பிடித்தான்னு வெய்யுங்களே...''

மேல் முகப்பிலிருந்து ''ச்ச்... ச்ச்'' என பல்லி சத்தமிட்டுச் சென்றது.

''பல்லி சகுனம் சொல்லுது! இது நல்லதுதானுங்களா மச்சா?''

''நேரா... தலைக்கு மேலாலதானொ சொல்லுச்சு! இந்தத் திண்ணைக்கு மேலெயிருந்து எங்கெ சொன்னாலும்... ஒண்ணும் தப்பு வராது''

''செரி... எதோ ஒண்ணு ஆகுட்டும்...''

''அப்பொ நெகமத்துச் சமாச்சாரத்தெ வெச்சுத்தா ஊட்லெயுங்கூட மனத்தாங்கல் பட்டுட்டு சத்தமுங்கூட போட்டுட்டாப்பிடி தெரியுது...''

''ம்... ம்...! அம்மிணிக்குங் கூட கொஞ்சந் தெரியுமே, உங்ககிட்டேயும் வந்து சொல்லுச் சாக்கு...''

''சொன்னா! நானும் இதப்பத்திக் கேக்குலாம்னுதான் இருந்தே...''

''பூமியைப் பிரிச்சு மக்கமாருகளுக்குக் குடுக்காமெ அய்யன் வேறெ யாருக்கொசரம் கட்டிக்காத்து வெச்சிட்டிருக்குது! உன்னங் கொஞ்ச நாளுப் போகுட்டும்னு சொல்லுது...'' என்றாள் பழனியம்மாள்.

இவர்கள் பேசிக்கொண்டிருக்கும் போது தெருவில் நாய்கள் குரைக்கிற சப்தம் கேட்டது. தட்டுத் தடுமாறி ராமாத்தாள் வந்து கொண்டிருந்தாள்.

''என்ன... பழனாத்தா, படுக்கெ போட்டாச்சா...?''

''போட்டாப் பிடித்தா; வாக்கா... நெதானமாப் பாத்து இப்பிடி வடபறத் திண்ணைக்கு வா...''

''நாளைக்குமு... வெறகுக்கு வர்றயான்னு கேட்டுட்டுப் போலாம்னுதா நா வந்தே! கொத்துக்காரியூட்டுக்கும் போயிட்டுத்தா இங்கெ வந்தே. வெசாலக் கெழமைக்கு மேலதா வயல்லெ களையெடுப்பு வேலையிருக்குதுன்னு சொன்னா. அதுக்குள்ளெ நாலஞ்சு கத்தை வெறகு கொண்டாந்து போட்டுறலாம்னு ஓசுனெ பண்ணுனேன்...''

''அப்பிடின்னா செரி. வெடியால வந்து என்னையுங் கூப்புடு.''

''ச்சேரி வர்றே! கடை மூடுறதுக்குள்ளெ போயி ரெண்டு டீத்தளப் பொட்டலம் வாங்கீட்டுப் போவோணும்...''

''படலுக்கிட்ட போறப்போ பாத்துப்போக்கா! ஆளு எதுக்கெ வந்தாலுங்கூடத் தெரியாது. அடுப்புக்கரியெக் கறச்சு ஊத்துனாப்புல... பேயிருட்டு...''

அவள் போய் விட்டாள்.

''செரி. உங்களுக்கும் அலுப்பா இருக்கும். தூங்குங்க. வெடியால புடுச்சு பாடுபட்டுட்டு வந்தவிக'' என்றபடி பொன்னப்பனும் கிளம்பினான்.

''நாளெ... மத்த நாளு... மாமனப் பாத்தா... நானும் சமாதானம் சொல்றேன். நீயுமு அன்னாடும் இதையே அவுருகிட்ட போட்டுக் கசரு பண்ணிட்டு இருக்க வேண்டாம். பொட்டாட்ட இரு போ! இந்த மாசம் முடிஞ்சதுக்கும் பொறகு நாம ரெண்டு பேருமே நெகமத்துக்கு ஒரு வாட்டி போயிட்டு வருலாம்...''

மருதமுத்து அவனை அனுப்பிவிட்டுக் கொட்டாவி விட்டான். பழனியம்மாளுக்கும் தூக்கம் உச்சியை ஆட்டியது. பொடக்காளிக்குப் போய் எருமைக்குத் தீவனம் போட்டுவிட்டு வந்து படுத்தாள்.

காலையில் நேரத்திலேயே விறகுக்குப் போக சௌகரியப்

படவில்லை. வடக்காலத் தோட்டத்துத் தொட்டியில் தண்ணீர் விட்டு நிரப்பிவைத்திருக்கிற தகவல் வந்து விட்டது.

இரண்டு குடங்கள், ஒரு அண்டா சகிதமாய் தன்னுடன் அருக்காணியையுங் கூட்டிக்கொண்டு இவளும் வேகமாய் போனாள். சுருக்குப் பையில் பணம் எட்டுரூபாயும் பத்திரமாய் உடன் போயிற்று.

இவர்களுக்கு முன்னாலேயே... கிழக்கு வழுவுச் சனங்களில் முக்கால் வாசிப்பேரும், இந்த வழுவுச் சனங்களில் பாதிப்பேருமாக ஓட்டமும், நடையுமாய்ப் போய்க்கொண்டிருந்தனர்.

பணம் கொண்டு வந்திருக்கிற பொம்பளைகளை மட்டும் கணக்கு வைத்தபடி வரிசைப் பிரகாரம் தண்ணியை மோந்துக்கச் சொல்லி மாதாரிச்சி கறாராக இருந்தாள். '' நாளைக்கு குடுத்துர்றேன், நாளான்னைக்கு குடுத்துர்றேன்'' என்று கெஞ்சுகிற தொனியில்.. சொன்னவர்களை யெல்லாம் திட்டி விரட்டிக் கொண்டிருந்தாள்.

அவள் கேட்கிற பணம் தராவிட்டால் எந்தப் பயமுமில்லாமல் குடத்தை பிடுங்கி வீசிவிடுவாளென்கிற நிலவரமும்.. அவர்களுக்குத் தெரியும். பணத்தைக் கொடுத்தவர்களிடம் அடுத்த வாரமும்.. இதே நாளன்று மறக்காமல் கொண்டுவந்து கொடுக்கச் சொல்லியபடி.. தண்ணீர் எடுத்துக் கொள்ள அனுமதித்தாள். வீடு தேடி வந்து சத்தம் போட்டு கேட்கிறபடியாக வைத்துக்கொள்ளவேண்டாம் என்றும், தான் செய்கிற இந்த உபகாரத்தை மனதில் வைத்துக்கொண்டு அதுக்குத் தகுந்தாற்போல்.. நடந்து கொள்ளுங்கள் என்றும் அவள் சொல்லியவற்றைப் பேசிக் கொண்டே வந்தனர்! ஒவ்வொருத்திக்கும் ஐந்தாறு குடம் அளவுக்குத் தண்ணீர் கிடைத்ததை எண்ணி இதற்காக... ஐந்தாறு அடி.. போட்டிருந்தாலுங்கூட.. அதையும் வாங்கிக் கொண்டு வரச் சித்தமாயிருக்கிற தங்களது நிலைமையை நினைத்துக் கொண்டனர்.

பழனியம்மாளும்.. பாக்கி வைக்காமல் பணம் கொடுத்துவிட்டாள். கட்டுத்தறியில் இருந்த இரண்டு தாழிகளிலும் தான் கொண்டுவந்த

தண்ணீரை ஊற்றிவிட்டு, வீட்டுக்குள் இருந்த சாலாணி மரத்தின் மீது அண்டாவை இறக்கி வைத்தாள். அருக்காணி கொண்டு வந்ததை... வாங்கி.. வாசலில் இருந்த பானைகளில் நிரப்பி வைத்தாள்.

''சோறாக்கறதுக்கும், மத்ததுகளுக்கும் ஆட்டுக்குள்ளெ இருக்கிற தண்ணியை சிக்கனமா பொழங்க வேணும்...! நாளைக்குத் தண்ணி கெடைக்கிறது அவ்வளவு உறுதியில்லெ. கெடைச்சாலும் கெடைக்கும், இல்லாமல் போனாலும் போகும். நம்ம எருமெ.. கறக்கறாப்பிடி!''

என்று தன் பாட்டுக்கு கணக்குப் போட்டுக்கொண்டு மலைக்குப் போவதற்குக் கொடுவாளையும், கயிற்றையும் எடுத்து சாளையில் செருகினாள். கோயமுத்தூர் மில் ஒன்றிலிருந்து பத்து மணிச் சங்கு ஊதிய சப்தம் லேசாகக் கேட்டது. கண்டங் கண்டனென்று ராமாத்தாளும் வந்தாயிற்று.

''என்னக்கா... இன்னிக்கு இங்கியே... வெகுநேரம் ஆகிப்போச்சே! அவசரமாத்தா வெட்டிக் கட்டிட்டு வரோணும்! போலாம்... நட...''

பழனியம்மாளும் அவளோடு சேர்ந்து நடந்தாள். அரசமரத்து மேடையில் அமர்ந்த படி மொட்டையப்பன்.. சாட்டைக்கு.. கற்றாழை மஞ்சியைத் திரித்து.. முனை வைத்துக்கொண்டிருந்தான். எப்போது பார்த்தாலும் தோளில் ரெண்டு மூணு கயிறுகளைப் போட்டுக்கொண்டு.. திரிவான்! கயிறு திரிப்பதையும், முனை வைப்பதையும் தவிர... வேறெந்தத் தொழிலுமே.. இந்த ஊர்ப்பக்கம் இல்லையென்பது போல அவனைப் பார்ப்பவர்களுக்குத் தோன்றும்.

பக்கத்தில் தெற்கு வழுவு கொமாரசாமியும் இருந்தான்! தன் எருமையைக் கிடாரி சேர்க்க.. காலையில் கொண்டு போனதையும், நசியம் சரியாக இல்லாததால்... இன்னொருவாட்டி கொண்டுபோக வேண்டிய தொந்தரவு உள்ளதையும்.. சொல்லியபடியிருந்தான்.

அதற்கும் சற்றுத்தள்ளி குப்பமாதாரி.. விறகுச் சுமை ஒன்றை இறக்கி வைத்துவிட்டு.. நின்றிருந்தான்! கடந்த மூன்று நாட்களாய்... தெற்கு வீதியெல்லாம்.. சுற்றி அலைந்தும் அவனிடம் ஒருத்தரும் அதை

விலை கொடுத்து வாங்கிக் கொள்ளவில்லை. அந்தச் சலிப்பு அவன் முகத்தில் கோடுகளாய்த் தெரிந்தது! காட்டு வேலிகளில் இருந்து வெட்டித்தறித்து.. அவன் கட்டியிருந்த அந்தக் காளாச்சி முள் விறகு.. இரண்டு மனுவுக்குக் குறைவில்லாத கனத்தில் இருந்தது. அவனிடம் விலைக்கு அதைக் கேட்பவர்களெல்லாம்.. மிகக் குறைச்சலாக.. ஒரு டீச் செலவுக்குங் கூட கட்டுப்படியாகாதவாறு.. இண்டத் தனமாக கேட்டார்கள்! அவர்களுக்கு அதைப் போட்டுவிட்டு வர மனம் இடங்கொடுக்கவில்லை! மறுபடியும்.. தெருத் தெருவாக சுற்றிக் கொண்டிருக்கவும் முடியவில்லை. அதனால்தான்.. அரசமரத்து நிழலில் வைத்தபடி.. நின்று விட்டான்.

கிணறுகளில் தண்ணீர் நிறைய இருந்து... கபிலை இறைத்த சமயங்களில் அவனுக்கு.. எருமை மாட்டுத் தோல்களில் பறி தைக்கிற வேலை.. வெகுவாகக் கிடைத்தது! ''இப்போ அதெல்லாம் போச்சு'' என்கிற வெறுமையின்.. விரட்டலில் சுமையைத் தூக்கிக் கொண்டு இப்படி அலைவதாய்ப் போயிற்று.

அதை நினைத்தபடியே ஊரைத் தாண்டி விட்டனர். தெற்குக் காடுகளுக்குப் போகிற இட்டேரி... இம்சைகள் நிறையப் பட்டு மூச்சுத் திணறி இருமிக் கொண்டிருக்கிற மூதாதையின் திரேகத்தைப் போல் கிடந்தது.

மூன்று மைல் தொலைவில்.. குத்துக்காலிட்டு உட்கார்ந்திருக்கும் பகாசூரர்களைப் போல் மலைகள் தெரிந்தன! சிறு பிராயத்திலிருந்தே இந்த மலைகள் மீது இவர்களுக்கு இயல்பானதொரு பற்றுதல் உண்டு. பெரிய வருமானத்தையோ; தின்று பசியாறி வர காய்கனி வகையறாக்களையோ; இது நாள் வரையிலும் இந்த மலைகள் கொடுத்ததில்லை. என்றாலும் ஒரு தாயானவள் தன் மக்களுக்குக் காட்டுகிற ஆதரவைப் போன்ற உள்ளுணர்வை ஏற்படுத்திக் கொண்டுதான் வந்தது. அங்கிருந்து வடக்கு நோக்கி வீசுகிற காற்று, பாசம் தோய்ந்த விரல்களின் வருடல்களைப்போல் ஒரு அன்பான ஆறுதலை உண்டு பண்ணித் தந்தது.

அந்த மலைகளை நோக்கி நடந்து செல்லும் போது அங்கிருக்கும் பாறை முகடுகள் தங்களின் அப்பிச்சி அமிச்சி வீட்டு முற்றங்களைப் போல்.. எண்ணங்களை ஏற்படுத்தி.. கூப்பிடுவது மாதிரியிருக்கும். மனசெங்கும் ஒட்டிக்கொண்டிருக்கிற சங்கடங்கள் கூட.. பொடிப் பொடியாக உதிர்ந்து ஆங்காங்கே தடத்தில் விழுந்து விட்டதைப் போல் உடலெங்கும் ஒரு உற்சாகக்களை ஊறிக் கொண்டு விடும்.

அனாதிகாலந்தொட்டு.. அதே இடத்தில் நிரந்தரமாக... இருந்துகொண்டு.. எல்லாத் தட்பவெப்ப நிலைகளையும்... மேனி மேல் தாங்கிக் கொண்டும்.. கண்ணுக் கெட்டுகிற தூரம் வரையிலும் ஜீவனம் பண்ணிக் கொண்டிருக்கிற ஜனங்களின்.. வாழ்க்கைப் போக்கையெல்லாம் இங்கிருந்தபடியே பார்த்துக் கொண்டு அந்த மலைகள் உயிரோடும், மூச்சோடும்.. இருப்பதாகவே இவர்களால் கனவுகள் காணவும் முடிந்தது.

எப்போதாவது காங்கேயமோ, கோபியோ, சத்தியமங்கலமோ... என்று சொந்தக்காரர்கள் வீட்டு சுகதுக்கங்களில் கலந்து விட்டு கோயமுத்தூரை நோக்கித் திரும்பும் போது முதன் முதலாகத் தெரிவதும் இந்த மலைகள்தான் எனவாயிற்று.

வெய்யில் ''சுள்''ளென்று செம்மண்ணைச் சுட்டுக் கொண்டிருந்தது. வேலிக் கங்குகளிலிருந்து சில் வண்டுகளின் ''ங்நொய்'' என்னும் ஒலி பிசிறு பிசிறாகக் கரைந்தபடியிருந்தது. ஜல்லிக்குட்டைக்கு வடபுறமாய் செம்மறியாடுகள் மேய்ச்சலுக்கு அலைந்த வண்ணமாய் இருந்தன. கோணிச்சாக்குகளும், தூக்குப் போசியும் சகிதமாய் அவைகளை ஓட்டியபடி பட்டிக்காரர்கள் ரெண்டு பேர் கருவேலா மரத்தடியில் ஒதுங்கி நின்றனர்.

''எந்த வேசை காலம்னாலும் செரி, வறமண்ணெ ஊதியூதி இந்தக் குறியாடுக நல்லா வவுத்தை நப்பிக்குது பாரு...'' என்றாள் ராமாத்தாள்.

''ம்... அதோட மூக்குல ''புர்...ர் ன்னு சத்தங்குடுத்து மண்ணெ அக்கட்டால ஊதிப்போட்டு புல்லு வேரைக் கடிச்சித் தின்னுடுங்கொ.

பின்னெ வெள்ளாடுகளாட்டம் மேலால கடிச்சிட்டு வேலி வேலியா பரவு பரவுன்னு இதுக திரியாது. எப்பப் பாரு எளங்குட்டியெ சாக்குக் கொங்காடைக்குள்ளே போட்டு செமந்துட்டே இவிக திரியுவாங்க...'' எனச் சொன்ன பழனியம்மாளை... அது எதனாலென்று அவள் கேட்டாள்.

முந்திய நாள் இரவில் ஆடு ஈத்து எடுத்திருக்கும். குட்டியைப்பட்டியில் விட்டுவர வசதிப்படாது. குட்டியைப் கொடாப்பினுள் போட்டு விட்டு ஆட்டை மட்டும் ஓட்டிக் கொண்டு மேய்ச்சலுக்கு வந்து விட்டால், அது மேயாமல் கத்தியபடி சீரழிக்கும். அதனால்தான் குட்டியையும் தூக்கிக் கொண்டு வர வேண்டியுள்ளது. ஆடு அவ்வபோது அண்ணாந்து பார்த்துவிட்டு தன் பாட்டுக்கு மேயும், பால் தருகிற நினைப்பு வரும் போது அருகில் வந்து பாலும் கொடுத்துக் கொள்ளும். இதனால் தான் குட்டியை அவர்கள் அப்படிச் சுமக்க நேரிடுகிறது என விவரம் சொன்னாள் இவள்.

குறி ஆடுகள் மேய்ப்பதிலுள்ள அலைச்சலைப் பற்றியும், இருப்பினும் வெள்ளாடுகளை வளர்ப்பதைக் காட்டிலும் இதில்தான் வருமானம் என்பதைப் பற்றியும்.. இவர்கள் பேசிக்கொண்டே ''வெடிக்காரங் குட்டை''யைக் கடந்து நடையின் வேகத்தைக் கூட்டினார்கள்.

தெற்கிலிருந்து வண்டித் தடத்தில் புழுதியைக் கிளப்பிக் கொண்டு ஒரு ஜீப் வண்டி வந்தது. அதன் பின்னால் ஒரு லாரி, அவைகளைக் கண்டு வேலிக்கங்கில் ஒதுங்கி நிற்கவும் அருகில் வந்து அந்த ஜீப்பும் நின்றது. அடைத்துக்கொண்டு உள்ளே ஆட்கள் இருந்தனர்.

தடிமனான இருவர், கையில் லத்தித் தடிகளோடு இறங்கி வந்து,

''ஏய் நில்லுங்க, எங்கெ இன்னேரத்திக்கு தெக்கே போறீங்க...?'' மிரட்டலாகக் கேட்டனர். ராமாத்தாளுக்கு நடுக்கமெடுத்து விட்டது.

''ஐயா நாங்க வெறகுக்குப் போறமுங்க''

''மலை வெறகுக்குத் தானெ?''

''ஆமாமுங்க''

''மலையடிவாரத்துல சாராயங் காய்ச்சறவிகளுக்கு வெறகு கொண்டாந்து போடுற பொம்பளைங்க நீங்கதானெ?''

''.....''

''ஏய் கேட்டா முழியப்பாரு, திருட்டு முழி முழிக்கிறது? யாரு வெறகு போடறது?''

''அய்யய்யோ நாங்கில்லீங்கொ.''

''எங்க வவுத்துப் பாட்டுக்கு வேண்டி எதாச்சும் சுள்ளலுக பொறுக்கறதுக்கொசரம் தெக்கெ போறமுங்க''

தளுதளுத்த குரலில் பழனியம்மாள் சொல்ல...

''...ம் இனிமே... அடிவாரத்துல எங்கெயாச்சும் அடுப்புப் பொகஞ்சா ஒடனே.. போலீசு ஸ்டேசனுக்கு வந்து தகவல் குடுக்கோணும். இல்லே உங்களப் புடுச்சு லாரில போட்டுட்டுப் போயிருவோம்...! என்ன?''

சத்தமாக மிரட்டிவிட்டு ஜீப்பில் தொத்திக் கொண்டனர். அதற்குப் பின்னால் சென்ற லாரியில்... ஏழெட்டு தகர டிரம்களும், சாராய கேன்களும், டியூப்களும்... ''குப்''பென்ற நெடியோடு போயின. நான்கைந்து உள்ளூர் முகங்களும் அவைகளுக்கு மத்தியில் தெரிந்தன.

புழுதியும், அதற்குப் பிறகு அந்த தடம் முழுக்க எழுந்து லாரிச் சத்தத்தோடு சேர்ந்து வடக்கே சுழன்று சுழன்று போனது.

சென்ற உயிர் திரும்பி வந்தது போன்று இருந்தது ராமாத்தாளுக்கு.. பயம் முற்றிலுமாய் விலகிப் போய் விட்டது பழனியம்மாளுக்கு..

சிறிது நேரத்தில் மலையடிவாரத்தை அடைந்து விட்டனர்.

சீர்க்குழிப்பள்ளத்தை அடுத்த பாறைச் சரிவில் ஊறல் கவிழ்க்கப்பட்டு.. கட்டுத்தறி போல் கழிசல் ''கவிச்'' சென்ற நாற்றத்தோடு சதிராடிக் கிடந்தது. காட்டு வண்டுகளும், ஈக்களும்

அதில் மொய்த்துக் கிடந்தன. வரிசையாக இருந்த நாலைந்து அடுப்புகளில் விறகுகள் பாதி எரிந்த நிலையில் கருகிப் போயிருந்தன. இன்னமும் புகை அடங்கவில்லை.

சாராயங்காய்ச்சுவதற்குப் பயன். படுத்தப்பட்ட கண்ணுச் சட்டிகள், மேல் பானைகள் எல்லாம் உடைக்கப்பட்டு ஓடுகள். சில்லுகளாய்ச் சிதறியிருந்தன. ஈயக் கும்பாக்கள் ஏதுமில்லை. அதுகளையெல்லாம் பிடுங்கிக் கொண்டு போயிருந்தனர். ஊறல் போட்டு வைத்திருந்த டிரம்கள் ஒன்று கூடக் காணவில்லை. பட்டைகள் இறைத்துக் கிடந்தன. கும்பாக்களைச் சுற்றும் ஈரத்துணிகள் ஆட்டுக் குடல்களைப் போல் கிழிக்கப்பட்டு சுருண்டு போயிருந்தன.

''உனி... எவனெவன் மாட்டுனானோ? எவனெவன் தப்புச்சானோ? எல்லாம் ஊருக்குப் போனாத்தாந் தெரியும்''

''செரி நாம நம்ம வேலைய பாக்குலாம் நட...''

அந்த இடத்தைக் கடந்து மலையில் ஏறினார்கள்.

''நேத்தைக்கு.. வெட்டுன பக்கம் காரமுள்ளுச் செடிகதா ஜாஸ்தி. அதுக்குக் கொஞ்சம் மேலால போய்ட்டம்னா அங்கெ. பயிரு முறிப்பான், செம்புளுஞ்சான் வெறகுக நெறக்க இருக்கும். அங்கேயே போகலாம்...''

வெய்யிலுக்கு வெங்காச்சு போயிருந்த பாறைகள் உஷ்ணம் மிகுந்திருந்தன. திருகு கள்ளிப் புதர்களில் கூடு கட்டியிருந்த காடைக் குருவிகள்.. இவர்களின் காலடிச் சத்தங்களைக் கேட்டு '' விர்''ரென்று எழுந்து பறந்தன. கதுவேலிக் குஞ்சுகள்.. சிறு செடிகளில் தட்டுப்பட்டன!

''பொவ்வீலெ இத்தினி இருந்தாக் குடு'' என்று இவளிடம் வாங்கி வாயில் போட்டுக் கொண்டு, விறகு வெட்டுவதற்கு ஏற்ற இடத்தைத் தேடினாள் ராமாத்தாள். வெள்ளவேலானும் செம்புளுஞ்சானும் எதிர்ப்பட்டன.

மற்றதுகளை விட செம்புளுஞ்சான் வெட்டுவதற்கும் சுமையாக கட்டுவதற்கும் லகுவான விறகு. சீக்கிரம் காய்ந்து போய் இரண்டொரு நாளிலேயே அடுப்பெரிக்கத் தயாராகி விடும்; நின்று நிதானமாக எரியக்கூடியத் தன்மையுங் கொண்டது. துளசி மணமும், கற்பூர மணமுங் கலந்த அந்த விறகை வெட்டும் போது அப்படியொரு உற்சாகம் வெட்டுகிற கைகளுக்கும்; கொடுவாளுக்கும் உண்டாவது போலிருக்கும்; அடுப்பெரிக்கும் போதோ வூடு முழுக்க மணம் சூழ்ந்து கொள்ளும். இருவருக்கும் தாகம் எடுத்தது. பக்கத்தில் தண்ணீர் இல்லை. தாமரைப் பாளியுங்கூட வற்றி விட்டது! எப்படியோ இனி தாங்கிக் கொள்ள வேண்டியதுதான்.

''மிந்தி நல்ல மொறையுல மழ பேஞ்ச காலத்துல யெல்லாம் சீர்க்குழிப் பள்ளத்துலயே தண்ணி தீராமப் போயிட்டுருக்கும். அப்பவெல்லாம் அடிவாரத்துக் காட்டுக்காரங்க வெதப்பு, அறுவடைச் சமயத்துல கொடங் கொடமா கொண்டுபோயி குடிக்கறதுக்கு வெச்சுக்குவாங்க. குனியமுத்தூரு பக்கமிருந்தெல்லாம் வண்ணாருக துணிகளெ கொண்டாந்து தொவைச்சுக் காயப்போட்டு துளுதுளுன்னு எடுத்துட்டுப்போவாங்க. அதுக்கும் பொறகு வேடை வந்துச்சு. அப்படியே அது நெலச்சு தண்ணியெல்லாம் வத்திப்போச்சு''

''ஆமா, இப்ப குடிக்கறதுன்னா ஊடு போனாத்தான்?''

''ஏங் குறிச்சிக்காரந் தோட்டமொன்னு இருக்குதே பாரு, அங்கே பள்ளத்துக்கு மேபறமா தெரியுது பாரு.''

''அது இருக்கறது தெரியும்; இந்த ஏரியாவுல அவங் கெணத்துல மட்டுந்தானெ தண்ணி இருக்குது! ஆனா அங்க வெறகுக் காரிக போகமாட்டாங்கில்லை.''

''அங்கதா சாராயங்காய்ச்சறவிக மாசத்திற்கு ரெண்டாயிரமோ என்னமோ பணங்குடுத்துட்டுத்தா டிரம் டிரம்மா வண்டி கட்டி தண்ணி எடுத்துக்கறாங்களாமா?''

''இருக்கும்; பின்னே சும்மா வுடுவானா?''

‘‘எப்பிடியோ குடிக்கறதுக்கு ஊருக்குள்ளே தண்ணி கெடைக்குலேன்னாலும், மலையடிவாரத்துல சாராயங் காய்ச்சறதுக்கு தண்ணி தருவிச்சர்றாங்க’’

‘‘எல்லாம் சாமார்த்தியந்தான்! போலீஸுக்கும் மாசம் இத்தனைன்னு கொண்டு போயி பணங்கட்டீடறாங்க’’

‘‘...அப்புறம் ஏ.. அவனுக.. வந்து இப்படியெல்லாம் ஒடச்சு.. அலும்பு பண்ணிப்போட்டு.. காய்ச்சறவனுகளெப் புடுச்சு இழுத்துட்டுப் போறானுக?’’

‘‘அதெல்லாம் ஒரு கண்கட்டு வேலைங்கறாங்க! போலீசும் வந்துபுடுச்சு கேசு போட்டாப்பிடி இருக்கோணும் இவுனுக தொழிலும் தலமறவா நடந்தாப்பிடி இருக்கோணும்கிற திட்டத்திலைன்னு சொல்றாங்க...’’

‘‘செரி... எப்பிடியோ... காசு பொழங்குது! இதெவுட்டா இங்கெ வேற அனுமான தொழிலுந்தா என்னிருக்குது! நம்பளபோல காய்ஞ்ச போத்தாலெயெ வாயிலெ போட்டு அடக்கிட்டு.. உச்சியெப் பொளக்குற வெய்யில்லெ.. வெறகு வெட்ட வேண்டீதுதா...’’

புறாக்கூண்டு போல் ஒடுக்கமாக இருந்த இரண்டு பாறைகளைத் தாண்டி அந்தப் பக்கம் போனார்கள். காரை முள் செடிகள் அங்கே அடர்ந்திருந்தன.

‘‘கதக்... கதக்... கதக்... க்கட்...க் கட்’’

கொடுவாள்களை ஓங்கியோங்கி வெட்டும் ஓசை.. காற்றில் கலந்து.. மலையில் கூப்பிடு தூரத்தையெல்லாம் கடந்து சென்று எதிரொலித்தது. நிலப்பகுதியில் இருந்து பார்க்கும்போது மூணு மைல் உயரமுள்ள மலையுச்சிக்குப் போனால். வானத்தை எட்டி, குதித்துத் தொட்டு விடலாம்.. என சின்ன வயசில் பேசிக் கொண்டதை நினைக்கையில் சிரிப்புத்தான் வந்தது. எத்தனை உயரத்திற்குப் போனாலும்.. யாராலும் அதை அப்படியெல்லாம் தொட்டு விட முடியாது என்பது போல் கானல் நீரின் அகன்ற மண்டலமாக.. அது வியாபித்திருந்தது. தூரத்தில்

சில பருந்துகள்.. வட்ட மிட்டுப் பறப்பது சின்னதாகத் தெரிந்தது. அதுகளுக்குத் தான் எப்போது பசியெடுத்து, எப்போது இறங்கி வருமோ.. என எண்ணத் தோன்றியது.

ராமாத்தாளின் பாதங்களில் சில மொசப் புழுக்கைகள் மிதிபட்டன. ''பொழுது வுழுந்தப் பறந்தா.. மொசலுக மேய்ச்சலுக்கு.. கீழே காடுகளுக்குப் போகும். இந் நேரத்திக் கெல்லா இப்பிடி பாறைச் சந்துகள் தா எங்கெயாச்சும் படுத்துட்டுத் தூக்கம் போடும்! புழுக்கைக நெறையாவே கெடக்குதுக... அப்பொ.. இங்கதா பக்கத்துல அதுக இருக்கோணும்..'' என்றாள்.

''அதுக என்னங்குது? நம்ப பேச்சுச் சத்தங்கேட்டா வுழுந்தடிச்சிட்டு ஓடிப்போயிரும்! மின்னத்தப் போல மொசலுகளும்.. நெறையா.. இப்ப இங்கே இல்லெ...''

''அதுகளுக்கு... சோளம் வெளைஞ்சு காடுகள்லெ பச்செ இருக்குற சமயத்துலதா தீவனம் நெறையா கெடைக்கும். வரப்புகள்லெ இருந்தெல்லாம் புழுக்கைக பொறுக்கியாரு வாங்க! கொழந்தைகளுக்கு இதப் போட்டு பொகைப்புடிச்சா... காய்ச்சலு சளி எதுமு அண்டாது...''

''ஆமா! நம்ம அருக்காணி.. பொடுசா இருந்தப்ப எத்தனையோ வாட்டி இப்புடி பொகை புடிச்சிருக்கிறேன்...''

சொக்கட்டான் மரத்திலிருந்த மணிப்புறாக்கள் ஆளரவம் கேட்டு... மேலேபறந்து போயின. வானத்தை அண்ணாந்து பார்த்துவிட்டு... ''பொழுது போகிற வேகத்தைப் பாரு...! உன்னம்.. பாதி வெட்டுனாத் தான் செமை கட்ட முடியும்...'' என ராமாத்தாள் சொல்ல... வேலையைத் துரிதப்படுத்தினர். இருவர் கைகளிலும் நிறைய சிராய்ப்புகள் இருந்தன. புதர்களிலிருந்த முட் செடிகளை வெட்டிப் போட்டுவிட்டு. அதற்கு அடுத்திருக்கும். விறகுகளை வெட்டியெடுத்துச் சேகரிப்பதில் நிறையவே சிரமங்கள் உண்டு! சேலைகளிலும் கொக்கி போன்றிருக்கும் முட்கள் குத்தி இழுத்து நிறுத்திவிடும் ''செறையை அழிச்சிட்டுத்தா... மரத்துகிட்டவே போக முடியும்'' என இடர்களைச் சொல்வதுண்டு.

பழனியம்மாளுக்கு... அவர்களது அய்யன் வீட்டுக் குல தெய்வத்துக் கோயிலான ''சிறைக் கன்னியம்மன்'' கோயிலின் சூழல் அப்போது நினைவுக்கு வந்து நின்றது. பெருந்துறை போகும் பாதையில் செங்கப்பள்ளிக்கு அருகில் இருக்கும் அந்தக் கோயிலுக்கு.. சில நாட்களுக்கு முன்பு போய் விட்டுவந்த பச்சீணன் குடும்பத்தார்.. தற்சமயம்.. அங்கு.. ஆகியிருக்கும் வசதிகள் பற்றியெல்லாம் சொல்லிக் கொண்டிருந்தது மனதில் நகர்ந்து சென்றது.

ராமாத்தாள் குடும்பமும் அந்தக் கோயிலுக்குப் போய் வருவதுண்டு. ஒரே குலத்துக்காரங்க என்பதை முன் வைத்து ''பங்காளிகள்'' என்கிற உறவுமுறையை இவர்கள் கொண்டிருந்தனர். ''எங்க ஆட்டுகளுக்குள்ளே கொள்வினை, கொடுப்பினை மட்டும் கெடையாது. மத்தெல்லாச் சீருசெறப்புக்கள்லெ.. அண்ணந்தம்பிகளாக ஒண்ணுக்குள்ள ஒண்ணாக இருந்து செய்யறதுண்டு'' என்பாள் ராமாத்தாள் பெருமையாக.

பாட்டாளியான மருதமுத்துக்கு இந்தப் பழனியம்மாளைச் சம்மதம் பண்ணிக் கல்யாணம் முடித்து ''ஊடுங் குடியும்'' பண்ணினதில் அவளுக்கு நிறையவே பங்கு இருந்தது. மனம் விரும்பி வாழ்க்கைப் பட்டு, கண்ணுங் கருத்துமாகப் பாடுபட்டுங்கூட எந்தவொரு சிலாக்கியத்தையும் காண முடியவில்லையே என்கிற மனத்தாங்கல் இவளுக்கென்னவோ அழுத்தமாக இருக்கத்தான் செய்தது.

''இருக்கறதுகளெ வித்துத் தொலச்சு போடாம உள்ளதெக் கொண்டு பொழைப்புத் தனம் பண்ணிட்டு வர்றதே பெருசு...''எனப் புருஷன் எண்ணினான். காட்டு வெள்ளாமையை நம்பி கஞ்சி குடிக்க முடியாது. புள்ளைகுட்டிகளை காப்பாத்த முடியாது என்பதால் தான்.. ஒரு வருஷத்துக்கும் மேலாகவே கிணற்றுவெட்டு வேலைக்குப் போய் வந்தான்.

இந்த சம்பாத்தியத்தில் எதையும் மிச்சம் பண்ணி வைக்க முடியவில்லை. '' வெரலுக்குத் தக்குன வீக்கம்கிறாப்லெ நம்ம வரும்படிக்குத்தக்குனாப்லெ செலவு மேல செலவு வந்துட்டேதானெ

இருக்குது. இதுல எதையெ வுடுறது? எதையெ வேண்டாம்னு தள்ளிடறது? வாவு சாவு... ரெண்டையுமே கவனிச்சித்தானெ செரி பண்ண வேண்டியதாப்போச்சு...! என்பான்.

''அப்பஞ் சொல்லியுட்ட வார்த்தையும், ஆத்தா கட்டிக் குடுத்துட்ட சோறும்... நடைப் பயணம் போறவனுக்கு எத்தென நாளைக்குக் கூட வரும்பாங்க பெரியவுக! அப்பிடித்தா.. நம்ம பொழப்புத்தனத்தெ நாம நடத்தியிட்டு போறதும்... எப்பவும் பெத்தவுகளே கூட இருந்து எல்லாத்தையும் செரி பண்ணிக் குடுத்துட்டிருக்க முடியாது. அவுங்க உசுரோட இருந்த காலத்துல ஆதரவா இருந்தாங்க. ஆயிசு முடிஞ்சு நம்மளெ வுட்டுப் போட்டு போயிட்ட பொறகு.. எல்லாத்தையும் நாமளேதான் செரி பண்ணியாகோணும்..'' என்று பழனியம்மாள் தருகிற ஒத்தாசையை.. இயல்பான புன்னகையோடு ஏற்றுக்கொள்வான் மருதமுத்து.

எப்போதாவது ஒடங்கா மடங்கா கைமுடை வருகிற போது ராமாத்தாளிடம்தான் கைமாற்றல் வாங்குவாள் இவள். அவளுக்குப் பணத்தட்டுப்பாடு வருகிறபோது இவளைத் தேடித்தான் வருவதுண்டு.

இருவரும் விறகுகளைச் சுமந்து கொண்டு ஊரை நெருங்கும் போது பொழுது சாய்கிற நேரமாகி விட்டது. ஊரைச் சுற்றிலுமிருக்கிற புழுதியெல்லாம் ஒன்றாகி ஆகாயத்தில் போய் ஒட்டிக் கொண்டதுபோல்.. செவேரென்ற நிறத்தில் மேற்குத்திசை.. பளபளத்தது.

பண்டம் பாடிக்காரர்கள் சிலர், முன்னால் போய்க்கொண்டிருந்தனர். அரச மரத்துக்குக் கிழ புறம் கொட்டிக் கிடந்த மணலில் சடுகுடு விளையாட்டு நடந்தபடியிருந்தது.

'சடுகுடுப்பாங் கட்டுவே...
சாணாங்கத்தி வீசுவே...
எஞ்சோட்டுப் பசங்களையெல்லா
எடுத்தெடுத்து வீசுவே...''

பாடிக் கொண்டே போய்... கை நீட்டியவனை ஒரே அமுக்காக இரண்டு பேர் அமுக்கினார்கள்! கை தட்டியபடி நாலைந்து பேர் வேடிக்கை பார்த்தவாறு நின்றிருந்தனர். சுற்றிலும் புழுதி கிளம்பியிருந்தது.

மலையடிவாரத்தில்.. சாராயங்காய்ச்சும் இடத்தை ஆக்ரமித்து சம்பாணையும் அவனது ஆளுக்காரர்கள் மூன்று பேரையும்.. போலீஸ் பிடித்துக் கொண்டு போய்விட்டதாக ஊருக்குள் செய்தி பரவிப்போயிருந்தது.

அதனையொட்டி அவன் வீடும், அந்தத்தெரு முழுக்கவும் பதட்டம் ஏற்பட்டிருந்தது தெரிந்தது!

காய்ச்சியவர்களில் இரண்டு பேர் மட்டுந்தான் ஓடிப்போய்த் தப்பிக்க முடிந்ததெனவும் மற்றெல்லாரும் அகப்பட்டுக் கொண்டார்களெனவும் பேசிக் கொண்டிருந்தனர்.

நாள் முழுக்கவும் அடித்த வெப்பத்தில் அவதிப்பட்ட காற்று மெதுவாக வீசிக்கொண்டு போயிற்று. அதில் புழுக்கம் நிரம்பியிருப்பதை உணரமுடிந்தது. சற்றுத் தூரத்திற்கு ஒன்றாக இருக்கும் மரங்களில் கூடுகள் வைத்திருக்கும் காகங்கள் அடங்கிவிட்டிருந்தன.

3

தாங்கள் தீர்மானித்திருந்தபடி பொன்னப்பனும், மருதமுத்துவும் நெகமம் போய்ச் சேர்ந்தனர். ஊரை அடுத்து ஒரு பர்லாங் தூரத்தில் இருந்தது தென்னந் தோப்பு. கம்பிவேலியை ஒட்டினாற்போல் சென்ற வண்டித்தடம் அந்த வீட்டின் பின்புறம் வரை போய்ச் சேர்ந்தது. வடக்கு வாசல் தொட்டிக்கட்டு வீடு! அது தான் பொன்னப்பனின் மாமனார் வேம்பண்ணனின் வீடு.

இவர்களைக் கண்டதும்...

''வாங்கெல்லா ஒரம் பறைக்காரருக, ஊருல எல்லாரும் சௌக்கியந்தானெ'' எனக் கேட்டுக் கொண்டு வெளியே வந்தாள் வள்ளியம்மாள்! இவள் மயிலாத்தாளின் அம்மா.

''வர்றமுங்க. எல்லாரும் சௌக்கியமா இருக்க முடித்தானொ வந்திருக்கறமுங்க. இங்கேயும் அய்யனெல்லாம் நல்லா இருக்கறாங்கல்லுங்க''

''அவிகளுக்கென்னுங்க கொறச்சலு, நல்லாத்தா இருக்குறாங்க! சித்த மிந்தித்தா புள்ளாச்சி போயிட்டு வர்றமுனு கௌம்புனாங்க. தேங்கா யேவாரியைப் பார்க்கவேணும்னுட்டு ரெண்டுகெட்டாப்பாத் தவணை எப்பிடியும் மத்தியானத்துக்குள்ளெ வந்துருவாங்க, திண்ணைக்கு வந்து உக்காருங்க.''

பாயை எடுத்து விரித்தாள். இவர்கள் உட்காரவும் தண்ணீர்ச் சொம்பை கையில் பிடித்துக்கொண்டு வந்து நின்ற மயிலாத்தாள்...

''கை கழுவிட்டு வாங்க. சாப்புடலாம்'' என்றாள் முகத்தைத் தொங்கப் போட்டவாறு.

அவளை ஏறெடுத்துப் பார்க்காமல் வாசலையே பார்த்துக் கொண்டிருந்த பொன்னப்பனைக் கவனித்த படி ''சாப்பாட்டுக் கென்ன

அம்மிணி இப்ப! தண்ணி மட்டும் குடு'' என்று சொம்பை வாங்கிக் கொண்டான் மருதமுத்து.

''கெணத்துலயெல்லா தண்ணி தாட்டுதுங்களா நம்முளுது''

''இந்தத் தென்னந் தோப்புக்குப் பாஞ்சது போக மஞ்சக்காடு ஒரு ஏக்கரா பாயற படிக்கு ஏதோ தாக்குப் புடிக்குது. உன்னமு வேசையாயிடுச்சுன்னா பத்தாக் கொறை வரும்போலத் தெரியுது. உங்க பக்கமெல்லாம் மழை எதுனாலு உண்டா?''

''அதையேங்கேக்கறீங்க போங்க. இதே அதேன்னு மழபேயறபாட்டெடக் காணமுங்க. ஜனங்க குடிதண்ணிக்கே கஷ்டப்படுதுக''

''அதையேங்கேக்கறீங்க போங்க! இதே அதேன்னு மழபேயறபாட் டெக் காணமுங்க.ஜனங்க குடிதண்ணிக்கே கஷ்டப் படுதுக.''

''ம் உன்னமு அங்கெ தண்ணிப் பஞ்சமே தீருலை''

-இரண்டு மூன்று நிமிட மௌனத்துக்குப் பிறகு தாங்கள் வந்த பிரச்னையை எப்படி ஆரம்பிப்பது என்கிற தயக்கத்தோடு பொன்னப்பனைப் பார்த்தான் மருதமுத்து. அதற்கு வாய்ப்பு அடுத்ததாக இப்படி எதிர் கொண்டது.

''அப்பறம் மாப்பிளெ எப்பத்தா மயிலாத்தாளை கூட்டிட்டுப் போறம்னு சொல்லுதுங்க? உங்களப் பெலத்திவகளைக் கண்டு கேட்கோணும்னுதா எனக்கு இருந்துச்சு'' என்று வள்ளியம்மாள் கேட்க,

''இன்னைக்கே வேண்ணாலும் நாங்க கூட்டிட்டுப் போலாம்கிற எண்ணத்தோடதாங்க இங்கெ வந்தது. உனி நீங்க பெரியவிக பாத்துத்தா என்னாச்சும் ஏற்பாடு பண்ண வேணும்.''

''நாங்க புள்ளெயெ வுடமாட்டம்னா புடுச்சு வெச்சிருக்கறமுங்க? இவிக புருஷம் பொண்டாட்டிக்குள்ள என்னமோ விரோதம் வெச்சுட்டு இப்படிப் பண்றதுக்கு யாருதா என்ன பண்றது? சொல்லுங்க பாக்குலாம்!''

''அதுதானுங்க! என்ன ஏதுன்னு ஒடச்சுக் கேட்டுப் போடறது நல்லதுன்னு நானும் நெனைக்கிறே! இவிக ரெண்டு பேர்த்தையும் மின்னால வெச்சே கேட்டுப் போடுவம்.''

''கேளுங்க நீங்களே!''

''நம்ம மயிலாத்தா என்ன சொல்லுதுங்க?''

அவளிடமிருந்து பதிலெதுவுமில்லை.

''உன்ர சம்சாரம் ஒண்ணுஞ் சொல்லமாட்டேங்கிது. நீயென்ன சொல்றே?'' - மருதமுத்து முன்பைவிடக் குரலைக் கறார்படுத்தியபடி இவனைக் கேட்டான்.

''நாந்தா எல்லாத்தையு உன்ரகிட்டச் சொல் லீட்டனே! மறுக்காவும் என்னையே கேட்டா எப்புடி?''

''...''

''வந்துங்க உங்க மாப்பிளெ இன்னிக்கே வேணும்னாலும் கூட்டிட்டுப் போறதுக்குத் தயார்தானுங்க! உனி நீங்கதாஞ் சொல்லோணும்''

''...''

இதற்குப் பதில் சொல்லாமல்

''செரி! எல்லாத்தையும் இவிக அய்யன் வந்துக்கும் பொறகு பேசிக்குவீங்களாம்! எந்திரிங்க. சாப்புட்டுப் போட்டு வருலாம்! எலையெப்போடு மயிலு.''

இப்படிக் கூறியவளாய் சமையற்கட்டுக்குப் போய் விட்டு வந்தாள் வள்ளியம்மாள்.

''எங்களுக்குப் பசியெல்லா ஆகுலைங்க! இப்ப ஒண்ணும் வேண்டாங்க.''

மருதமுத்து சம்பிரதாயமாக மறுக்க, மருமகனோ தண்ணீருங்கூட இன்னும் குடிக்காமல் 'உர்' ரென்று தான் உட்கார்ந்திருந்தான். வாசலுக்கு வந்த கோழிகளை விரட்டி செடிகளுக்கு அந்தப் பக்கமாக

ஓட்டி விட்டு 'மஞ்சள்' களையெடுப்பு நடப்பதைப் பார்த்து விட்டு வருவதாக' இவர்களிடம் சொல்லியவளாய் வரப்பில் நடந்து போனாள் மாமியாள்! பின் கொசுவம் வைத்த சேலைக் கட்டும் நகை நட்டுகளுமாய் பொம்பளை மினுமினுப்பே செழுப்பமாக இருந்தது.

இந்தச் சமயத்தில் மயிலாத்தாளிடம் 'கடலைதின்னு கை கழுவினாற்போல்' இவர்களின் விவகாரம் பற்றிக் கேட்டு விடலாமென்று மருதமுத்துவுக்கு ஒரு ஆர்வம் மேலோங்கியது. ஆனால் அவளோ மாடுகளுக்குத் தீவனம் போடவும்; களத்தில் காய்ந்து கொண்டிருக்கும் தென்னை மட்டைகளை எடுத்துக் கூடையில் போட்டு சாளைக்குள் கொண்டு போய்க் கொட்டுவதுமாக இங்கே முகம் காட்டாமல், அங்கேயே மும்முரமாக இருந்தாள்.

'ம் அப்பனூட்டெப் பெருசு பண்றவொ! மித்தவனூடு எப்படிப் போனா இவுளுக்கு என்ன?' என்றான் பொன்னப்பன் சற்று எரிச்சலுடன்.

தங்களை இப்படி விட்டு விட்டு மஞ்சள் களையெடுப்பைக் கவனிக்க மாமியாள் போனதுகூட வேண்டுமென்றேதான் என மருதமுத்துவுக்கு யோசனையிருந்தது. 'இவிககிட்ட என்ன பின்னே அப்பிடி நின்னு மருவாதி காட்டி வெவரமா பேசீட்டு இருக்கோணும்னு' என அவளின் வேகம் கூட புரிந்தது.

''உனி நீதா உன்ர சம்சாரத்துகிட்ட வெட்டு வெடுக்னு பேசி ரெண்டுல ஒண்ணு செரியா முடுவு பண்ண வேணும். நாங்கேட்டதுக்கு 'அது' ஒண்ணும் பேசமாட்டீங்குது பாத்தெயல்லொ''

''வருட்டும். அதுக்குள்ள புள்ளாச்சியோ திலுப்பூரோ போன மாமனாரும் வந்துருட்டும். கேட்டுர்லாம்''

''சமாதானப்பட்டு 'செரி நா வர்றம்னு' புள்ளெ சொன்னாக்க கூட்டிட்டுப் போயிருலாமல்ல. நீ என்ன சொல்றே?''

''வந்தாள்னா கூட்டிட்டுப் போவுலாம். அத்தோட இப்பிடி ரெண்டு மாசத்திக் கொருக்கா பையில சீலை துணிகளெ எடுத்து நெறப்பிட்டு

ஓடியாந்தர்ற பொழப்பெல்லாம் இனிமே இருக்கப்படாதுங்கறதையும் கட்டுதிட்டமா பேசி முடிச்சிரோணும். அப்பிடிச் சாமானீமா நம்மகூட வர்றதுக்கு இவ ஒத்துக்குவான்னு நெனைக்கிறியா?''

'செரி பாக்குலாம் இங்கத்த நெலவரம் என்னங்கறதையும்'

சற்றுத் தூரத்தில் மாமனார் வந்து கொண்டிருப்பது தெரிந்தது. ''பாரு. அங்கெ வந்துட்டிருக்கிறது மயிலாத்தாளோட அய்யனாட்டம் இருக்குதல்லொ?''

''அய்யனாட்டம் என்ன அவரே தான்''

ஆறடிக்கு மேற்பட்ட உயரத்தில், நடுத்தர வயதுக்காரராக தெரிந்தார். கிருதா மீசையோடு முரட்டுத்தனம் கூடிய சாயல்! சுமாராக நரைத்திருந்தது.

வாசலுக்கு வந்து சேரவும் இவர்கள் எழுந்து நின்று கும்பிடு போட்டனர். அவரும் பதில் கும்பிடு போட்டவராக,

''ஓ நீங்கதானா? வாங்க. வந்து நேரமாயிடுச்சா? நா புள்ளாச்சிக்கு ஒரு ஜோலியாப்போனவன், அதைப்பார்த்துட்டு வர்றதுக்கு இந்நேரமாகிப் போச்சு. உக்காருங்க''

என்றபடி மாதுளஞ் செடி நிழலில் இருந்த சிமெண்ட் தொட்டிக்குப் போய் கைகால் கழுவிவிட்டு துண்டில் முகத்தைத் துடைத்துக் கொண்டு வந்தார்.

அதற்குள் ஆள்காரன் ஒருவன் வந்து,

''மஞ்சக்காட்டுக்கு வெச்சிட்டுருக்கற யூரியா இன்னைக்கு சாய்ங்காலத்து வெரைக்குந்தா தாட்டுமுங்க'' என்றான் தலையைக் குனிந்தபடி.

''ஏண்டா டேய்! இங்கெ வா. இதெயெ இப்பத்தா இங்கெ வந்து சொல்லோணுமா? எதாச்சும் வெளாறு கெடந்தா எடுத்து வெதுப்புலாம்னு இருக்குது. ஏண்டா நேத்தைக்கெல்லா கம்பு குத்தவா போய்ட்டீங்க? யூரியா பத்தாமப் போயிரும்னே தெரியுமல்லொ.

நேத்தைக்கே வண்டியெ ஓட்டிட்டுப் போயிருந்தா ஓரக்கடைக்காரன் போட்டு வுடமாட்டீன்டானா? செய்யற வேலையெ கிருமமாச் செய்யுங்கடா! வவுத்துக்குப் பத்துலீனா கூழக்கும்புடு போட்டு வாங்கிட்டுப் போறதுக்கு மட்டும் தெரியுதல்ல! அப்பறம் வேலைவெட்டிகள்ல மட்டும் என்ன பூளைகாஞ்சதனம்?''

''ச்செரி! நாலு மணி சுமாருக்கு வண்டியே ஓட்டிட்டுப் போயி எடுத்தாந்திரு. ஓரத்தெ செடிக கிட்டெ வேரழுந்த வெச்சுடப் போறாங்க ஆளுக! கெவனமா பக்கத்துலயே நீயி நின்னு பார்த்துக்கோணும். செடிகளெ உட்டுக் கொஞ்சந் தள்ளித்தா வெய்க்கோணும். என்னமோ சொன்னாப்பல மண்ணெ முதிக்கறதெ வுட்டுப்போட்டு மனஞ்சு வெச்ச சட்டியெ முதிச்சாப்லெ கெடுத்துறப் போறாங்க. போயி அங்கெ நின்னுபாரு போடா''

கடிந்தபடி அவனை அனுப்பிவிட்டு வந்து வேம்பண்ணன் பிரம்புச் சேரில் உட்கார்ந்தார்.

''அப்பறஞ் சொல்லுங்க. காட்டுல உப்ப என்ன வெள்ளாமெ பண்ணியிருக்குறீங்க?'' என்றார்.

வேலம்பாளையத்துக்காரர்களைப் பொறுத்தவரையில் சில காலமாக இப்படியொரு கேள்வியை யார் கேட்டாலுஞ் சரி 'ஆறிட்டு வர்ற காயத்தைக் கத்தி வெச்சுக் கீறிப் பார்த்த மாதிரி' வருத்தப்பட்டுக் கொண்டிருந்தனர். இந்தக் கத்தி ஆழம் பார்க்கிற கத்தி என்பது இருவருக்குமே தெரியும். என்றாலும், ''வெள்ளாமெ ஒண்ணும் பண்றதுக்கில்லைங்க, காடுக எல்லாம் சும்மா தானுங்க கெடக்குது'' என்றான் மருதமுத்து பொதுவாக.

'மேட்டாங்காட்டெ உழுதவனும் கெட்டான்! மேனா மினுக்கியெ கட்டுனவனும் கெட்டான்'ங்கிற சலனமொன்று பொன்னப்பனின் நெஞ்சுக்குள் அப்போது ஊர்ந்துவிட்டுப் போனதைத் தவிர்க்க முடியவில்லை.

''கட்டுன பொண்டாட்டியெ வெச்சுப் பொழைக் காதவனும் காட்டெ சும்மா போட்டு வெச்சு உக்காந்தி ருக்கறவனும் ஒண்ணுதா''

என நாக்கில் துடித்து நின்ற வார்த்தைகளை அடக்கிக் கொண்டவராக முகத்தை வைத்தபடி வாசலுக்குப் போய் 'புர்ச்' சென்று எச்சிலைத் துப்பிவிட்டு வந்தார் மாமனார்.

''இந்த ஆறேழு மாசமாகவே இங்கத்த சனங்களுக்கு என்னாலெ பதிலு சொல்லி மாளுலெ. வெளியே போகோண்ணாலே வெக்கமா இருக்குது. புள்ளையெ எப்பத்தா வந்து கூட்டிட்டுப் போலாம்னு ஓசுனை பண்ணீருக்கீங்க?''

''இன்னைக்கு அதுக்குத்தானுங்க வந்திருக்கறம்.''

''அப்பொ இத்தனெ நாளா இந்த நெகமத்துக்குத் தடம் மறந்து போச்சாக்கு உங்களுக்கெல்லாம்! உனி நா சத்தம் போட்டாலும் பதுருன்னு வேற அக்கட்டாலே போயிப் பேசுவீங்க!''

அவருக்குப் பதட்டம் வந்துவிட்டதென்பது தெளிவாய்த் தெரிந்தது.

''அப்பிடியெதுக்குங்க நாங்க பேசப்போறம்?''

''பின்னே என்னது வெண்ணெய்க்குள்ள சுண்ணாம்பை வெச்சுட்டு பேசற ஞாயம். மயிலாத்தாளுக்குக் கையி மொண்டியா? காலு மொண்டியா? எல்லாம் பாத்துத்தானொ கட்டீட்டுப் போனது, உப்பொ என்ன ஒடசல் வந்துடுச்சாமா?''

''என்ர பெரிய புள்ளெயெக் குடுத்தது சுமாரான குடும்பந்தா. உப்ப அவிக பாரு புள்ளாச்சீலெ பருத்திக் கொட்டை கடை வெச்சு நல்லமொறையில இருக்கறாங்க. அடுத்தவளெ பல்லடத்துக்குக் குடுத்துச்சு. அங்கத்த பண்ணயமும் பரவால்லெ. வந்தும் போயி இவளெத்தா நா ஏமாந்து மேக்கெ குடுத்தது தப்புன்னு என்ர தாயிதகாரருக எல்லாருமே குத்தறாங்க.''

அவர் பேசிக்கொண்டே போக பொன்னப்பனால் அங்கு உட்கார்ந்திருக்க இயலவில்லை.

''நீங்க சொல்றது இருக்கட்டும்ங்க. உங்க மகளை அடிச்சுக்கிடுச்சு நா முடுக்கி வுட்டுட்டனா? கூப்புட்டுக் கேளுங்க. அங்கே

இருக்கமாட்டாமெ ரெண்டு மாசத்துக்கொருக்கா இங்கே கூடெ மொறம் கட்டீட்டுப் பொறப்பட்டர்றா. நானுனி கவுத்தெப்போட்டா கட்டி வெச்சுக் காவலிருக்கறது?''

என்றான் குரலை உயர்த்தி.

''இத்தனெ எதுக்கு? நா ஒண்ணு சுருக்கமாக் கேக்கறேன்! ஊடுங்குடியுமாகி வருஷம் ரெண்டாகப் போகுதல்ல. உங்களுக்குன்னு என்னத்தெ உண்டு பண்ணி வெச்சிருக்கீங்க. இதுக்குப் பதிலுச் சொல்லிப் போட்டு மித்ததெப் பேசுங்க.'' அவரும் விட்டபாடில்லை.

''என்னத்தெ உண்டு பண்ண வேணும்கிறீங்க! அதை யுந்தா ஓடச்சுச் சொல்லுங்க''

''ம்? வேய்க்கானம் வேணும் எதுலையும்! நானு சொல்றது அருத்தமாச்சா? உங்க பேருக்குன்னு ஒரு கால்படி. காடு இருக்குதா? இல்லெ குடியிருக்கறதுக்குனு தனியா ஊடு எதாச்சுந்தா இருக்குதா?''

இப்போது அவர் எங்கு பிடிபோடுகிறார் என்பது முக்கால் திட்டத்துக்கு விளங்குகிறாற்போல் இருவருக்கும் ஆகி விட்டது.

''ஏனுங்க. நீங்க சொல்றதுகெல்லா இல்லாமெ எங்க போயிடுச்சுங்க? எல்லாமே இருக்குதுங்க. கண்ணாலத்துக்கும் பொறகு இருக்குறதுகளெ தொலைக்காமெ வெச்சிருந்ததே பெருசு, நீங்க அதையுங்கொஞ்சம் ஓசுனை பண்ணிப் பாருங்க'' என்றான் மருதமுத்து மைத்துனனுக்கு ஆதரவாக.

இந்தச் சத்தங்களைக் கேட்டுத்தான் வேகமாக வந்தவளைப்போல் மாமியாரும் வாசலுக்கு வந்து நின்றாள். மயிலாத்தாள் இப்போது சமையல்கட்டு வழியாகப் போய் ஆசாரத்தில் நின்றபடி இந்த வாக்கு வாதங்களைக் கவனித்துக் கொண்டுதானிருந்தாள்.

''மாமனார் மாமியாருனாலெ அப்பிடியென்னாச்சும் உங்க புள்ளைக்கு எடஞ்சலா? அதையெக்கொண்டா இதையெக் கொண்டான்னு தொரத்தறாங்களா? அதையினாலும் சொல்லுங்க''

இதற்கு வள்ளியம்மாள்தான் முந்திக்கொண்டாள்.

''ஒருத்தரு சொல்லியுட்டெல்லா எதையும் நாங்க செய்ய வேண்டியதில்லைப்பா. உனித்தா நாங்க எத்தனையெக் கொண்டாந்து அங்கெ கொட்டறது? அப்பிடின்னாலும் புள்ளெயும் மாப்பிளையும் தனிக் குடித்தனமா பண்றாங்க''

''நீயி உள்ளே போ. நா எல்லாத்தையும் கேக்காமயா வுட்டுருவே. இங்கெ பாருங்க தம்பி. உங்க ஊர்ப்பக்கத்துக்கு பொண்ணு குடுக்கறதுக்கே இங்கயெல்லாம் ஆரும் சுலுவா ஒத்துக்கமாட்டங்க. அந்த வறச் சீமையில போயி இக்கல் படறதுக்கு இங்கெ எங்கயோ ஒரு மேட்டாங்காட்டுக்காரன் கையில புடுச்சுக் குடுக்கறது எவ்வளவோ மேலுதுங்கறாங்க'' வேம்பண்ணன் இப்படி வீசிய வீச்சு இவர்களை வெகுவாக அறைந்து விட்டது.

அப்போதே அந்த வீட்டை விட்டு எழுந்து போய் விடலாம் என மனம் புரண்டது. இரண்டு மூன்று நிமிடங்கள் மௌனத்தில் நகர்ந்தன.

''செரி எலையெப்போடு. மித்ததுகளெ சாப்பாட்டுக்கும் பொறகு பேசிக்கலாம்'' எனச் சொல்லிவிட்டு எழுந்து இவர்களைச் சாப்பிட அழைத்ததெதுவும் காதில் அவ்வளவாக விழவில்லை.

''அப்பொ நாங்க பொறப்படறோம்'' எனப் புறப்பட்டு விட்டனர். சாப்பிட்டுவிட்டுப் போகச் சொல்லியதையெல்லாம் பொருட்படுத்தாமல் இருவரும் அங்கிருந்து வந்த வேகத்திலேயே சூலூர் போகிற பஸ்ஸில் ஏறியும் ஆயிற்று.

''மேட்டாங்காட்டுக் காரனுக்கு பொண்ணுகுடுத்ததே தப்பு. மேற்கொண்டு இங்கிருந்து எது ஒண்ணையும் நாங்க குடுக்கத் தயாராயில்லை'' என்கிற அர்த்தத்தில் மாமனாரும், மாமியாளும் மாத்தி மாத்தி தம்பட்ட மடித்தது இவர்களின் மனசை இம்சித்தது. அங்கே இருந்து இனி எதுவும் பேசி கொண்டிருப்பது சரிப்படாது, 'உங்க புள்ளெ உங்க ஊட்டோடவே இருக்கட்டும்' எனும் கருத்தோடு எழுந்துவந்துவிட்டதே சரியானது. எதையும் சொல்லாமல் வந்தது

எவ்வளவோ சொன்னதற்குச் சமம் என்றெல்லாம் சலனங்கள் அலை பாய்ந்த வண்ணமிருந்தன.

'இனி தனிப் பண்ணையம் வைத்துக் கொண்டு வந்து பூக்கூடையோடு பொண்ணைக் கூட்டிக் கொண்டு போகட்டும்' என்கிற எண்ணத்தின் பேரில் எரிச்சலான கோபமே மூண்டது.

''இத்தனைக்கும் மயிலாத்தா முனுக்கு முனுக்னு அப்பனாத்தாகிட்டெ ஓதியுட்டுட்டு ஊட்டெ உட்டு வெளியே கூட வராமெ உள்ளாறவே ஒலாத்திகிட்டு நடையுடுறா! எப்பிடின்னு பார்த்துட்டெயல்லொ என்ர மாமனாரோட சொக்குப் பொடிப் பேச்சை''

''ஆமாமா ஒரலுக்குத் துணியெக்கட்டி அவுத்துப் பாக்குற தினுசாவில்லெ தெரியுது''

''அவொ வள்ளியாத்தாளுக்கு என்னவொரு வளப்பம்? விண்ணாளப் பேச்சு. அது ஒரு பக்கங்கெடக்குட்டும், இவொ மயிலா சீதேவிக்கு எத்தனெ கெவுர்த்தி. பேசுனா வாயில இருந்து முத்து உதுந்து போகுமாட்ட இருக்குது. எவ்வளவு எலக்குணாட்டம் ஆகிப்போச்சு. நல்லா தேங்காயாத் தின்னு தின்னு கண்ணுல பொறை ஏறியிடுச்சு. நாம எளச்சுப் போயி நின்னது அவுளுக்கு அடையாளந் தெரியலை''

''என்ன பண்றது? அவிக நெனப்பு சட்டியிலெ சோறுங் கொறையாம இருக்கோணும். எல்லாரோட வவுறும் 'டம்'னு நெறஞ்சிக்கவும் வேணும்கிறாப்ல இருக்குது''

''இருக்கும் பின்னெ. ஏன்னா தோப்புத் தொரவுன்னு தண்ணிப் பாய்ச்சல் பூமிக்காரன் பாரு. ஆளு அம்புக வெச்சுப் பண்ணையம் பண்றவன். பசுப்பு உள்ள சீமைக்காரன். இப்படித்தா நம்பகிட்டவெல்லா சீண்டற வேல காட்டுவான். நாமளும் அவுனுக்குச் சமிதியா இருந்தா அதுக்குத் தக்குன மருவாதியும், பேச்சும் தன்னப்போல அவங்ககிட்டெ இருந்து வரும்...''

''நீ ஒண்ணும் இன்னிக்கு நாம வந்த காரியம் நெறவேறுலீனு சங்கடப்பட்டுக்க வேண்டா. இன்னைக்குத்தானொ பாறை

எப்பிடியாப்பட்டதுன்னு நல்லா சுத்தி வந்து பாத்திருக்கறம். உனி இதுக்குத் தக்குன சமிட்டியெத் தயார் பண்ணிக்குவோ. மனசெ தெடனா வையி''

சூலூர் பஸ் ஸ்டேண்டிலேயே இறங்கி விட்டனர். அங்கிருந்து பொடி நடையாகப் போய் ஆளுக்கு ஒரு சொப்பு கள்ளுக் குடித்து விட்டு, அதற்குப் பிறகு ஆகாரம் பண்ணிக்கலாம் என்கிற வேகம் மருதமுத்துக்கு உண்டாகியிருந்தது. மைத்துனனைக் கூட்டிக் கொண்டு போனான்.

கிணற்று மேட்டை அடுத்து பனைமரங்கள் தெரிந்தன. அங்கிருந்த மட்டைச்சாளை ஒன்றில் திருட்டுத்தனமாக கள் விற்பனை நடந்து கொண்டிருந்தது. மாதாரிகள் ஏழெட்டுப் பேர் பாதங்கள் மண்ணில் பாவாமல் சொப்புகளைக் கையில் வைத்துக்கொண்டு தடுமாற்றமும் தகராறுமாய் அங்கே இருந்தனர்.

''ர்ரே நுவ்வு கம்முட்ட உண்டுரா. நேனுபெத்த வாண்டு செப்பேனு மூடிசிக்னி இத்தெ தாகு. நஸ்ஸா டம்கட்டி தாகு''

இரண்டு பேர் கீழே உருண்டு கிடந்தனர்.

''அரே அதெத்தா நா தெக்கற நடவது. ம்மீயம்மா''

உதட்டில் ஒட்டி நின்ற நுரையைத் தடவிதுடைத்தபடி உளறினான் ஒருவன்.

''நோறுனெ மூடுரா''

''ர்ரே! மிரப்பாக்காயெ இய்யி கொச்சோ இய்யி''

''இந்தாரா. இக்கக் காவலானுட்ட தாகு! நேனு செப்பேனு நுவ்வு இக்க தாகு. மச்சிதுதா தாகு.''

அதில் பரட்டைத் தலைகளோடு மூன்று பொம்பளைகளும் சேர்ந்திருந்தனர். அவர்களுக்கும் போதை ஏறி விட்டது.

ஒருவன் கொடுத்த சொப்பை இன்னொருவன் வாங்கிக் கொள்ள அவன் கொடுத்ததை மற்றொருத்தி வாங்கிக் கொள்ள, ஒரு சிறு குடி

உபசாரமே நடந்தபடியிருந்தது. கல்யாணத்துக்கு 'பொண்ணு மாப்பிளை, சம்பந்தப் பேச்சுத்தான் இப்படி மத்தியானத்திலிருந்து ருசிகரமாக நடப்பதாகக் கள் வியாபாரி சொல்லிக் கொண்டே இவர்கள் இருவருக்கும் ஊற்றிக் கொடுத்தான்.

'பொண்ணோட அப்பங்காரன் தன் மகளை உன்னோட மகனுக்குத் தருகிறேன்' என்னும் சம்மதத்தின் அடையாளமாக ஒரு சொப்பு கள்ளை மாப்பிள்ளைக் காரனின் அப்பனிடத்தில் கொடுத்தான். அதை வாங்கிக் குடித்துவிட்டு இன்னொரு சொப்புக்கள்ளை 'நாமிரு வரும் சம்பந்தியாகி விட்டோம்' என்னும் நிமித்தமாக பெண்ணின் அப்பனுக்கு இவன் கொடுக்க அவர்களின் கல்யாண சம்மதம் கள்ளுக்கடை மணலில் அந்த மாலைப் பொழுதில் கோலாகலமாக நிறைவேறிக் கொண்டிருந்தது.

பொன்னப்பனும், மருதமுத்தும் அந்த இடத்தைவிட்டு வெளியே வந்துங்கூட அவர்களின் போதைச் சத்தம் காதுகளில் எதிரொலித்துக் கொண்டிருந்தது.

''பார்த்தயா... அவிக ஆட்ட பாட்டத்தை...''

''ஆமாமா. எப்பவுமே அவிக பொண்ணுச் சம்மதம் பண்ணறதே கள்ளுக்கடையிலதானெ.''

''செரி. நடப்போயி.. சூடா பசிக்கு என்னாச்சும் தின்னுட்டு அப்புறம் நாம போகலாம்'' என ஒரு ஓட்டலுக்குள் நுழைந்தனர்.

ஊர் வந்து சேரும் போது இருட்டாகிவிட்டது.

ராமாத்தாளின் அய்யனுக்கு உடம்பு சரியில்லை யென்று பார்க்கப் போய் விட்டு வந்த பழனியம்மாள் இவர்களை எதிர்பார்த்துக் கொண்டுதான் உட்கார்ந் திருந்தாள்.

''மாமனும், அய்யனும் இன்னிக்கு வர்றப்ப அத்தை யெக் கூட்டிட்டு வருவாங்கில்லம்மா'' என்று அருக்காணியும் வடிவேலனும் கேட்டுச் சலித்துவிட்டுக் கண்ணயர்ந்து போயிருந்தனர்.

தட்டுத்தடுமாறி புருஷனும், பொறந்தவங்காரனும் வந்த கோலத்தைப் பார்த்ததும் இவளுக்குப் 'பொசுக்' கென்று இருந்தது.

''எங்கெயண்ணா மயிலாத்தாளெக் காணம். வர்லியா?'' என்றாள் மனத்தாங்கலோடு.

''ம்''

''என்ன பேச்சையே காணம்? நெகமம் போய் விட்டுத் தானொ ரெண்டு பேரும் வர்றீங்க?''

''ஆமா அதுல என்ன உனக்குச் சந்தேகமா?'' என்றபடி மக்களுக்கு வாங்கிவந்த மிக்சர் பொட்டலங்களைக் கொடுத்தான் மருதமுத்து.

ஒன்றுமே பேசாமல் திண்ணைக்காலில் சாய்ந்து உட்கார்ந்திருந்த பொன்னப்பனின் முகத்தைப் பார்க்கப் பரிதாபமாக இருந்தது.

''ஏ வரமாட்டேன்னு எடக்குப் பண்றாளா?''

''அப்பிடித்தான்னு வெய்யே!''

''அப்பிடித்தான்னா? என்னதாஞ் சொல்றா அவொ. வெவரமாச் சொன்னாவில்லெ ஆகும்''

''அவிக அப்பனாத்தா எல்லாருமே ஒரே புடிமானமாப் பேசறாங்க''

''அப்பறம்?''

''என்ன பண்றது? நாங்களும் பொறுமையாத்தா பேசிப் பார்த்தோம்! வார்த்தைக்கு வார்த்தை எடுத்தெறிஞ்சு பேசிப்போட்டு கடைசிக்கு மேக்குச் சீமைக்குப் பொண்ணு குடுத்ததே தப்புங்கற கணக்குல நிக்கிறாங்க.''

''அதுமு அப்பிடியா?''

''ஆமா''

''செல்லச் சிரிக்கி பெத்தது, வெல்லந் தடுக்கி வுழுந்த கதையாவில்லெ இருக்குது''

''உனி வெல்லந்தடுக்குச்சோ. கருப்பிட்டி தடுக்குச்சோ நீதா பாக்கி. போயி உன்ர பொறந்தவம் பொண்டாட்டிகிட்டெப் பேசி கூட்டிட்டு வா''

''ச்செரி! வாங்க ரெண்டுபேரும் சோறு தின்னுட்டு அப்புறம் பேசிக்கலாம்''

''சோறெல்லாம் வர்ற வழியிலெயே தின்னுட்டுத்தா வந்து சேர்ந்தோ. எங்களுக்கு ஒண்ணும் வேண்டாம். அந்தப் பாயெ எடு''

என்று மருதமுத்து கேட்க எறவாரத்தில் கட்டிய கயிற்றிலிருந்து பாயை எடுத்துக் கொண்டு வந்தவள் மூக்கை உறிஞ்சிய விதத்திலேயே அவர்களிடம் வீசிய கள்ளு வாடையை உணர்ந்து கொண்டாள். 'இனி அதிகம் பேச்சுக் கொடுக்கக் கூடாது. எக்குத் தப்பாக அதுவும் கோபத்தில் இருக்கிறவர்கள் சண்டைக்கு வந்தாலும் ஆச்சர்யப்படுவதற்கில்லை' எனும் கவனத் தோடு ''செரி சலுப்பாக இருக்கும். படுங்க போயி'' என்றாள். பிறகு ''அண்ணா நீயும் இங்கேயே படுத்துக்கறயா? இல்லெ தெக்கே போறயா?'' என்று கேட்டாள்.

''நா ஊட்டுக்கே போறனம்மிணி. நீங்கெல்லாம் தூங்குங்க'' என்றபடி படலைச் சாத்திவிட்டு அவன் தட்டுத் தடுமாறி நடந்து போனான். தன் பாட்டுக்கு யாரையோ என்னவோ திட்டிக் கொண்டு இருளின் ஊடே அவன் போவதை அனுதாபத்தோடு பார்த்துக் கொண்டு நின்றாள் பழனியம்மாள். பிறகு சோர்வுடன் படுக்கைக்குப் போனாள்.

தென்கிழக்குத் திசையில் நாய்கள் விடாமல் குரைக்கிற சப்தம் கேட்டது. பொங்கல் சோற்றை உருண்டை உருண்டையாகப் பிடித்து மேலே வீசினாற் போல வானத்தில் நட்சத்திரப் பருக்கைகள் இறைத்துக்கிடந்தன. கும்மிருட்டு ஊரைப் போர்த்தியிருந்தது. கட்டுத்தறிச் சாளைகளில் கூடுவைத்திருக்கும் சிட்டுக்குருவிகளின் சன்னமான சலசலப்பு இழைந்த படியிருந்தது.

''டேய்? எவனா இருந்தாலும் வெளியே வாங்கடா. பத்தாயிரத்துக்கு மூணு ரூபாதாண்டா பத்தாம இருக்குது. ரெண்டுல

ஒண்ணு பாத்துப் போடுறே! தெகிரியம் இருந்தா இப்பவே வெளியில வாங்கடா. கொடல உருவி மாலெ போட்டர்றேன்''

குடித்துவிட்டு வெறி தலைக்கேறி விட்ட நிலையில் ஒருவன் யாரையோ சண்டைக்கு இழுத்துக் கொண்டிருந்தான். சம்பாணை போலீஸ் ஸ்டேசனிலிருந்து விடுவித்துக்கொண்டு வந்தாயிற்று. ஜாமின் தரப்போனவர்களையெல்லாம் அமுக்கமாகத் திருப்பி யனுப்பிவிட்டு அவனையும், ஆள்காரர்களையும் ஒரு கீறல்கூட உடம்பில் படாமல் அனுப்பி வைக்க ஏழாயிரம் ரூபாய் மொத்தமாக வாங்கிக் கொண்டுதான் விட்டிருந்தனர். ஊறல்களைக் கவிழ்த்து நட்டப் படுத்தியதை எடுத்துச் சொல்லி, கொண்டுபோன சாராயக் கேன்களையும், டியூப்களையும் சரக்குகளோடு அவன் மீட்டு வந்துவிட்டான்.

மதுக்கரை, போத்தனூர்ப் பக்கமுள்ள வியாபாரிகளுக்கு வழக்கம்போல் போகிற சரக்கு தடையில்லாமல் போய்க் கொண்டிருந்தது. ''இல்லீனா பேர்க்கெடுதி வந்துரும்! தொழில்லே நாணயம் கெட்டுப் போயிரும்!'' என அவன் ஓய்வில்லாமல் அலைந்தபடியிருந்தான்.

டிப்போவில் விறகு ஏற்றிக்கொண்டு கரும்புச் சர்க்கரை நான்கைந்து மூட்டைகளோடு வண்டி யொன்று தலையாரி காட்டு இட்டேரியைத் தாண்டி 'லொடக் லொடக்' எனும் அனத்தலோடு தெற்கே போனது. காலையில் கருமத்தம்பட்டியிலிருந்து வெள்ள வேலாம்பட்டை டெம்போவில் வந்து சேர்ந்துவிடும்.

''போலீசு அவிக டூட்டியெச் செய்யுது. நாம நம்ம டூட்டியெ செய்யுறோம்'' எனும் சம்பாணின் பதமான பேச்சுக்கு மறுபேச்சுப் பேச ஆளில்லை. ஆலாந்துறையில் தோட்டம் ஒன்று விற்பனைக்கு வந்திருந்தது. கூடிய சீக்கிரம் அதை வாங்கிவிட வேண்டுமென்கிற திட்டத்தில் இருந்தான்.

நெஞ்சு முழுக்க என்னவோ அழுத்திக்கொண்டிருப்பது போல் பழனியம்மாளுக்கு அசதியிருந்ததால் உடனடியாகத் தூக்கம்

வரவில்லை. நெகமம் போய் விட்டுத் திரும்பி வந்திருந்த அண்ணனின் நிலைமையையும், அங்கே இனி என்னவெல்லாம் வாக்குவாதம் பண்ணிக் கொண்டார்களோ என்பதையும் நினைத்துப் பார்த்தாள்.

இதனை முன்னிட்டு அய்யனிடத்தில் போய் இரண்டு மூன்று முறை பேசி அவரின் சம்மதத்தின் பேரிலேயே மருதமுத்துவையும், பொன்னப்பனையும் அனுப்பிவைத்த தனது ஆர்வத்தின் மீது கூட எரிச்சல் உண்டானது.

''என்னாச்சும் எடுத்தெறிஞ்சு மருவாதிக் கொறைவாப் பேசித்தான் இவிகளெ திருப்பியுட்டிருப் பாங்க'' என்று தனக்குள் முனகிக் கொண்டாள்.

''இந்த மேட்டாங்காட்டுக் குடியானவன் வூட்டுகள்லெ வந்து பொழைக்கிற பொம்பளைகளா இல்லெ. எல்லாரும் இவளாட்டவா ராங்கித்தனம் பண்றாங்க? தண்ணிப் பஞ்சம் ஊரு முச்சூடுக்குந்தா இருக்குது. கொடத்தை எடுத்துட்டு காலுக தேய அலையாதவ எவ இங்க இருக்குறா? இந்த ஊரெப் பொருத்த வரைக்கும் வவுத்துக்குள்ளெ இருக்குற சிசுவையும், செத்துப் போன சவத்தையும் தவுத்து மத்தவிக எல்லாமே தண்ணி செமக்கறவிகதான். இங்கெ தாக்குப்புடிக்க மாட்டாமெ அப்பனூட்டுச் சொகத்துக்கு ஓடிட்டாளே. இவ கருமானம் உள்ள பொம்பளையா?''

என்கிற கசப்பும் மேலிட்டது. தொடர்ந்து இந்தப் பக்கத்து ஜனங்களை ஏய்த்துக் கொண்டே வருகிற வானத்தின் மீது கோபம் வந்தது. அதனுடைய நீல மயமான நிறம் கூட விஷத்தை உள்ளடக்கிய ஒரு வேஷம் போல் பட்டது.

தண்ணிப் பஞ்சத்தைத் தாங்க மாட்டாமல் ஊரை விட்டுக் குடிபோன குடும்பங்களும் உண்டு. தெருவுக்கு ஒரு 'பைப்' போட்டு சச்சரவுகளோடு தண்ணீர் பிடித்த காலமும் உண்டு. அப்புறம் உண்டான வெறுமையில் ஊரின் மத்தியில் இருந்த அந்தப் பொதுக் கிணறு வற்றிப் போய் தெருப் பைப்புகளையெல்லாம் சாகடித்து விட்டது. இப்போதும்

கூட அந்த பைப் திண்டுகள் சமாதிகள் போல் ஆங்காங்கே அபசகுனமாய் நின்று கொண்டிருக்கின்றன.

அந்த ‘பைப்’புகளில் தண்ணீர் ஏனோ தானோ வென்று வந்த நாட்களில் ஜனங்களுக்குள் மூண்ட சண்டைகள் சாதாரண மானவைகளா என்ன? நினைக்கவே மனம் கூசி நடுக்கமெடுத்து விடுமே!

பைப் முன்னால் எத்தனை விதமான தகர டப்பாக்கள். எத்தனை ரகமான சட்டிகள். ஒவ்வொருத்தியும் வைத்த அடையாளங்களாய் கியூவில் பல்லிளித்துக் கொண்டிருந்தன. உடைந்த வளையல்களும், உடைந்த வார்த்தைகளும் கொஞ்ச நஞ்சமல்ல. கணக்கெடுக்க முடியாது.

சண்டையாவது, தண்ணியை மையமாக வைத்து தெருவுக்குத் தெரு மட்டுமல்ல. வீட்டுக்கு வீடு நடந்தது. மிகவும் விகாரமாய் நாளா வட்டத்தில் அது விரிவடைந்து சொந்த பந்தங்களையெல்லாம் பிரித்துப் போட்டது. காதில் கேட்கத்தகாத வசவுகளையெல்லாம் வாரி வாரி சேறாக இறைக்க வைத்தது. பெருசு சிறுசு என்று வித்தியாசமில்லாமலும், இன்றைக்கு மட்டுமல்ல நாளைக்கும், மறுநாளும் இதே ஊரில் ஒருவர் முகத்தை ஒருவர் பார்த்துக் கொள்ள வேண்டுமே என்கிற விவஸ்தைகள் துளியும் இல்லாமலும் அகோரமாய்ப் போயிற்று.

ராத்திரிகளிலெல்லாம் தூக்கமில்லாமல் பைப்புகளைச் சுற்றியே படுத்திருந்து அடித்து உதைத்துக் கொண்டு தண்ணீரைக் கொண்டு போனவர்களும் உண்டு. அடிதடி வந்து தலைவிரி கோலமாய்க் கடித்துக் குதறிக் கொண்டவர்களும் உண்டு.

ஒருத்தி கொண்டையை இன்னொருத்தி பிடித்து இழுத்துக் கீழே போட்டு மிதிக்க, அவளை மற்றொருத்தி மிதிக்க அதை விலக்க ஆம்பிளைகள் போய்த் தலையிட்டு ஒருத்தருக்குள் ஒருத்தர் அடித்துக்கொள்ள ஒரு குடம் தண்ணீருக்காக ரத்தக்களறி சர்வ சாதாரணமாய்ப் போய் விட்டது.

மண்ணைவாரி இறைத்து சாபமிட்டவர்களது கூக்குரலின் காரணமாகவோ, தண்ணீரை முன் வைத்து கொஞ்ச நஞ்சமிருக்கிற மனிதத் தன்மையை இவர்கள் இழந்து விடக் கூடாது என்பதைக் கருதியோ பொதுக் கிணறு 'பொசுக்' கென்று தனது ஊற்றுக் கண்களை மூடிக் கொண்டது.

அதன் பிறகுதான்...

இந்த ஜனங்களின் கண்கள் திறந்து, ஊரைக் கடந்து எத்தனையோ தூரங்களுக்குக் குடங்களைத் தூக்கிக்கொண்டு தண்ணீருக்காக அலைகிற இப்போதைய படலம் ஆரம்பமானது! என்றாலும், முன்னைய படலம் பண்ணிய நாசத்தின் வாசமானது நினைத்துப் பார்த்தாலே இதயத்தின் சகல இடங்களையும் கரித்துக் கரித்துக் கசிய வைப்பதாயிருந்தது.

இவைகளையெல்லாம் மறக்க முயற்சித்து இவள் கண்ணயரத் துவங்குகையில் கிழக்கு வானத்தில் வெளுப்புத்தட்டி வெள்ளி முளைக்கிற அறிகுறி தெரிந்தது.

இறகுகளை உதறியபடி அன்றைய புறப்பாட்டிற்குத் தயாராகிற பறவைகளின் குரல் படுக்கையிலிருந்து இவளை எழுப்பி விட்டது. அப்போது தன் புருஷனிடத்தில் இன்னொரு முறை கலந்து ஆலோசித்த பிறகு, அய்யனிடத்தில் பேசி பூமியை மக்களுக்குப் பிரித்துக் கொடுக்கச் சொல்வதுதான் வழி என்கிற எண்ணமும் உதயமாகியிருந்தது.

4

நாலைந்து நாட்கள் கழிந்திருக்கும்.

கிழக்கு வழுவிலிருந்து ஒரு காலை வேளையில் அந்த அழுகைச் சப்தங் கேட்டது. உடல் நலமில்லா திருந்த ‘சேமலையய்யன்’ செத்துப் போயிட்டார் எனும் சேதி பக்கத்து வீட்டுக்காரி மூலமாக பழனியம்மாளின் காதுக்கு எட்டியது. மருதமுத்துவை எழுப்பிச் சொல்லி விட்டு வேக வேகமாய்ப் போனாள்.

ராமாத்தாளின் தந்தையான சேமலையய்யன் ‘இந்தத் தடவை தப்பிப்பது அபூர்வம்’ என்கிற எண்ணம் ரெண்டு மூணு, நாட்களுக்கு முன்னரே சிலருக்கு உண்டு. எழுபது வயதைத் தாண்டிய அவர் இதுநாள் வரை இந்த மகளின் ஆதரவில்தான் காலந்தள்ளி வந்தார்.

சேதி கேட்டு அக்கம் பக்கத்தாரெல்லாம் வந்து கொண்டிருந்தனர். பழனியம்மாளைக் கண்டதும் ராமாத்தாள் கட்டிப் பிடித்துக் கொண்டு குரலெடுத்து அழுதாள். அவளின் பையனும், புள்ளையும் அப்பிச்சியின் கால்மேட்டில் உட்கார்ந்து அழுது கொண்டிருந்தனர். அவர்களை அந்தப் பக்கம் கூட்டிப் போகச் சொல்லிவிட்டு அய்யனுக்குக் கைக்கட்டு, வாய்க்கட்டு எல்லாங்கட்டி நடுவீட்டில் உட்கார வைக்கிற வேலையை சில பெண்கள் கவனித்தனர்.

நெற்றி நிறையத் திருநீர் வைத்து உருமாலை கட்டி மரச்சேரில் சவத்தை உட்கார வைத்த பிறகு பங்காளி வீட்டைச் சேர்ந்தவர்களைக் கூப்பிட்டு தீபம் பற்றி வைக்கச் சொன்னார்கள் செம்பன் குலத்தைச் சேர்ந்த பெரியசாமிதான் இந்த வீட்டுக்கு முறைக்காரர் என்பதால் உள்ளே வந்து சூடம் ஏற்றி அய்யனைக் கும்பிட்டு விட்டு அவர் வெளியே வர மற்றவர்களெல்லாம் போய்க் கும்பிட்டனர். பிறகு பெண்கள் ஒப்பாரி வைத்து மாரடித்து அழ ஆரம்பித்தனர். உள்ளூர் மணியகாரரும், பெரியதனக்காரரும் வந்து சேர்ந்து வெளியூரில் உள்ள

சொந்த பந்தங்களுக் கெல்லாம் 'எழவு சேதி' சொல்லிவர மாதாரிகளைத் தயார் பண்ணிக்கொண்டிருந்தனர். நேரம் நகர நகர வெய்யில் அதிகமாகி, ஜனங்கள் உட்காரச் சிரமமாகி விடும் என்பதை அனுசரித்து மூங்கில்களை நட்டு, பந்தல் போடுகிற வேலையும் நடந்தது.

''உசிரு போறதுக்கு மிந்தியே யாராச்சும் பெரியவிக பாத்து ஒசுனெ பண்ணீருந்தா தென்னெ மட்டையிலையே பந்தல் போட்டிருக்கலாம். இப்ப சவம் ஊட்டுக்குள்ளெ இருக்கறப்ப மட்டையிலே பந்தல் போடறது ஆகாது! சுண்டக்காமுத்தூரு திருமலை செட்டியாரு பொகையில குடோன்ல தாருப்பாயி இருக்கும், அதெப்பொயி வாங்கியாந்து பெரிய பந்தலாவே போட்டுருங்க''

என தாயிதகாரர் செல்லப்பன் சொன்னதன் பேரில் சைக்கிளை எடுத்துக் கொண்டு மருதமுத்து போனான்.

நெல்லி மரத்து வீட்டு 'காளப்பட்டிய்யன்' பொட் பொட்டென்று தடியை ஊன்றிக்கொண்டு வந்து சேர்ந்தார். காடாத்துணியில் தைத்த கை பாடி, கெண்டைக் கால்வரை விட்டு நடப்பதற்குத் தோதாகக் கட்டப்பட்ட நான்கு முழ வேட்டி சகிதமாய் இருந்த அவரை அங்கு நின்றிருந்தவர்கள் கூட்டிப்போய் பெஞ்சில் உட்கார வைத்தனர்.

''எனக்குமு செரியா பதனஞ்சு வயிசு எளையவனாக்கு சேமலை! இவெ பிங்கள வருஷம் வைகாசி மாசம் பதனொன்னாந்தேதி வெசாலக் கெழமையன்னைக்குப் பொறந்தவன்''

என கம்மலான தொனியில் இறந்து போனவரின் வயதையும், அவர் பற்றிய தன் ஞாபகங்களையும் சொல்ல ஆரம்பித்தார்.

''இனிப் பாத்துக்க போங்க, சாயங்காலம் வெரைக்கும் இங்கெ வர்றவிக வயிசையெல்லாம் இந்த அய்யங்கிட்டெக் கேட்டுக்கலாம்'' என்று சில இளவட்டங்கள் மெதுவாகத் தங்களுக்குள் சொல்லிக் கொண்டனர்.

''அப்பொ இந்த சேமலையய்யனோட பூர்வீகம் பூராவுமெ உங்களுக்குத் தெரியும் போல இருக்குதுங்கோ'' என்றார் மாட்டு ஏவாரி முத்தணன்.

''ம்ம்' ஓரளவுக்குத் தெரியுண்டாப்பா. இவம் பொறந்திருக்குற தகோலு எங்க வூட்டுக்கு எட்டி எங்கம்மா கூடப் போயி தெக்காலே இவிக அமத்தா வூட்ல பாத்துட்டு சதாசுவரங்கோயிலு தடத்துல கெழக்குமின்னே வந்திருக்கறம். அப்பொ கோயிலுக்கு எதுக்கால அப்பத்தாக் கெழவி புட்டுச்சுட்டு வித்திட்டிருப்பா. அவகிட்ட ஓரணாவுக்கு எங்கம்மா புட்டுவாங்கிக் குடுத்தா. நாந் தின்னதுங்கூட கேவகமிருக்குது.''

''ஓரணாவுக்குப் புட்டுத் தின்னா உங்குளுக்குப் பத்துமுங்களா அய்யா?''

''அட நீயொரு பொழயாக்கந்தன். உப்பத்த காலமாட்டவா அப்பத்த காலமெல்லா. ஓரணாவுக் குடுத்தா அஞ்சு புட்டு. தெரியுமா? நீயெல்லா அப்பத்த புட்டுல ரெண்டுக்கு மேலெ தலகலா நின்னாலும் திங்க முடியாது!''

காளப்பட்டியய்யனின் பெயர் கருப்பண்ணன். ஆனால் அது அவருக்கு மட்டும்தான் தெரியும். இந்த ஊரைப் பொறுத்தவரையில் 'காளப்பட்டியய்யன்' எனும் பெயரே நிலைபேராகி காந்தித்தாத்தாவின் தலை, கண்ணாடி, கைத்தடி இவைகளையெல்லாம் நினைப்பூட்டுகிற மாதிரி எல்லோரது நினைவிலும் பதிந்து விட்டார். ''எங்க பாட்டம் பூட்டங்காலத்துல நெறையா காளைகளும், மாடுகளும் வெச்சு தெக்காட்டுல பட்டி போட்டு பண்ணையம் செஞ்சவிக. அதுனாலெ இங்கத்தகாரங்களுக்கு என்ர பேரு 'காளப்பட்டியய்யன்'னே ஆயிப்போச்சு போ'' என்பார்.

அயல் ஊர்களுக்குச் சேதிசொல்லப் போகிறவர்களுக்கு நாலு, ஐந்து, ஏழு, எட்டு என தூரத்தைப் பொருத்து வழிச் செலவுக்குப் பணங்கொடுத்து மணியக்காரர்தான் அனுப்பினார். ராமாத்தாளின் கொழுந்தனாரும், மச்சானும் சிங்காநல்லூர்பக்கத்தில் இருப்பதால், எப்படியும் காலையில் பத்துப்பத்தரைக்குள் கூட்டி வந்தாக வேண்டும் என்று சொந்த ஆளே அனுப்பப்பட்டிருந்தது. அவர்கள் வந்த பிறகுதான் 'கொட்டித்தட்டிச் சீருசெறப்புச் செஞ்சு சேமலையய்யனை

எடுக்கலாமா? இல்லெ சும்மாவே எடுத்துறலாமா?' என்பது பற்றி முடிவெடுக்க வேண்டுமென ராமாத்தாளிடம் கலந்து பேசிவிட்டு மற்றவர்கள் இருந்தனர்.

ராமாத்தாளின் புருஷன் சின்னு காலமாகி இப்போதைக்கு ஐந்தாறு வருஷம் ஆகப்போகிறது. கிழக்கு வயலுக்கு உள்ளூர் கூலியாட்களுடன்வரப்பு வெட்டுக்குப் போனவன் நெஞ்சைக் கரிக்கிறதென்று உட்கார்ந்தவன் தான், அப்படியே உயிரை விட்டு விட்டான். 'அவனாட்டம் சாவு ஆருக்கும் கெடைக்காது' என மற்றவர்களெல்லாம் பேசிக் கொண்டாலும் சின்னஞ் சிறுசுகள் ரெண்டையும் வைத்துக் கொண்டு சீரழிவுபடுகிற இவளுக்கு இன்று வரையிலும் துக்கம் நெஞ்சை அடைத்துக் கொண்டுதான் உள்ளது. அதற்குப்பின் ஒரே ஆதரவாயிருந்த அய்யனும் சற்று நேரத்துக்கு முன்னால் கண்ணை மூடிவிட்டதை நினைக்க நினைக்க இவளுக்குச் சொல்லமுடியாதவேதனைமூச்சைஅடைக்கிறபடியாய்த்தான்ஆகிவிட்டது.

இவைகள் எல்லாவற்றையும்விட சேமலையய்யனின் ஒரே மகனான லட்சுமணன் ஊரை விட்டுப் போய் இரண்டு வருஷகாலம் ஆகிவிட்ட சங்கதி இப்போது ராமாத்தாளை ஒரு நிலையில் நிற்க விடவில்லை. ''அப்பஞ்செத்து கொள்ளி வெக்கிறதுக்குங்கூட இந்தப்பாவி மகன் குடுத்து வெய்க்கிலியே. உனி எந்தச் சீமையில இருக்குறானோ என்னமோ. அவனிருக்குற எடத்தைக் கண்டவிக ஆரு? அய்யா மணீகாரய்யா'' என தலையில் அடித்துக் கொண்டு வீர் வீரென இவள் கத்தியது சுற்றியிருந்தவர்களை அதிகமாக அழவைத்தது.

ஆள் போய், வந்து சேர்ந்த கொழுந்தனாரும், மச்சானும் ராமாத்தாளுக்கு ஆறுதல் சொல்லி விட்டு...

''இத்தனெ நாளாப் பொழச்சு ஈத்துப் பேத்தை யெல்லாம் கண்ணுல கண்டுட்டுப் போறவரெ சும்மா எடுக்கப்படாது! கொட்டித்தட்டி அதுக்குள்ள சீருக எல்லாஞ் செஞ்சுதா எடுக்கோணும். எத்தனெ செலவானாலும் நாங்க போட்டுக்கறோம்'' என்று தாங்களே முன் நின்று ஆகவேண்டிய காரியங்களைக் கவனித்தனர்.

சுண்டக்காமுத்தூரில் இருக்கும் பறையர்களுக்கு ஆள் அனுப்பி அவர்களும் வந்தாயிற்று. ''நம்முளுதுல கொட்டித் தட்டியெடுத்தாக்க, பொறகு தேருக்கட்டி எடுக்குற சீரும் உண்டு. அப்பறம் கட்டெமுட்டி அடுக்கி சுட்டுப் போடறது வழக்கம்'' என்கிற பேச்சுமிருந்தது.

நடு வீட்டுக்கு நேராக வாசலில் கருவேலாங் கட்டைகள் ரெண்டைப் போட்டு தீப் பற்றி தணல் உண்டாக்கி தாரை, தப்பட்டைகளை சூடு பண்ணிக் கொண்டு மாரியும், தண்டல்காரக் காளியும் இன்னொருவனும் தங்களின் வேலையை ஆரம்பித்தனர்.

''த்தூ... ஊ ஊ''

இரண்டு ஊது கொம்புகளை உயர்த்தி இழவு வீட்டைப் பார்த்து ஊதிவிட்டு தப்பட்டை கொட்டிக் கொண்டு வட்டமாய்ச் சுற்றி வந்து ஆடினர்.

காசுகளும், ரூபாய் நோட்டுகளும் போடப்படுவதற்காக அவர்களுக்கு முன்னால் வெள்ளை நிறத் துண்டு விரிக்கப்பட்டிருந்தது. புல்லாங்குழலைக் கையில் வைத்தபடி காலில் கட்டியிருக்கும் சலங்கையொலியோடு மாரி பாட்டுச் சொல்லி ஆடுவதை வாசலில் இருப்பவர்கள் பார்த்தபடியிருந்தனர். மாரியைக் கூப்பிட்டு இரண்டு ரூபாயைக் கொடுத்துவிட்டு செல்லப்பன் உட்காரவும்...

''லோகியம் லோகியம்!

பொறுமைக்குத் தருமரு

அழகுக்கு மன்மதரு

கொடைக்கு கர்ணரு

வில்லுக்கு அர்ச்சுனரு

வீரத்துக்கு பீமரு

யாருன்னு கேட்டாக்க

அதாகப்பட்டது

நம்ம வேலம்பாளையத்துல இருக்கும்

சின்னச்சாமி பண்ணாடி அவுங்க மகன்

ராஜாதி ராஜரு ராஜாமார்த்தெண்டரு

செல்லப்ப பண்ணாடி அவங்க

இங்கெ வந்து

இன்னைக்கு நம்ப சேமலைபண்ணாடியவுங்க

கீழ் லோகத்தை வுட்டு மேலோகம் போறதுனால

நம்முளுக்குப் பண்ணுன தானதருமம்

ரெண்டு ரூபா! ரெண்டு ரூபா!

லோகியம் லோகியம்''

என்று கையை உயர்த்தியபடி வாழ்த்திப் பாடிக் கொண்டே அந்தப் பணத்தை துண்டில் போட்டுவிட்டு புல்லாங்குழலை ஊதியபடி ''ஜலக் ஜலக் ஜலக்'' எனும் சலங்கைச் சப்தத்தோடு சுற்றிச் சுற்றி ஆடினான். அடுத்தடுத்து ஒரு ரூபாய், இரண்டு ரூபாய் என அவரவர்கள் பிரியம் போல் கொடுத்து 'பறையனின் எழவு வீட்டு முய்ப்பணத்தை' வாழ்த்துப்பாட்டு வாயிலாகப் பதிந்து கொண்டிருந்தனர்.

''தட்டுங்கடா!

டண் டணக் டணக்கு டணக்கு

டண் டணக் டணக்கு டணக்கு''

பறைகளின் சப்தம் ஒருவித உறுமலான சோக தொனியோடு அங்கே ஒலித்தபடியிருந்தது. இது போதா தென்று உள்ளூர் மாதாரிகள் பத்துப் பனிரெண்டு பேர் தங்களுடைய தப்பட்டை பலகைகள் சகிதமாய் இந்த வீட்டையொட்டிய வரிசையாய் நின்றபடி தட்டிக் கொண்டிருந்தனர். சுப்பமாதாரி கையில் குச்சி ஒன்றை வைத்தபடி அவர்களை மேற்பார்வை பண்ணுகிறவனாயிருந்தான்.

சம்பாண் வீட்டிலிருந்து 'சரக்கு' வாங்கி வந்து 'தட்டு வாங் கொட்டுவானுக்கெல்லாம்' ஊத்தச் சொல்லி ராமாத்தாளின் மச்சான்காரர் பணங்கொடுத்ததன் பேரில் இரண்டு பேர் ஓட்டமும், நடையுமாய் அங்கே போய் வந்து கொண்டிருந்தனர். ரோட்டோரத்து வேலி மறப்புக்கு ஆள் மாற்றி ஆள்போய் குடித்துவிட்டு வந்து ''பொறுமைக்கு தர்மரு!-புத்திக்கு அர்ச்சுனரு! டண் டணக்கு டண் டணக்கு தட்டுங்கடா டண் டணக்கு'' என ஆட்டபாட்டமெல்லாம் சுறுசுறுப்பாக நடந்தபடியிருந்தது.

தேர்க்கட்டுகிற சாமான்கள் வாங்குவதற்காகக் கோயமுத்தூர் போனவன் ஆட்டோவில் அவைகளைக் கொண்டு வந்து இறக்கினான். பச்சை மூங்கில், பழம், முறுக்கு, கலர்க் காகிதம், பூ வேலைகளுக்கான ஜிகினாக்கள், பட்டாசு உள்பட எடுத்துக்கொண்டு அனுபவப்பட்ட ஆசாரிகள் மூன்று பேர் சென்றனர்.

''தேர்ச்செலவைப் பூராவுமே மருமக்கதா ஏத்துக்கறது மொறை! சின்னு போய்ட்டதால அந்த மொறையெ இப்ப ராமாத்தாளே பண்ணவேணும். அவ பாவம் முண்டெ பெராணி ஒண்டிக்காரி, எல்லாம் சிங்க நல்லூர்க்காரங்களே கவுனிச்சுக்குவாங்க,''

''அது செரி, அவிகள்லெ ஆரு பண்ணுனாலும் ஒண்ணுதானொ. 'நாங்க பாத்துக்கறோம். நீங்க பணங்காசு இல்லீனு தேம்பாதீங்க' அப்பிடின்னு கொழுந்தனாரு வந்ததீமே சொல்லீட்டானப்பா.''

''உன்னமு வண்ணா நாசுவெ செல்லுவழிகன்னு நெறைய செலவுக இருக்குதல்லொ. தேவுலெ பெத்த மகன் இந்தக் காரீத்துக்கு இல்லாமப் போய்ட்டாலும் இவிகளாச்சும் வந்துருந்து செய்யறாங்களே. இதுக் கெல்லாம் அய்யங் குடுத்து வெச்சவருனுதாஞ் சொல்லோணும். இல்லீங்களா?''

''ஆ மா! அப்பறமுங்க, ராமாத்தாளோட பொறந்தவங்காரன் இதுநாவெரைக்கும் எங்க இருக்குறான்னே ஒரு தகோலும் இல்லீங்களா?''

''அப்பிடித்தான்னு வெய்யெ. உனி எங்கே போனானோ என்ன ஆனானோ! தங்கமான பையன் பாவம். என்ன பண்றது? நம்ப வகையறாவிலையே பத்தாவது வெரைலுமு படிச்சவன் அவனொருத் தந்தான்! அவுனுக்கு உனியென்ன வந்துதோ ஒருத்தருகிட்டயும் சொல்லிக்காம ஊரைவுட்டுப் போயி ரெண்டு ரெண்டரெ வருஷத்தப்பிடி ஆவுது.''

''அதேனுங்க? வர்ற சித்திரை பொறந்தா வருஷம் மூணாகப் போகுதுங்களே.''

''எப்பிடி! மாரியாத்தா கோயில் சாட்டெ வெச்சுக் கணக்கு சொல்றயாக்கு.''

''ஆமாமுங்க.''

''நம்ப மணீகாரருக்குங்கூட கடுதாசி போட்டானுங்களாம் லட்சுமணன்! ஆனா அதுல எங்கெயிருந்து தானு எழுதறமுங்கறதை வெச்சு எழுதுலீங்களாம்!''

''அப்பவே இதெச் சொன்னாங்க! அதுக்கும் பொறகுதானோ ஊர்க்கூட்டங்கூட ஒருக்காவோ ரெண்டு தடக்காவோ போட்டாங்களே.''

''நல்லா கெவனம் வெச்சிருக்கறே!''

''அதுக்குள்ளே மறந்தாபோயிருமுங்க! இந்த சம்பாண் அந்த ஞாயத்லெ ஒண்ணும் கட்டுப்படுல பாருங்க.''

''அதெயெ உப்ப ஏ நாம எழவூட்லெ பேசோணும்? யாராச்சும் அவுனுக்கு வேண்டியவுக காதுல வுழுந்தா அப்பறம் சத்தஞ்சல்லுன்னு எதுக்கப்பா வீணா வம்பு? அதெ வுடு''.

கவுண்ணூரு, காளம்பாளையம், வேடபட்டியிலிருந்து வருபவர்களும், அடுத்த ஊர்க்காரர்களும் சேமலையய்யனுடன் பழகியவர்களும் எனக் கூட்டம் சாயங்காலம் நான்கு மணி வரையிலும்

கூட வந்தபடியிருந்தது. வெய்யிலும் தாழ ஆரம்பித்தது.

ராமாத்தாளின் பையனுக்குப் பத்துவயது இருக்கும். அய்யனுக்குக் கொள்ளி வைக்கிற காரியத்துக்கு லட்சுமணன் இல்லாமல் போனதால் பேரன் என்கிற முறையில் அந்தப் பையனையே வைக்கச் சொல்லலாம் என்று பெரியவர்கள் அபிப்ராயப்பட்டதற்கு அவளும் சம்மதம் தந்து, ''இவனே அப்பிச்சிக்கு அதுகளெ செய்யுட்டுமுங்க'' என மகனைக் கட்டிப் பிடித்துக் கொண்டு அழுதாள்.

வீட்டிலிருந்து சவத்தை எடுத்துக்கொண்டு சுடுகாடு நோக்கிப் புறப்படும் வரை-''இப்போதாச்சு இவுரு பெத்தமகன் வந்து சேரமாட்டானா!'' என்கிற மனத் தாங்கல் முக்கியமானவர்களுக்கு இருந்தது. காளப்பட்டியய்யன் தடியை ஊன்றிக்கொண்டு தங்களோடு ஒருவராக நடந்து வந்தது அவர்களுக் கெல்லாம் ஆறுதல் அளிப்பதாகவும் அமைந்தது. பழனியம்மாளின் தோளில் சாய்ந்தபடி ராமாத்தாள் சிறு பிள்ளைபோல் தந்தையின் சாவை எண்ணியெண்ணி...

''எறக்கியுட்டா எறும்புகடிச்சுப் போடும்னு
வாரியெடுத்து வன்னுத முத்தங்குடுத்தீங்களே!
மண்ணுல உட்டா மாத்துக்கொறஞ்சு போகும்னு
மார்மேல போட்டு வளர்த்துனீங்களே!''

என்று பிலாக்கணம் இட்டு, அன்றைக்கு ராத்திரியெல்லாம் அழுது கொண்டிருந்தாள்.

லட்சுமணன். ராமாத்தாளுடன் பிறந்த ஒரே தம்பி. அவளைவிடப் பத்துப் பனிரெண்டு வயது இளையவனான அவனுக்கு வயது முப்பதுக்குள்தான் இருக்கும். இன்னமும் கல்யாணம் இல்லை. காரமடை ரங்கநாதருக்கு, தான் செய்து கொண்ட வேண்டுதலின்படிதான் மக்களுக்கு அய்யன் இப்படிப் பேர் வைத்தது என்பார்கள்.

''நல்ல சூட்டிப்பு! ஊருப் பொதுக் காரீங்கள்லெ நின்னு வெகு அக்கறையாச் செய்வானே'' என காளப்பட்டியய்யன்கூட அடிக்கடி

பாராட்டுவதுண்டு.

வடக்குவழுவில் உள்ள மாரியாத்தா கோயில் பண்டிகையை ஒவ்வொரு சித்திரையிலும் கொண்டாடுகிற வழக்கம் முந்தியெல்லாம் நடைமுறையிலிருந்தது.

''கொங்க மழையும், கோடைமழையும் பேசிவெச்சாப்லெ இங்கத்த ஜனங்களெ ஏச்சுப் போட்டுது! அதுனாலெ அந்த ஆத்தாளுக்கு மூணுவருஷத்திக் கொருக்கா நோம்பி பண்றதே பெருசாப் போச்சு இப்பொ'' என்கிற விதமாய் நளடைவில் ஆகிப்போனது. பதினைந்து நாள் சாட்டு வைத்து கரகம் எடுத்தலும்; கிடாய் வெட்டுதலும்; மஞ்சள் நீராடுதலுமாக ஊரைக் கோலாகலப்படுத்தின அந்த நோம்பிதான் லட்சுமணன் உள்பட இன்னுஞ்சிலரையெல்லாம் 'நிற்க நேரமில்லாமல்' வேலை வாங்குகிற ஒன்றாகவும் சுழன்று வந்தது.

வேலம்பாளையத்து வேளாளர்கள் எல்லாம் ஒன்று சேர்ந்து, தங்களுக்கென்று தனியாகத்தான் அந்த மாரியம்மன் கோயிலைக் கட்டி விழாவெடுத்து வந்தனர். எல்லா சாதிக்காரர்களும் இதில் கலந்து கொண்டு சாமி கும்பிடலாம். தேங்காய் பழம் கொண்டு வந்து பூஜை செய்யலாம். ஆனால் பூஜையில் முதன்மையும் முதல் விபூதியும் தங்களுக்கே தரப்பட வேண்டும் என்பதை வேளாளர்கள் அமுல்படுத்தியிருந்தனர். அது போன்றே வரிவிதிப்பு, அதைத் தராதவர்களைத் தள்ளி வைப்பு முதலானவைகளைத் தங்கள் இனத்தாருக்குள்ளே மட்டுந்தான் கடைப்பிடித்தும் வந்தனர். மற்ற மூன்று நான்கு இனத்தினர் இவ்வூரில் வசித்தபோதிலும் அவர்களை இதில் சம்பந்தப்படுத்தவில்லை. வா என்று அழைத்துக் கொண்டோ, வருபவர்களை வேண்டாம் என்று தடுத்துக் கொண்டோ இருக்காமல் தங்கள் இயல்பான போக்கில் நடந்தபடியிருந்தனர்.

'மாங்கல்யவரி' என்று ஊர்க்கூட்டத்தில் பேசி முடிவு செய்தபடி ஒரு தாலிக்கு இருபத்தைந்து ரூபாய்வீதம் வரிப்பணம் தந்துவிடவேண்டும். கல்யாணமாகி பெற்றோர்களின் வீட்டோடு இருந்து குடும்பம் நடத்து பவர்களும் அந்தப் பிரகாரம் கொடுப்பதுதான் முறை என இருந்தது.

புருஷனை இழந்து விதவையாகி விட்டவர்களுக்கு வரி இல்லை. அவர்கள் முடியுமானால் வரியில் பாதித் தொகையை வீடு வீடாக வசூலுக்கு வருபவர்களிடத்தில் தந்து விடலாம். ஆனால் வற்புறுத்தலோ கொடுத்தாக வேண்டுமெனும் கட்டாயமோ ஒன்றுங்கிடையாது. ''முண்டச்சியெ பாவம் ஏன் அவதிப்படுத்தோணும்'' என அனுதாபங் காட்டுவர்.

உள்ளூரிலேயே கல்யாணமாகியவர்களும் சரி, வெளியூரிலிருந்து கல்யாணம் பண்ணிக்கொண்டு வந்தவர்களும் சரி 'கல்யாணப் பணம்' என்று வரிப்பணத்தோடு சேர்த்து, ஐம்பது ரூபாயைக் கூடுதலாகக் கொடுக்க வேண்டும். இந்தப் பண்டிகை முடிந்து, அடுத்த பண்டிகை வருவதற்குள் உள்ள இடைவெளியில் மாப்பிள்ளையாகிறவர்கள் இப்படி ஒரு புது வரியைச் சந்திப்பது சகஜமாய்ப் போனது. இது எல்லோரது உடன்பாட்டோடுதான் நடந்து வந்தது, இது தவிர தாங்களாக முன் வந்து கோயிலுக்கென எவ்வளவு தந்தாலும் அதற்கு மறுப்பில்லை. ஆனால் கூட்டத்தில் பேசியபடி போடப்பட்ட வரியைத் தராமல் இருந்து விட்டாலோ, தர முடியாது என்று வீறாப்பு செய்தாலோ அதற்குப்பிறகு நிகழ்கிற சங்கடங்கள்தான் வித விதமானவை. அதுவெல்லாம் பண்டிகை முடிந்ததற்குப் பின்னால் விபரீத ரூபம் எடுக்கும். வரி கொடுக்காதவன் வீட்டுக்கு எந்தச் சுக துக்கக் காரியங்களுக்கும் போக மாட்டார்கள். அவன் யார் வீட்டுக்கு வந்தாலும் அனுமதிக்க மாட்டார்கள்! இப்படியொரு 'பிடிப்பு' பல வருஷங்களாக இந்தப் பக்கமுள்ள ஊர்களில் வேரோடிப் போயிருந்தது.

வரி வசூல் செய்வதிலிருந்து தொடங்கி மாரியம்மனுக்குப் பண்டிகை சாட்டி அது முற்றுப்பெற்று பிறகு பொதுஜனங்களை முன் வைத்து 'வரவு செலவு கணக்கு'ப் பார்ப்பார்கள். மீதமாகும் பணத்தையும், மிஞ்சிய பொருட்களையும் ஏலம்விட்டு அதில் கிடைத்த பணத்தையும் வைத்துக் கொண்டு கோயிலுக்கென புதுசாக கட்டிட வேலைகள் ஏதாவது செய்வதோ சாமிக்குத் தேவையான நிலையான பொருட்களை வாங்குவதோ போன்றவைகளைப் பண்ணுவதுண்டு.

இப்படித்தான் போன தடவை பண்டிகை முடிந்து கணக்குப் பார்த்தபோது இரண்டாயிரம் ரூபாயும், கொஞ்சம் சில்லறையுமாக மிச்சமாகியிருப்பது தெரியவந்தது. மணியகாரர் உள்பட பெரியவர்கள் முன்னாலிருந்து அந்தப் பணத்தை லட்சுமணன் வசத்தில் கொடுத்து வைத்தனர். 'மாரியம்மன் கோயிலைச் சுற்றி பின்புறமிருந்து ஒரு சுற்றுச் சுவர் கட்டுகிற வேலையை இந்தப் பணத்தைக் கொண்டு செஞ்சுடலாம். அஸ்திவாரம் தோண்டுறதை வர்ற வெள்ளிக்கிழமை முகூர்த்த நாளன்னைக்கு ஆரம்பிச்சுடலாம். அதுக்கு இன்னமும் நாலஞ்சு நாள்தான் பாக்கியிருக்கு, அதுக்குள்ளெ இதைக் கொண்டுட்டு பேங்குக்கு ஏம்போகோணும்?...

''நம்ம லட்சுமணங்கிட்டதானெ வரவு செலவு வசூல் கணக்குகளெக் குறிச்ச நோட்டுகெல்லாம் இருக்குது, இந்தப் பணத்தையு அவங்கிட்டவே குடுத்து வெய்ங்க'' என எல்லோரும் ஒரேமனதாகச் சொன்னதன் பேரிலும், அதை வாங்க முழுச் சம்மதம் இல்லாத போதிலும் இவன் வாங்க வேண்டி நேரிட்டது. எதிர் வந்த வெள்ளிக்கிழமையன்று அஸ்திவாரம் தோண்டுவதற்கு ஆட்களைக் கூப்பிடுவதற்கான யோசனையில் இவனைத் தேடி வீட்டுக்கு வந்த போதுதான் இவன் இல்லை. எங்கு போனான்? எப்போது வருவான்? ஏதாவது சொல்லிவிட்டுப் போனானா? இவைகளெதுவும் யாருக்கும் தெரியாது.

சேமலையய்யனுக்கோ ஊர்ப்பணத்தைக் கொண்டுட்டு இப்படித் தன் மகன் ஓடி விட்டதாக 'பேர்க்கெடுதி' வந்துட்டுதே என்று மனமொடிந்து விட்டது. ராமாத்தாளுக்கு உண்டான வேதனை சாதாரணமானதல்ல! அப்பனும், மகளும் ஊராரின் வசவுகளுக்குப் பதில் சொல்ல வியலாமல் திண்டாடிப் போயினர்.

'மாரியாத்தா கோயில் பணம் அம்போன்னு போயிடுச்சு' என்கிற பேச்சு நாள்தோறுமாய் வளர்ந்து ஊருக்குள் வழுவுக்கு வழுவு தொடர்ந்து குதி போட்டுக் கொண்டிருந்தது.

''என்னய்யா இதெ தட்டிக்கேப்பாரே இல்லியா? நானோ நீயோ இப்பிடிப் பெரியதனம் பண்ணிருந்தா வுட்டுப்போடுவாங்களா இந்தப்

பெரிய மனுஷருக. நா தெரியாமக் கேக்கறெ?'' என்றான் கொம்புசீவி கொமாரசாமி.

சின்னப் பசங்கள் நாலைந்து பேர் ஒன்றாய்ச் சேர்ந்திருந்தால் போதும் ''டேய் இவங்கிட்ட நீயி சண்டை போட்டீனா ஜெயிக்க முடியுமா? ஒரே அமுத்தா அமுத்தி மண்ணைக் கவ்வ வெச்சிடுவான். என்றும் அவந்தா உன்னப்பத்தி முந்தா நேத்தைக்கூட என்னென்னமோ திட்டியிட்டிருந்தான். அவனெ நீ கேளுடா என்றும், நீ சாமர்த்திய வாளியா இருந்தா அவனெ ஒரு கிள்ளு கிள்ளிப்போடு பார்த்துர்லாம்'' என்றும் அவர்களைச் சீண்டி விட்டு ஒருத்தர்க்கு ஒருத்தர் அடித்துக் கொள்வதைப் பார்த்துச் சந்தோஷத்தோடு வெற்றிலை மென்று கொண்டிருப்பதில் இந்தக் கொமாரசாமி கெட்டிக்காரன்.

''ம் கூட்டத்துல பேசி முடிவு பண்ணுனாப்பிடி ஆட்டுக்கு இத்தனையின்னு வரிக் குடுத்தது நம்ம முன்னூறு ஆட்டு வெள்ளாளருக மட்டுமில்லேப்பா, ஜாதி வித்தியாசமில்லாம எல்லாருமே அவங்களுக்கு முடிஞ்சதெ ஆத்தா காரியத்துக்கு குடுத்தாங்கலெல்லோ?'' சாட்டைக்கு முனை வைத்துக்கொண்டே மொட்டையப்பன்தான் இப்படிச் சொன்னது.

''ஆமா அப்படியொரு ஒத்துமையிருந்தங் காட்டித்தானொ அத்தனெ அமுசமா நோம்பியெக் கும்புட்டோம்.''

''செரி கும்புட்டீங்க. கடைசியில கணக்குப் பார்த்தீங்க. மிச்சமான பணத்தெ ஒருத்தங்கிட்டெக் குடுத்து வெச்சீங்க, அது உப்ப என்னாச்சு?''

''யாராச்சும் குடுக்கறதுல கொற பண்ணிருந்தாலோ, இல்ல குடுக்காம இருந்திருந்தாலோ வுட்டுருவாங்களா! இவிக. நாங்கேக்கறே?''

''அதெப்பிடி வுடுவாங்க?'''

''அப்பொ அதையுமட்டும் வுட மாட்டாங்கொ. இப்பிடி கொண்டுட்டு ஓடுனா மட்டும் கொறக்கிழிபாஞ்சு உக்காந்துக்குவாங்கொ இல்லே.''

''மின்னாலே நின்னு சாமி காரீத்தெ செஞ்சவிக இந்த விசியத்தெ காத்துலயா வுட்டுருவாங்க? எல்லாத்தையும் கவனிப்பாங்க. என்னமோ சொன்னாப்ல 'தொண்டக்குழிக்குள்ளே பிக்குது' என்ன பண்றதுங்குற கணக்காவில்லெ நெலமை ஆகிப்போச்சு.''

பிறகு, கோயிலில் ஊர்க்கூட்டம் போடுவதாக முடிவாயிற்று. ஊர் நாவிதன் வீடு வீடாகப் போய் ''சாமி! இன்னைக்கு ராத்திரி எட்டுமணிக்கு வடக்கு வழுவு மாரியாத்தா கோயில்ல ஊர்க் கூட்டமுங்க. ஊட்டுக்கு ஒருத்தரு கண்டுஷனா வரச் சொல்லி பெரியவுங்க சொல்லியுட்டாங்க'' என காலையிலிருந்தே சொல்லிக்கொண்டிருந்தான்.

மணியக்காரர், பெரியதனக்காரர் சீருக்காரச் சொக்கணன், பொரியசாமி செல்லப்பன் உள்பட பலரும் நேரமே வந்து கோயிலின் சிமெண்ட் வாசலில் குழுமியிருந்தனர். வானம் துலாம்பரமாக இருந்தது. துடைத்து வைத்த மாதிரி ஒரு அப்பழுக்கில்லாமல் நிலாவின் பயணத்திற்கு அது சுத்தப்படுத்தி வைத்த நிலையில் காணப்பட்டது. பூவரச மரத்துக் காற்று இலைகளை படபடவெனத் தாளமடித்த படியிருந்தது.

எல்லோரும் வந்து 'மீதமான பணம் ஊரைவிட்டு ஓடிவிட்ட சங்கதி' குறித்து முடிவறிய காத்திருந்தனர். காளப்பட்டியய்யன் கூட்டம் ஆரம்பிக்கிற சமயத்தில் பொட் பொட்டென்று தடியை ஊன்றிக் கொண்டு வந்து சேர்ந்து விட்டார். அவரிடம் ஒரு வார்த்தை கேட்டு விட்டு சேமலையய்யனுக்கும், ராமாத்தாளுக்கும் ஆள் அனுப்பினர்.

''ம்... பின்னெ அவிககிட்டயும் கேட்டுக்கோணுமில்லெ! என்ன சொல்றாங்கன்னு.''

-கூட்டியும் வந்தாயிற்று; ''அப்புறம் உனி ஒருத்தரெ ஒருத்தரு பாத்துட்டு இருந்தா எப்படி? பேசிப்போடுலாமல்ல'' என ஆரம்பித்து-

கோயில் பண்டிகையில் மீதமான இரண்டாயிரத்து நூற்று ஐந்து ரூபாயை லட்சுமணனிடம் கொடுத்து வைத்ததையும்; அவன்

யாரிடமும் சொல்லாமல் ஊரைவிட்டுப்போய் மூன்று மாதம் தாண்டிவிட்டதையும்; இன்னமும்கூட கொஞ்ச நாள் அவனை எதிர்பார்க்கலாம் என்பதை மற்றவர்கள் ஒத்துக்கொள்ள மாட்டார்கள் என்பதனாலேயே இந்தக் கூட்டத்தைக் கூட்டி உள்ளது. எல்லாருமாகச் சேர்ந்து ஒருமுடிவு பண்ணிக்கொள்ளலாம் என்றும் மணியகாரர் தன் கருத்தைச் சொன்னார்.

லட்சுமணன் போய்விட்டாலும் அவனது அக்காவும், அய்யனும் இங்கே உள்ளதால் அவர்களிடம் கேட்கலாம் எனச் சிலர் அபிப்ராயப்பட்டனர். 'சேமலையய்யன் இதற்குப் பாவம் என்ன செய்ய முடியும் என்கிற அனுதாபம் ஒருபக்கம் கிளம்பினாலும் மகனுக்கு உள்ள சொத்தில் இருந்து எடுத்து அவர் இதைக் கொடுத்து விடலாமல்லவா என இன்னொரு பக்கத்திலிருந்து யோசனை சொல்லப்பட்டது.

ஒன்றரை ஏக்கர் மேட்டாங்காடு சேமலையய்யனின் சொத்தாக உண்டு. அது இன்னமும் அவர் பேருக்குத் தான் உள்ளதேயொழிய லட்சுமணனுக்கு எழுதப்படவில்லை: எனினும் அந்த மானாவாரிப் புழுதிக் காட்டை வைத்துக் கொண்டு அவர் பணத்துக்கு எங்கே போவார்? அதையும் நாம் தான் யோசனை செய்ய வேண்டும்.

இருப்பினும், 'ஊர் ஞாயத்தில் கட்டுப்பட வேண்டும்' என்கிற அக்கறை இருக்கும் பட்சத்தில் அந்த நிலத்தை அடமானம் வைத்தாவது பணத்தைச் சரிபண்ணிக் கொடுத்து விடலாம்.

ஆனால் இப்போதைய வெறுமையில் இந்த வறக்காட்டை ஏற்றுக்கொண்டு அடமானப் பணம்தான் யார் கொடுக்க முன் வருவார்கள்? என்றெல்லாம் பேசப்பட்டது.

''எப்பிடியும் சரி பண்ணித்தான் ஆகோணும்'' என்று விடாமல் சச்சரவை நீட்டிக் கொண்டிருந்த கொமாரசாமி உள்பட சிலரைப் பார்த்து ''அந்தக்காட்டெ வெச்சுட்டு ரெண்டாயிரமோ மூணாயிரமோ நீங்களே யாராச்சும் சரிபண்ணிக் குடுத்துருலாமல்ல'' என மருதமுத்து

கேட்டான். ''அத்தனெ பணத்துக்கு நானெங்கெ போவேன்? இங்கே அவனவன் அன்னாடும் சோத்துக்கு வழி பண்றதே பெரும்பாடாப் போச்சு'' என்று விழுங்கவும் ''இப்பத்தெரியுதல்ல பூளவாக்கு! அப்புறம் ஏன் குத்தியுடுற ஞாயமெல்லா பேசறே?'' என ஒரு சீற்றம் பாயவும் ''இல்லெ ஒரு ஓசுனெ பொதுப் படையாச் சொன்னேன்'' என மழுப்பவும் ''இந்த ஓசுனையையெல்லா கொண்டு போயி மாட்டுத்தாழில தவுட்டுக்குப் பதிலா போடு'' என்கிறபடியாய் பரபரப்பு மேலிட்டு விட்டது! ''செரி, உங்களுக்குள்ள தகராறு எதுக்கு? கம்னு இருங்க'' என்று மணியகாரர் சற்று கோபத்துடன் கடிந்ததன் பேரில் அது மட்டுப்பட்டது,

''சரி சேமலையய்யன் பேருக்கு காடு இருக்கிறது. லட்சுமணன் வசத்தில் நாம் கொடுத்த பணத்தோடு அதைத் தொடர்புபடுத்திப் பேசுவது அவ்வளவு பொருத்தமாக இல்லை. வேண்டுமானால் மேற்கொண்டு என்ன பண்ணலாம் என்பதற்கு அவரிடமே யோசனை கேட்டுப் பார்க்கலாம்'' என்று காளப்பட்டியய்யனிடம் சொன்னார் செல்லப்பன்.

''இப்போது இங்கேயுள்ள எல்லோருடைய குடும்பங்களின் நிலவரமும் நமக்குத் தெரிந்ததுதான். சேலையய்யன் தற்சமயம் மகளுடைய ஆதரவில்தான் இருக்கிறார். இங்கே உள்ள குடியானவர்களில் அவருக்கு மட்டுமல்ல, எல்லோருக்குமே கட்டுகிற கோவணத்தின் அகலத்திலாவது காடு உள்ளது. அந்த கால்படிக் காட்டையும் உயிரைக் கையில் பிடித்து வைத்திருக்கிற மாதிரி அவரவர் காப்பாற்றி வைத்துக் கொண்டுள்ளனர். ஆனால் அந்தக் காட்டின் மூலம் இப்போதைக்கு எந்தவிதப் பிரயோஜனமும் இல்லை. அன்றன்றைய சோற்றுக்கு வழி பண்ணுவதற்கே கண்கள் பிதுங்குகிறபடி சிரமப்பட வேண்டியுள்ளது.

லட்சுமணன் எந்த வேலையையும் திறமையாகச் செய்யக் கூடிய நல்ல பையன்தான். அதுவும் ஊர்ப் பொதுக் காரியங்களில் பசியையும், தாகத்தையுங்கூட மறந்துவிட்டுப் பாடுபடக் கூடியவன். வெள்ளைச்

சோளத்தைப்போல் ஒளிவு மறைவில்லாத நேர்மையான பேச்சும், நடத்தையும் கொண்டவன். அவனுக்கு ஏற்ற வேலை இங்கு எதுவும் கிடைக்காமல் சற்று சஞ்சலம் கொண்டிருந்தான். இப்போது ஊர்க்கூட்டம் போட்டு பேசுகிறபடியாக அவனது போறாத காலம் செய்து விட்டது என்கிற கருத்துப்பட அவர் சொன்னதை அங்கிருந்தவர்கள் காதுகளில் வாங்கிக் கொண்டிருந்தனர்!

அவர் சொல்வதைப்போல் இந்த நிலைமையில் சேமலையய் யனைப் பிடித்து நெருக்கடி செய்து கொண்டிருப்பது சரியில்லை என்பது பரவலாகத் தோன்றிவிட்ட போதிலும் ''ஞாயம்னா ஞாயமா இருக்க வேணும்! நீங்க முக்கால்வாசிப் பேருக லட்சுமணன் நல்லவன் நேர்மையானவன்னு அவனோட முன்னைய குணங்களைப் பத்தியே திருப்பித் திருப்பி பேசிட்டிருக்கீங்க. இதுக்காகவா இங்க இத்தனை பேரு கூடுனது? அவன் இப்ப எப்பிடிப்பட்டவனா இருக்குறான்? என்னகாரியம் செய்திருக்கிறான்? அப்பிடிங்கறதை வெச்சுத்தான் யோக்கியத்தை தீர்மானம் பண்ணவேணும். அதுக்கும் பொறகு உன்ரது, என்ரதுங்குற பிரிவினையில்லாம யார்னாலும் சரி, அருத்தமான ஞாயத்தோட தீர்வு காணவேணும்'' எனச் சிலரும் சற்று 'வெடுக்'கென்று பேசினர்!

சரி இப்ப தாயும், புள்ளைன்னாலும் வாயும் வயிறும் வேறவேறதானேங்கறதை யாரும் இல்லேன்னு சொல்லப் போறதில்லை. ராமாத்தாளே நம்பகிட்டெ 'காடு' அய்யம் பேர்ல இருக்குது, அதுக்கும் நீங்க லட்சுமணங்கிட்ட குடுத்த பணத்துக்கும் சம்பந்தங்கெடையாது. அவன் வந்தால் அவன்கிட்டத்தான் நீங்க பணத்தை வசூலிச்சுக்க வேணும் எங்களைத் தண்டிக்கா தீங்கன்னு சொன்னால் நாம என்ன செய்யப் போறோம்? என்று ஒரு சாராரும், இனிமே, இந்தப் பணத்தைப் பத்தி யாரும் சண்டை சச்சரவுகளோ, சாடைமாடைப் பேச்சுக்களோ வைத்துக்கொள்ள வேண்டாமென்றும் இத்தனை நாள் பொறுத்திருந்தாற் போலவே இன்னமும் கொஞ்ச நாள் பொறுத்திருந்து பார்க்கலாம். அதுக்குள் லட்சுமணன் வந்து

சேர்ந்துவிட்டால் எல்லாம் சரியாகி விடும் என்று பிறிதொரு சாராரும் பேசிக் கொண்ட போதிலும்,

''மேற்கொண்டு யாருக்காச்சும் மறுப்பு இருந்தாலும் இப்பவே சொல்லீடுங்க'' என எல்லோரையும் பார்த்து மணியகாரர் சம்மதம் உண்டாகாத மனதோடுதான் கடைசியிலும் கேட்டார். 'எப்பிடியாவது ஊர்ப் பொதுப் பணத்தை லட்சுமணனோட தகப்பன் என்கிற காரணத்தை மனதில் கொண்டு சேமலையய்யன்தான் முடிவு செய்து வழி பண்ணவேண்டும்' என்கிற ஒட்டு மொத்தமான கருத்தே அங்கிருந்தவர்களின் மௌனங்களினால் மேலோங்கித் தெரிந்தது.

அதன் பிறகு வேறெந்த விதண்டாவாதமும் கிளம்பவில்லை. கூட்டம் கலைந்து அவரவர் இல்லங்களுக்குப் போய்ச் சேரும்போது நிலா நடு வானத்தைத் தாண்டி மேற்கே நகர்ந்திருந்தது. வெளிறிப் போன மேகங்கள் ஆங்காங்கே சிதறிப் போயிருந்தன.

ராமாத்தாளும், சேமலையய்யனும், 'போனவனை'ப் பற்றிய வேதனையோடு தூக்கம் வராமல் இரவெல்லாம் துக்கப்பட்டுக் கொண்டிருந்தனர். அப்படிச் சில இரவுகளைக் கடந்து ஒரு பகல் வந்தது! அந்தப் பகல்தான் லட்சுமணனின் கடிதத்தைக் கொண்டு வந்தது.

பேரூர் பட்டீஸ்வரன் கோயிலில் மத்தியான பூஜைக்காகப் பகல் பனிரெண்டு மணிக்கு அடிக்கிற மணிசப்தம் கேட்டது. தெற்கு நோக்கிக் காற்று வீசுகிற வேளைகளில் தான் வேலம்பாளையத்துப் பக்கமுள்ள ஊர்களுக்கு அது கேட்கும்.

லட்சுமணன் மணியகாரர் பெயருக்குத்தான் அந்தக் கடிதத்தை அனுப்பியிருந்தான். அந்த ஊர்ப் பள்ளிக் கூடத்து வாத்தியாருக்கோ இல்லையென்றால் மணியகாரர் வீட்டுக்கோதான் எப்போதாவது இப்படிக் கடிதம் கொண்டுவருகிற வேலை தபால்காரருக்கு உண்டாகும். பொதுவாக கடுதாசி இந்த ஊருக்கு ஜாஸ்தி வராது, தூரத்துல இருந்து அத்தி பூத்தாப்ல தந்திதா எப்பாச்சும் வரும். அதைவுட்டா மாசா மாசம் ஏழெட்டுப் பேருக்கு அனாதெ பணம் வரும்! அந்த மணியார்டரைக்

கொண்டுட்டு தொங்கா தொங்கான்னு சைக்கிள ஓட்டிட்டு நா வரோணும்'' என அவர் சலித்துக் கொள்வதுண்டு.

அப்படி அன்று மணியகாரருக்கு வந்திருந்த கடிதத்தில் 'ஒருத்தரிடமும் சொல்லிக் கொள்ளாமல் திடீரென்று வந்து விட்டதற்கு மன்னிக்கச் சொல்லியும், தன்னிடம் கொடுத்திருந்த பொதுப்பணம் இரண்டாயிரத்துச் சில்லரை ரூபாயையும் உள்ளூர் சம்பாணிடத்தில் அவன் கொடுத்திருப்பதையும் அதை நீங்கள் கேட்டு வாங்கிக் கொள்ளுங்கள், என்பதையும் எழுதியிருந்ததோடு சம்பாணுக்கும் இது பற்றி தான் கடிதம் போட்டிருப்பதையும் தெளிவாக லட்சுமணன் குறிப்பிட்டிருந்தான்.

அவன் எங்கிருந்து இதை எழுதினான்? என்னதொழில் செய்கிறான்? அய்யனுக்கும், அக்காளுக்கும் இன்னதைச் சொல்லுங்கள் என்பதைப் பற்றியோ ஒன்றும் குறிப்பிடாமல் விட்டு விட்டான்.

'இனி அவுகபேர்ல என்ன மனத்தாங்கலோ' என்று மணியகாரர் எண்ணிய போதிலும், இந்தப் பொதுப் பணம் பற்றின பிரச்னையின் தொந்தரவு தீர்ந்தது என்பதுபோல் அமைதியும் சற்று சந்தோஷமும் உண்டாயிற்று. எனினும் 'அவங்கிட்ட எதுக்கு இவன் பணத்தைக் குடுத்தான்?' என்கிற சின்ன சலனமும் அதனுடன் சேர்ந்து ஒட்டிக் கொண்டது.

அந்தக் கடிதத்தை எடுத்துக் கொண்டு காளப்பட்டி அய்யனைப் பார்க்கப் போனார். நெல்லி மரத்து நிழலில் நின்று கொண்டு பானையில் இருந்த தண்ணீரை எடுத்துக் குளித்துக் கொண்டிருந்தார் அவர். 'கந்தைன் னாலும் கசக்கி உடுத்து. கூழுன்னாலும் குளுச்சுப் போட்டுக் குடிங்கிறதோட அருமை அதும்படி செஞ்சு பாத்தவிகளுக்குத்தா தெரியும்' என்பவர். வாலிபத்தில் எப்படிக் கட்டு மஸ்தான 'பெருங்கூட்டு ஆளாக' இருந்திருப்பார் என்பதை அவருடைய திரேகத்தில் இப்போது தெரிகிற சுருக்கங்களே கூட எடுத்துக் காட்டுவது போலிருந்தன. துண்டை மடித்துக் கோவணங்கட்டியவாறு மோந்து மோந்து அவர் மேலுக்கு வார்த்துக்

கொண்டிருந்தது முதிய யானை ஒன்று தும்பிக்கையில் நீரை உறிஞ்சி உறிஞ்சித் தன் உடம்புக்கு அடித்துக் குளித்துக் கொண்டிருப்பது போலிருந்தது.

அருகில் போட்டிருந்த கயிற்றுக்கட்டிலில் மணியகாரரை உட்காரச் சொல்லி விட்டு வேட்டியை உதறிக் கட்டியபடி உடம்பைத் துடைத்துக் கொண்டு வந்தார். ''மத்தியான வெய்யொப் போடுற போட்டுக்கு ஒரு சொம்புத் தண்ணியாச்சும் 'மேலுக்கு' ஊத்துலீனா தாங்க முடியறதில்லெ அப்புனு.''

''ஆமாங்க! நீங்க மிந்தியெல்லாம் குளுர் காலத்துலயுங்கூட குளுந் தண்ணிலதான் குளிப்ப முன்னுட்டு அதும்படியே செஞ்கிட்டிருந்ததாச் சொல்லுவாங்க. அப்பறம் வெடியாலெ வெறும் வயித்திலெ அருகம் புல்லுச்சாறு அரெக் கௌாசு குடிச்சுப் போடுவீங்க. உங்களாட்டவெல்லா மித்தவிகளால பண்ணமுடியாது''

''எல்லாமே பழக்கமு, கட்டுப் பாடுந்தா அப்புனு.''

''அப்புடியேஆகாரம் பண்ணீட்டு வந்துருங்கொ, அப்பறம் நாம பேசுலாம்'' என்ற மணியகாரரை ''அதுக்கென்ன எந்திரி, ரெண்டு பேருமே ஆளுக்கொரு வாய் உங்குலாம் வா'' எனக் கூப்பிட்டார். ''நானெல்லா ஆச்சுங்க. இந்நேரம் வெரைக்கும் நம்முளுது தாங்கா துங்களே. நீங்க உண்ணுங்க. பசியோட இருப்பீங்க. நேத்தைக்கு மத்தியானம் உண்டதா இருக்கும். உங்களுக்கு ரவ்வுச்சோறு உங்குற வழக்கமில்லியே?''

''அதெ வுட்டு வருஷம் இரவதுக்குப் பக்கமாவுல்லெ ஆகப்போகுது. வெடியாலெ எதோ பழசோ பரட்டையோ புளுதண்ணியெ ஊத்திக் கரச்சுக் குடிச்சுக் கறது. அப்புறம் உனி இந்நேரப் பொழுதுக்கு மேலதா, எதாலும் ஆகாரம். இதோட நிறுத்திக்கறது. செரி எந்திரி நீயி.''

''இல்லீங்க. எனக்கு ஒண்ணும் வேண்டாங்க நீங்க போங்க.''

''செரி, நா சித்தெ போயி உங்கறேன்! களையெடுக்கப் போனவிகளும் வந்துருட்டும்.''

''மருமக்கெல்லா வேலைக்குப் போயிட்டு உன்னமு வர்லீங்களா?''

''இல்லெ. உன்னஞ்சித்தெ போகோணும். வூட்டு நெழலு நடுவாசலுக்குப் போயிரும் அவிக வர்றப்ப. உப்பவெல்லா ஒரு நேரத்து வேலெ தானொ.''

''ஆமாமுங்க. அப்புறம் நா வந்த விசியத்தைச் சொல்லாமயே உக்காந்துட்டம் பாருங்க.''

என்று தனக்கு லட்சுமணன் கடிதம் போட்டிருப்பதையும், அதில் அந்தப் பொதுப்பணம் பற்றி அவன் எழுதியிருப்பதையும் மணியகாரர் சொன்னார்.

''அடடே! அதுமு அப்பிடியா? எப்பிடியோ போன எடத்துல சேமமா இருந்தான்னா நல்லது. அதுதாம் பார்த்தெயல்லொ மித்தவிகளாட்டம் திருட்டுப் பெரட்டுப் பண்றவனல்லொ அவன். என்னுமோ ஒரு இக்கட்டுல பொறப்பட்டுப் போக வேண்டீது ஆகிப் போச்சுப் போல இருக்குது. செரி, மறக்காம காயிதம் போட்டிருக்கானல்லொ. அது போதும். வல்லு வலுசலு கெல்லாம் ஆளுக்கொரு பக்கமாப் பேசறதுக்குத் தக்குனாப்லெ வெனைகினை பண்ணிக்காமெ இருக்கற துக்கு இவம் பண்ணுனது தேவுலை! அப்பறமதுலெ, இன்னமொன்னு என்ர மனசுக்குப்படுது.''

''என்னதுங்க?''

''ஒண்ணுமில்லெ. இப்பவே இந்தக் காயித்தப் பத்தி நாம காவுரி பண்ணப்படாது. ரெண்டு மூணு நாளுப் போவுட்டும். ஊர்க்கூட்டம் ஒண்ணு மறுக்காவும் போட்டு சம்பாணைக் கூப்புட்டு அந்தப் பணத்தைக் கேக்குலாம்.''

''நல்லது தாங்க. நானும் அதுக்குத்தா உங்ககிட்டெ வந்தது. நம்ப ரெண்டு பேர்த்துக்குள்ள மட்டும் இது இருக்குட்டும், ஏன்னா அந்தச் சம்பாண் செரியான மொரட்டு ஆளு. எதைமு எடுத்தெறிஞ்சு பேசறவன் ஆச்சே.''

‘‘ஆமா! அது நம்முளுக்குத் தெரியாமயா போச்சு! பத்துப் பேருக்கு மின்னாலெ வெச்சு மாரியாத்தா கோயில் பொதுப் பணத்துக்கு இப்ப என்ன சொல்றீனு கிட்டியீல போட்டாப்லெ நிறுத்தினாத்தான் செரிப்படும். ஊருக்காரனுகளும் ஒரு முடுவுக்கு வர்றதுக்குத் தோதுப்படும்.’’

‘‘அப்படியே பண்ணிக்குலாமுங்க.’’

‘‘எனக்கு மனசுக்குள்ளே ஒரு வருத்தம் என்னனா காயிதம் எழுதுன பையன் அவிக அய்யன் சேமலைக்கும் ஒரு வரி வெச்சு எழுதியிருந்தான்னா நல்லாயிருக்கும். அவனெங்கயோ இருக்கட்டும். சவுரீப்பட்டப்ப வருட்டும். பாவம்! அவிக ரெண்டு பேரும் இதனாலெ அன்னாடும் அழுதுட்டு இருக்குறாங்கொ. செரி நாமனாலும் சொல்லிக்கிலா ‘நாம் போனதெப்பத்தி வருத்தப்பட்டுக்காதீங்கோ! அனுசுக்கு வந்து சேந்தர்றம்னுதா உங்களுக்குஞ்சேத்தி எழுதியிருக்கான்’னு. உனி என்ன பண்றது? நாமதான் சொல்லணும்!’’

சாயங்காலமாய் தடியை ஊன்றிக் கொண்டு ராமாத்தாள் வீட்டுக்குப் போன காளப்பட்டியய்யன், மெதுவாக இந்தத் தகவலைச் சொல்ல அவளுக்கும் சேமலையய்யனுக்கும் எத்தனையோ ஆறுதல் உண்டாகி விட்டது. ‘மேல வீசுன கல்லு எப்பிடியும் நெலத்துக்கு வந்து தானொ ஆகோணும்’ என்று இருட்டுக்கட்டும்வரை கட்டுத்தறியில் கட்டிலைப் போட்டு உட்கார்ந்தபடி அவர்கள் பேசிக் கொண்டிருந்தனர்.

இரை தேடப்போன பறவைகள் தங்களின் இருப்பிடம் நோக்கித் திரும்பிக் கொண்டிருந்தன.

5

நெருஞ்சி முட்களைப்போல் வானத்தில் நட்சத்திரங்கள் முளைத்துக் கிடந்தன. ஊரடங்க எப்படியும் இரவு பத்து மணியைப் போல் ஆகிவிடுகிறது. தெரு விளக்குகளின் வெளிச்சத்தில் சிறுவர்களும், சிறுமிகளும் சளிப்புளியாடுதலும் கண்ணாமூச்சியாடுதலுமாக இருந்தனர். அந்த விளையாட்டுக்களின் மும்முரம் அருகிலிருந்த வீடுகளின் சுவர்களில் எதிரொலித்தபடி இருந்தது.

பசியோ, பட்டினியோ பஞ்சமோ எவைகள் வந்து கிராமங்களை நெருக்கடி பண்ணினாலும் சின்னஞ்சிறுசுகளின் ஆட்டபாட்டங்களை முடக்கிப் போட்டுவிட மட்டும் அவைகளால் முடிவதில்லை. ஒவ்வொரு பருவத்துக்கும் ஒவ்வொரு விதமான விளையாட்டுக்கள் மாறி மாறி அந்தச் செம்மண்ணில் செவ்வந்திகளாகவும், செந்தாழம் பூக்களாகவும் பூத்துக்கொண்டு தானிருந்தன. பகல் நேரங்களில் தண்ணீருக்காக அலைந்து திரிந்து சலித்துப் போயிருந்த பாதங்கள் இப்படி இரவில் கொஞ்ச நேரமாவது ஓடி விளையாடுவதில் தங்கள் சலிப்பை மறந்திருந்தன. அந்தச் செம்புழுதியில் குதித்து விட்டு முழங்கால் வரையிலும் மருதாணி பூசிக்கொண்டதைப் போல் வராவிட்டால் அவர்களுக்குத் தூக்கம் கொள்வது சிரமமாயிருந்தது.

காடுகளில் பயிர்களும், செடி கொடிகளும் விளைந்து பச்சை வண்ணமாக இந்தப் பகுதியைப் பரவசப்படுத்திய நாட்கள் இப்போது கனவுகளில்தான் வந்து போயின. மழைச் செழுமை இந்தச் சீமையை விட்டுத் திசைமாறி வேறெங்கோ போய்விட்டதால் இது பஞ்ச வண்ண மண்ணாக குடியானவர்களின் நினைவுகளிலெல்லாம் இப்போது செங்கதிர்களைப் பாய்ச்சிக் கொண்டிருப்பதாய் ஆகிவிட்டன!

நாட்கள் நழுவிக்கொண்டிருக்க ஊர்ப்பெரியவர்களில் முக்கியமானவர்களெல்லாம் சேர்ந்து முடிவெடுத்தபடி, மாரியாத்தா

கோயிலில் கூட்டத்துக்கு ஏற்பாடானது. ஒடம்புக்கு முடியாமலும், நடந்து வருவதற்கு சௌகரியப்படாமல் ஒதுக்குப் பார்த்து முடக்கிவிட்டவர்களையும் தவிர மற்றவர்களெல்லாம் அக்கறைப்பட்டு வந்து அந்த ராத்திரியில் அமர்ந்திருந்தனர். ஆங்காங்கே பீடிக்கங்குகள் மின் மினிப் பூச்சிகளாகத் தெரிந்தன.

''போனவாட்டி கூட்டத்துல நாமெல்லாம் பேசுன கோயில் பொதுப் பணத்து விஷயத்துக்கு இன்னைக்கு ஒரு தீர்மானம் பண்ணீர்லாம்கிற எண்ணத்துலதான் இப்ப இந்தக் கூட்டத்தைக் கூட்டியிருக்குது. லட்சுமணங்கிட்ட குடுத்த பணம் அவங்கூடவே போயிடுதேன்னு மனசைப் போட்டு கொழப்பியிட்டிருக்குற சமயத்துல அவங்கிட்டயிருந்து கடுதாசி வந்திருக்குது. 'அந்தப் பணத்தை நம்ம உள்ளூரு சம்பாண் வசத்துல குடுத்திருக்கிறேன்' வாங்கிக்குங்கன்னு எழுதியிருக்கிறான். அதுனால இப்ப சம்பாணை வரச்சொல்லி இதுபத்திக் கேட்டுக்கலாம்.''

இப்படி மணியகாரர் சொன்னதைத் தொடர்ந்து ''அப்பொ கேளுங்க'' என்றார் பெரியசாமி. அதனையடுத்து ''ம் கேளுங்க! சம்பாண் எங்கெ?'' என ஏகமனதாகக் குரல்கள் எழுந்தன.

''என்னப்பா நாச்சி! ஊர்க்கூட்டம் கோயில்லெ இருக்குதுன்னு சம்பாண் வூட்லெயும் போய்ச் சொல்லிட்டு வந்திட்டியல்லொ! எங்கெ உன்னமு ஆளையே காணோம்?''

நாவிதனைக் கேட்டார் பெரியதனக்காரர்.

''சாமீ! இதோட ரெண்டு மூணுவாட்டி ஆச்சுங்க. 'நீ போடா வர்றவனுக்குத் தெரியாதா'ன்னு என்ரகிட்டெ அவிக சொல்றாங்கொ! அப்பறந்தா நா வந்துட்டனுங்க''.

தலையைச் சொரிந்து கொண்டு சொன்னான் அவன்.

''செரி, உன்னமு ஒரு வாட்டிபோயி 'எல்லாரும் வந்து உக்காந்துட்டு இருக்காங்க! உங்குளுக் கொசரந்தா காத்துட்டிருக்காங்க'னு ஒரு வார்த்தையெச் சொல்லிக் கூப்புட்டுப் போட்டு வந்துரு போ.''

காளப்பட்டி அய்யன் சொன்னதைக் கேட்டபடி, அவன் அசைந்து அசைந்து இருட்டில் போனான்.

லட்சுமணன் போட்ட கடிதத்தை வாங்கி பெட்ரோ மாக்ஸ் லைட் வெளிச்சத்தில் சிலர் மாற்றி மாற்றிப் படித்துப் பார்த்துக் கொண்டிருந்தனர். எழுத்துக்கூட்டி அவர்கள் அப்படிப் படித்துக் கொண்டிருந்தது காணாமல் போனவனை ஊர் ஊராக அலைந்து எங்கெங்கோ தேடிக் கொண்டிருப்பதைப் போலிருந்தது.

நாச்சி நாவிதனிடம் சவரம் பண்ணிக் கொண்டு ஏதாவது ஒரு முக்கிய ஜோலிக்காக எதிர்காற்று அடிக்கிற வெய்யில் வேளையில் ஏதாவது பழைய சைக்கிளை ஓட்டிக்கொண்டு போகும்போது ஏற்படுகிற எரிச்சலான அனுபவ மிகுதியை மொட்டையப்பன் மற்றவர்களிடத்தில் சொல்லியபடியிருந்தான். ''அதை யேங்கேக்கறபோ! அப்பொ வர்ற கோபத்துக்கு நாச்சி எதுக்கெ எதாலும் வந்தான்னா பேசாம சைக்கிளை நிறுத்திப்போட்டு கால்லெ இருக்குறதைக் கழுட்டி நாலு மொத்து மொத்துலாம்னுதா யாருக்குமே அரிப்பு எடுக்கும்'' என சொக்கணன் கருத்துச் சொல்லவும் சவரத் தொழிலில் கத்தியைச் சாணை பிடிக்கிற சங்கதியையே விட்டு விட்டு தன் சாமர்த்தியத்தினால் மட்டுமே சம்பாத்தியம் பண்ணி வருகிற அவனது பதமான தன்மையை நினைத்துக் கெக்கலிப்பிட்டுக் கொண்டிருந்தனர்.

நேரம் நத்தையாய் நகரவும் சம்பாணைக் கூப்பிடப் போனவன் தலையைச் சொரிந்து கொண்டு வந்து ''சாமி அவிக எங்கிட்டெ சத்தம் போட்டுட்டு கண்டபடி வெய்யறாங்க. 'கோயில்லெ நோம்பி சாட்டறம்னு அப்பப்பொ வரிப் போட்டுக் கேப்பாங்க! நா இது வெரைக்கும் எதையும் பாக்கி நிறுத்தலெ. மத்தவிகளுக்குப் போடறத வெட அஞ்சோ பத்தோ எங்கிட்ட எச்சா வேணும்னாக் கேட்டு வாங்கிட்டுப் போவுட்டும். இப்பிடி அங்கெ வா, இங்கெவான்னு கூப்புட்டெல்லாம் தொந்தரவு குடுக்காதீங்க. எனக்கு எத்தனையோ வேலை கெடக்குது, நீயி போ'ன்னு மொறையறாங்க'' என்று தயக்கத்தோடு கூறிவிட்டு ஓரமாய் நின்றான்.

பெரிய தனக்காரருக்கும், செல்லப்பனுக்கும் கோபம் கூடுதலாகவே உண்டாகி விட்டது. அங்கிருந்தவர்கள் கசமுசவென பலவித அபிப்ராயங்களை முணுமுணுத்த படியிருக்க,

''இங்கெ ஒருத்தரும் கஞ்சிக்கில்லாமப் போயி கோயில்ல வந்து உக்காந்துட்டு யாசகங் கேக்குறதுக்காக அவனெக் கூப்புடுலெ. என்னமோ எல்லாரையும் சமமாப் பாவிக்கோணும்கிற நல்ல எண்ணத்தோட அவனுக்கும் மருவாதி குடுத்துக் கூப்புட்டா அவனோட புத்தியெக் காட்டறாம்பாரு. ப்போயி இன்னொருவாட்டி கடைசின்னு கூப்புட்டுப்போட்டு வந்துரு. கூட்டத்துக்கு வருவானா? இல்லெ வரமாட்டானாங்கிறதையுங் கேட்டுட்டே வந்துரு. அப்பறம் பாத்துக்கலாம்''

என்று மணியக்காரர் சத்தம் போட்டார். அதன் பிறகு அவன் போய் சிறிது நேரத்தில் சம்பாண் சைக்கிளில் வந்து இறங்கினான். எத்தனையோ வேலைகளைத் தள்ளி வைத்து விட்டு இவர்களின் தொந்தரவு பொறுக்க முடியாமல் வருபவனைப்போல் வந்தான்.

இரண்டொரு நிமிடங்கள் மௌனமாய்க் குவிந்து பிறகு குமைந்து போயின. கோயில் பொதுப்பணம் குறித்து லட்சுமணன் போட்டிருக்கிற கடிதத்தைக் காண்பித்து அதில் உள்ள விஷயத்தை அவனிடம் சொன்னார் செல்லப்பன். அதற்கு ''இப்ப இதுக்கும் எனக்கும் என்ன சம்பந்தம்?'' என்றான் எடுத்த எடுப்பிலேயே.

வேட்டி சட்டையையெல்லாங்கூட சாராயத்தில் தான் துவைத்துக் கட்டுவானோ என எண்ணும்படியாக ஏகமாக வாடையடித்தது.

''சம்பந்த மென்னங்கறதைத்தா இதுல எழுதியிருக்குறானே. அதெ வெச்சுத்தானொ உன்ரகிட்டெக் கேக்குறோம்!''

''பாருங்க. எங்கிட்டெ அவன் பணங்காசு எதையும் குடுக்கவுமில்லே. நா அவங்கிட்டெ எதையும் வாங்கவுமில்லே. அதையெத்தா என்னால சொல்ல முடியும்''

''உங்கிட்டெக் குடுக்குலீன்னா எங்குளுக்கு இதில எதுனால மெனக்கெட்டு இத்தான தூரம் எழுதியிருக்குறான்? இந்தத் தேதியில் இத்தனெ ரூபா குடுத்திருக்கறம்னு புள்ளி விவரமா எழுதியிருக்குறானே! நீ இல்லீனு மறுத்தா என்ன பண்றது? உன்ர மேல எங்குளுக்கெல்லாம் எதாச்சும் போட்டியா? இல்லெ பொறாமையா? ஊருக்குள்ள இத்தனெ பேரைக் கேக்காமெ உங்கிட்டெ மட்டுலும் இதை நாங்க கேக்கறமுன்னா அது எதுனால? கொஞ்சம் நெதானமா ஞாபகப்படுத்திச் சொல்லு.''

''எனக்கு எந்த ஞாபகமறதியுங் கெடையாது. ஸ்டெடியாத்தாம் பேசறேன். எங்கிட்டெ வேணும்னா எத்தனையோ தடவை அவன் பணம் வாங்கித் தின்னுருக்கலாம். ஆனா ஒருத்தங் காசெ வாங்கி வவுறு வளக்கோணும்கிறது எனக்கொன்னும் தலவிதி இல்லெ.''

''இப்பிடி எதுர்மறையா பேசுனீனா நாங்க இத்தெனெ பேருகூடி உங்கிட்டே கேக்கறதுல என்ன அருத்தம்? பெரியவுங்க மின்னாலெ நீயி இப்பிடியா பேசறது?''

''இப்பொ நா என்ன எக்குத்தப்பா பேசிட்டே? லட்சுமணன் எங்கிட்டெ பணத்தைக் குடுத்தான்னு கேக்குறீங்க. நா அவங்கிட்டே வாங்குலீங்கறேன்! இது பொய்யினா அவனெ இப்பவெ கூப்புடுங்க. அவுனுக்குப் பதிலு சொல்லிக்கிறேன்.''

''இப்ப அவனிங்க இருந்தா உங்கிட்டே நாங்கெதுக்கு இத்தான தூரம் வாதாடியிட்டு இருக்கறம்? அப்ப நீயி முடிவா என்ன தாஞ் சொல்றே?''

''என்ன முடிவு?''

''பொதுப்பணம் ரெண்டாயிரத்துச் சில்லறையைக் குடுக்கறனுங்கிறியா? இல்லெ முடியாதுங்கிறியா?''

''என்னய்யா மறுக்காவும் தேவையில்லாத கேள்வியெக் கேட்டுட்டு. இந்நேரமா நாஞ்சொன்னது காதுலயெல்லா வுழுகுலையா? பணமாம் பணம். எங்கிட்டே எத்தனெ வாங்கியிருக்கிறானுங்கறதை நோட்டுப் போட்டு நாங்குறிச்சு வெச்சிருக்கறே. அதை இப்பவே

எடுத்தாந்து பத்துப் பேருத்து மின்னாலெ வீசியெறியறேன். அதுல உள்ளபடி எங்கிட்ட வாங்குன பணத்தை உங்கில்ல யாராச்சும் ரோஷ முள்ளவிக எனக்குக் கணக்குத் தீர்க்குறீங்களா? இல்லெ எல்லாருமா ஒண்ணாச் சேர்ந்து குடுத்தர்றீங்களா?'' - சம்பாண் இப்படிக் கொக்கரிக்க,

''என்னது இது? நாங்க உங்கிட்டக் கேட்டா. நீ எங்ககிட்டே திருப்பிக் கேக்கறே? இது விதண்டாவாதப் பேச்சாத் தெரியுதே! ஆகவே'' என்றான் ஆறுக்குட்டி.

இவன் எந்த வாக்கியத்தையும் 'ஆகவே' என்கிற ஜலதரங்கம் இல்லாமல் முடிக்க இயலாதவன்.

''அந்த மொடக்கிடிப் பேச்சையெல்லாம் வுட்டுப் போட்டு பெரியவிக கேட்டதுக்கு சம்பாணை ஒழுங்கா கரெக்ட்டா பதிலுச் சொல்லச் சொல்லுங்க'' என்றான் இங்கிலீஷ் வீராச்சாமி.

இவன் பள்ளிக்கூடத்துப் பையன்களையெல்லாம் எஸ்.ராமசாமி, கே நல்லதம்பி.எம்.பரமசிவன் என இன்ஷீயல் சேர்த்துக் கூப்பிட்டபடி திரிபவன்.

கூட்டத்தில் சலசலப்புக் கிளம்பவும்,

''அய்யோவ் எதய்யா மொடக்கிடி? நீங்க பண்றதா? இல்லெ நாம் பண்றதா? என்னமோ பெருசா அவெ லெட்டரு போட்டுட்டான்னு இங்கெ கூட்டம் போட்டு இத்தனெ பேரு குத்தவெச்சு உக்காந்துட்டிருக்கீங்களே! அப்போ அவஞ் சொல்றதுதான் நெசம். நாஞ்சொல்றது எதுமு நெசமில்லை. அவனுக்கு அவுங்க ஆத்தா பால் வார்த்தாப்பிடித்தான்யா எனக்கு எங்க ஆத்தா பாலுவார்த்திருக்கிறா. ஞாயம் பேசறாங்களாம் ஞாயம். இதுக்கு இத்தனெ அக்கறைப் படறீங்களே என்ர பணத்துல ஒரு பாதியைன்னாலும் நீங்கெல்லாம் ஒண்ணு சேந்து வாங்கிக் குடுங்களே பாக்குலாம்''

அவனோ சிறிதும் பயமில்லாத தோரணையில் பேசிக் கொண்டிருக்கவும்...

''என்னுங்கய்யா மணீகாரரே! இது தீரப்போற ஞாயமுங்களா; இல்லெ''

எனக் கூட்டத்திலிருந்த கொமாரசாமி கேட்டான்.

''சம்பாணும் காரணமில்லாமெ இத்தனெ தூரம் பேச மாட்டான். இவனிருக்குற பணச்சௌரியத்துக்கு இன்னொருத்தங்கிட்டெப் போயி வாங்கோணுமிங்கிறது என்ன வந்துடுது. அதெத்தா இப்ப வெட்ட வெளிச்சமாப் பேசறாம் போலத் தெரியுது'' என மொட்டையப்பன் சொன்ன யோசனையை ஆதரிக்கிறவனாகவும் அவன் இருந்தான்.

''இவிகளுக்குள்ளே ஏற்கனவே பணங்காசுப் பிரச்னை ஏதோ ஒரு வகையில இருந்திருக்கிறாப்ல தெரியுது. அப்பிடி 'லட்சுமணன் எங்கிட்டெ வாங்குனதை நீங்கெல்லா திருப்பிக் குடுத்திடுங்கொ. அப்பறம் மித்ததுகளெப் பேசுலாம்'கிற அருத்தத்துல சம்பாண் கேக்கறாப் புடியிருக்குது. அப்படித்தானோ'' என ஒரு துக்கடாவைப் போட்டுவிட்டு சௌகரியமாக. அவன் உட்கார்ந்தது கூட அதனால்தான்.

''என்னமோ சம்பாணையே கேளுங்க அப்பிடி யான்னு''

''ஏனப்பா, அப்பிடித்தானா?''

''ஆமாய்யா! எத்தெனவாட்டிதாஞ் சொல்றது? நாம் போகணும். உங்களாட்ட என்னாலெ இங்கெ இருந்து பேசீட்டிருக்க முடியாது. எனக்கு ஏகப்பட்ட வேலையிருக்குது'' என அவசரப்பட்டான் சம்பாண்.

''கொஞ்சம் பொறு! லட்சுமணனுக்கு நீ குடுத்த பணத்தை நாங்க உனக்குக் குடுத்துடறோம். நீயி நாங்க சொல்ற ஞாயத்துக்குக் கட்டுப்பட்டு நடந்துக்குவியா?''

''ஓ தாராளமா!''

''மாரியாத்தாளுக்கு மின்னாலெ விபூதித் தட்டுலெ கற்பூரத்தைக் கொளுத்தி வெய்க்கிறோம். லட்சுமணங்கிட்ட நா பணம் எதுவும் வாங்குலெ. அவனுக்குத்தா நாங் குடுத்திருக்கிறேன். அப்பிடின்னு

சொல்லி அந்தக் கற்பூரத்தை நீ அணைச்சுப்போடு போதும். அப்புறம் மேற்கொண்டு பாக்குலாம்''

என மணியகாரார் சொன்னதைக் கேட்டதும் அவனுக்குத் தாளமுடியவில்லை. எரிச்சல் ஏகமாய்ப் பரவிப்போன நிலையில்,

''ய்யோவ் கற்பூரம் பத்தறது, அணைக்கறது இதுகளையெல்லாம் நீங்களே உக்காந்து வெடிய வெடியச் செஞ்சுட்டு இருங்க. என்னைய அதுக்கெல்லாம் சேக்காதீங்க. நீங்கெல்லாம் என்னெயெ பெலம் பாக்குறதுன்னா அது எப்பவும் முடியாது. இப்ப நா நெனைச்சா, செரி பத்தி வெய்ங்கன்னு சொல்லி தாராளமா அணைச்சுப் போட்டுப் போயிருவேன். அந்த ஆத்தா என்னெ ஒண்ணும் பண்ணவும் மாட்டா. ஆனா நீங்க சொல்றது களெயெல்லாம் ஒத்துட்டு இதுக்கு தலையாட்டுனதா ஆகிப்போயிரும்.''

''செரி, நீ இதுவரைக்கும் எத்தனெ ரூபா அவனுக்குக் குடுத்திருக்கிறே? அதையாச்சுஞ் சொல்லு.''

''அது மூணாயிரம் வெரைக் குமிருக்கும்''

''உன்ரகிட்ட எத்தனெ ரூபா குடுத்திருக்கிறான்?''

''ரெண்டாயிரம் ரூபா சில்லரையிருக்கும்.''

''அப்பிடி வா வழிக்கு'' என மனதுக்குள் முனகிக் கொண்டு ''பார்த்தியா நீயே ஒத்துக்கறே'' என்றார் சத்தமாய் மணியக்காரர்.

''என்னத்தய்யா ஒத்துக்கறே? ஆளைப் போட்டுக் கண்டபடி கொழப்பம் பண்றீங்க..''

''லட்சுமணன் உங்கிட்ட குடுத்த பணம் ரெண்டாயிரத்துச் சில்லறையின்னு இப்பத்தான் இத்தனை பேர்த்து மின்னாலையும் சொன்னே?''

''ஆமாஞ் சொன்னே அதுக்கு என்ன, என்ர தலையயா எடுக்கோணுமுங்குறீங்க?''

இந்த வாக்குவாதங்களையெல்லாம் கூட்டத்தினர் கவனமாகக் கேட்டுக் கொண்டிருந்தனர்.

''லட்சுமணன் உன்ரகிட்டக் குடுத்தது மாரியாத்தா கோயில் பொதுப் பணம். ஞாபகம் வெச்சுக்க. கோயில் சுத்துச் சுவரு கட்டுறதுக்காக நாங்க குடுத்து வெச்சது அந்தப் பணம். அதையெ எப்பக் குடுக்கப் போறீங்கறதைச் சொல்லீடு. அதை வாங்கித்தான் நாங்க வேலையை ஆரம்பிக்க வேணும். நாளு எச்சாகிட்டே போகுது.''

''இங்கெ பாருங்க. நீங்கெல்லாம் சொல்லி நாங்கட்டுப்பட்டுட்டு போகோணும்கிறது நடக்காத காரியம். மாரியாத்தா கோயில் சுற்றுச் செவுரு கட்டவேண்டிய வேலைய கூடுன சீக்கிரத்துல நானே நடத்தி முடிக்கிறேன். என்ர கிட்டெ எவனோ குடுத்தான். அப்பிடி இப்பிடின்னு பேசரதெ இன்னயோட வுட்டுப்போடுங்க. எல்லோரும் நல்லாக் கேட்டுக்குங்க. நா நெனச் சேன்னா மாரியாத்தாளுக்கு இதைவெட பெரிய கோயிலா நா ஒருத்தனே என்ர செலவுல கட்டி.வெய்ப்பேன்.''

என்று சொல்லியபடியே எதையும் சட்டை செய்யாமல் சம்பாண் போய்விட்டான். கூட்டத்திலிருந்தவர்கள் தங்களுக்குள் பலவிதக் கிளர்ச்சிகளைப் பறிமாறியபடியிருந்தனர்.

''மேற்கொண்டு என்ன பண்ணலாம்?''

''ஊரைவுட்டு கோயில் பணம் எங்கேயும் போயிடலே. இங்கெதா இருக்குதுங்கறது தெரிஞ்சு போச்சு'' என்றார் மணியகாரர்.

''லட்சுமணன் பண்ணுனதும் பார்க்கறப்ப தப்புத் தானுங்க. போயும் போயும் பெருநரிகிட்டெ வெள்ளாட்டுக் குட்டியெப் புடிச்சுக் குடுத்த கணக்கா வில்லெ இருக்குது. இவங்கிட்டெ எதுக்குக் குடுத்தானாமா?''

''நம்முளுக்கு எல்லார்த்துக்குமே அது ஒண்ணு தானப்பா ஏன்னு புடிபடாததா இருக்குது''

''அப்பிடியுட்டுறக்குடாதுங்க. எல்லாரும் சேர்ந்துதா ஒரு நம்பிக்கையிம்பேர்ல அவங்கிட்டக் குடுத்தோம். ஆனா அவன்

யாரையெக் கேட்டுப்போட்டு இன்னொருத்தங் கிட்டெ அதெக் குடுத்துட்டுப் போனானாமா? அது செரித்தானா? அவனவன் இஷ்டத்திக்கு நடந்துக்கறானுக. இல்லெ ஓடிர்றானுக. நாம பொழப்புக் கெட்டுப் போயி இங்கெ உக்காந்துட்டு மண்டையெ ஒடச்சுக்கறோம். இது வீண்தானெ?''

கொமாரசாமிக்கு இன்னமும் அமைதி கிடைக்க வில்லை.

''வந்துங்க, இப்பிடி இருக்குமோ? லட்சுமணங்கிட்ட நாம குடுத்த பணத்தைப் பத்தி இவனுக்கு நல்லாவே தெரியும், எப்பிடியோ அவனெ மடக்கியோ இல்லெ என்ன மொல்ல மாரித்தனம் பண்ணியோ பணத்தை அமுத்தியிட்டாம் போலத் தெரியுது. ஆகவே'' என ஒரு விளக்கம் சொல்ல முற்பட்டான் ஆறுக்குட்டி.

''அப்பிடிப்பார்க்கறப்ப அவன் ஊரைவுட்டுப் போனதுக்கும் இந்தப் பணத்துக்கும் சம்பந்தமுருக் கோணும்னு தோணுதில்லெ?''

''பின்னெ, நல்லா ஓசனை பண்ணிப் பாருங்க''.

''என்ன ஏதுங்கறது லட்சுமணன் வந்தான்னாத் தான் செரியாத் தெரியும். இதுக்கொசரமாச்சும் வந்து சேரமாட்டானா? எதுக்கும் இன்னமுங் கொஞ்சநாள் பார்ப்போம்'' என்னும் எண்ணத்தோடு அன்றைக்குக் கூட்டம் கலைந்தது.

இப்படி நாட்கள் அந்த ஊரின் மீது வீசுகிற காற்றிலும், சீமை ஓடு நாட்டு ஓடு வேய்ந்த வீடுகள், தென்னை மட்டை, பனைமட்டை போட்ட சாளைகள் என வித்தியாசமில்லாமல் எல்லாவற்றிலும் ஒரே சீராக அடிக்கிற வெய்யிலிலும் ஐக்கியப்பட்டு எல்லோரது வாழ்க்கையையும் இழுத்துக்கொண்டு தன் போக்கில் ஓடியபடியிருந்தது.

சிறுகச் சிறுக சேமலையய்யனை வளைத்துக் கொண்ட இருமல் நோயானது மகன் ஊரைவிட்டுப் போன சம்பவத்திற்குப் பிறகு அவரைப் படுக்கையில் தள்ளிவிட்டது. எப்பவும் அவனது நினைவாகவே இருந்தவரை ராமாத்தாள் எவ்வளவோ ஆறுதல் பண்ணுகிறவளாகச் சிரமப்பட்டாள்.

தன் பேருக்கு இருந்த ஒரு ஏக்கராக் காட்டையும் மகள் வசமே ஒப்படைத்துவிட்டுத்தான் அவரும் கண்ணை மூடினது. தனது தம்பி எப்போது வந்தாலும் அந்தக் காட்டை அவனுக்குக் கொடுத்து விடுவதுதான் முறையும், நேர்மையுமாகும் என்கிற எண்ணம் அவளுடைய அடிமனசின் ஆழத்தில் பதிந்து போயிருந்தது.

எப்படியோ இது நாள் வரை கட்டிலில் படுத்துக் கொண்டாவது ''அம்மிணி அம்மிணி'' என்று கூப்பிட்டுக் கொண்டு ஆதரவாக இருந்தவரை இழந்து விட்டுப் பரிதாபமாக நிற்க வேண்டியதாகி விட்டது.

தாய்ப் பறவைகளின் இறகுகளுக்குள் அணைந்து கொண்டிருக்கிற குஞ்சுகளைப்போல் தன் பக்கத்தில் இரண்டு மக்களையும் உட்காரவைத்துக்கொண்டு திண்ணையில் இருந்தபடி அவள் பழைய நினைவுகளில் லயித்திருந்தாள். பழனியம்மாள்தான் அவ்வப்போது வந்துதேறுதல் கூறுகிறவளாக இருந்தாள். கைகளுக்கு எட்டாத உயரத்தில் அகலமான பந்தலைப் போல் விரிந்து போயிருந்தது வானம். எப்போதாவது நமக்கு இது நிழல் தந்ததுண்டா? அல்லது நமது பாரத்தையாவது வாங்கி இது சுமந்த துண்டா? என ஒவ்வொரு பொழுதிலும் ஒவ்வொரு உள்ளுணர்வை அவர்களுக்கு உண்டாக்குவதாய் அது எதிர்ப்பட்டது.

தெரு விளக்குகளெல்லாம் அணைந்துகிடந்ததால் அக்கம்பக்கத்திலிருந்த இருட்டு முழுவதும் இந்த ஊருக்குள் புகுந்து முகாமடித்துக் கொண்டதுபோல் சூழல் இருந்தது.

பழனியம்மாள் வீட்டு வாசலைத்தாண்டி ஒரு பிடி நெருப்புக்கங்கு தெருவைக் கடந்து அடுத்த வீட்டுக்குப் போய்க் கொண்டிருந்தது. உள்ளங்கை அளவுள்ள காய்ந்த எருவின் மீது அடுப்புத்தணலைக் கொஞ்சம் வாங்கி வைத்தபடி, தன் வீட்டு அடுப்பை மூட்டுவதற்காக ஒருத்தி போய்க் கொண்டிருந்தாள். சிறுதணல் தான் என்றாலும் தன் உடல் முழுவதையும் கண்களாக்கிக் கொண்டதைப் போல் அந்த இருளில் செந்நிறமாய் அது ஒளிர்ந்தது கார்த்திகை விளக்குகள் பூத்திருக்கும் ராத்திரிகளை நினைவூட்டியது.

பழனியம்மாள் அவ்வப்போது வற்புறுத்திச் சொல்லி வந்ததன் காரணமாக பெரியசாமி ஒரு முடிவுக்கு வந்திருந்தார். பொன்னப்பன் தனிக்குடித்தனம் ஏற்படுத்திக் கொள்ளாதவரையிலும் அவன் மனைவி அவனுடன் சேர்ந்து வாழ்க்கை நடத்தப் போவதில்லை என்கிற உறுதியான நிலவரத்தை இவள் தெளிவுபடுத்திக் கொண்டுதான் இதனைச் சொல்லித் துரிதப்படுத்தினாள்.

''எப்ப இருந்தாலும் நீங்க மக்கமாருக ரெண்டு பேர்த்துக்கும் காட்டைப் பிரிச்சிக்குடுக்கத்தாம் போறீங்க. ஆனா அதெ உன்னங்கொஞ்ச நாளுக்கழிச்சு ஆற அமரச் செய்யிலாம்குறதுக்குத் தோதுப்படாது. நெகமத்துக்கு இவிக போயிட்டு வந்துதாஞ் சொல்லோணுங்கிறதில்லை. அவிக லேசுப்பட்டவிக இல்லீங்கிறதை எப்பவே கண்டாச்சு. உனி, அய்யங்காரனாலதா மகனோட பொழப்புத்தனம் கெட்டுதுங்கற பேர்க்கெடுதி இத்தனெ நாளைக்கும்பொறகு உங்களுக்கு வரக்கூடாது. நல்ல மரத்துல நறையானுழுந்தாப்பிடி அது ஆகாது. குட்டையோ நெட்டையோ அவனவன் பாடு தலைச் செமைன்னு அப்புறம் போறாங்க. சின்னவெ ராசப்பனையும் கண்டு அவனோட ரோசுனெயையுங்கேட்டே! அவனும் கணபதில ஒர்க் ஷாப்பு வெய்க்கிற திட்டத்துலதா மும்முரமா இருக்குறான். அய்யம் பிரிச்சுக்குடுத்தா நல்லதுன்னுதா அவனும் நெனைக் கறாங்கிறது தெரியுது.''

என்றாள் பெருமூச்சுவிட்டபடி.

''அது செரி பழனாத்தா. காட்டெப் பிரிச்சுக் குடுத்தர்றேன். மேல்கொண்டு குடியிருக்குற இந்த ரெண்டங்கண வூடும் வண்டி மாடுகளுந்தான் இருக்குது. அதுகளெயுஞ் செரிபகுதியாப் பிரிச்சுக் குடுக்கச் சொல்லி இப்பவே அடிப்போடுவானுகளோ என்னுமோ. இவுனுக எண்ணங்களெ யாரு கண்டவிக?''

பெரியசாமி சலனமடைந்த மனசுடன் இப்படிச் சொல்ல.

''உப்பவே அந்தப் பேச்சு எடுத்தாவில்ல தெரியும். காட்டெப்

பிரிச்சுக் குடுத்ததீமே வாங்கிட்டு ஆளுக்கொரு தெசையிலெ நடையைக் கட்டீர்லாம்னு கெனாக்கண்டுருவானுகளா? நாலு பெரிய மனுஷர்களை வெச்சு அய்யனம்மாளுக்கு சோத்துக்கு வழி என்னங்கறதையும் தீர்மானம் பண்ணிக்காமயா சும்மா வுட்டுருவோம்?''

படபடப்போடும் உறுதியோடும் அவள் பேசினாள்.

''மருவாதியா ரெண்டு மக்கமாருகளும் மாசத்துக்கு ஒருத்தன்குற கணக்குல பெத்தவிகளுக்குச் சோத்துக்கு குடுத்தறவேண்டியது. துணிமணிக மித்த செலவுக்கும் குடுத்தற வேணும். அய்யன் உசுருள்ளவெரைக்கும் இந்த ரெண்டங்கண வில்லை ஊடும், எருதுக கட்டற மட்டைச்சாளையும் அய்யம்பேருப்படிக்குத்தா இருக்கோணும். அவுருக்கும் பொறகுதான் ரெண்டு மக்களும் ஆளுக்குப் பாதியாப் பிரிச்சு குடியிருக்குறதைப் பத்துன பேச்சையே எடுக்கோணும்''

என்ற மகளின் யோசனையைக் கேட்டபடியிருந்த பெரியசாமி 'வண்டியையும் எருதுகளையும் என்ன பண்றது' என்றார்.

''அது உங்க பொறுப்பிலையே இருக்குட்டும்'' என்று சொன்ன அவளின் எண்ணம் ஆறுதல் அளிக்கிறதாக அவருக்கிருந்தது.

கிழிந்துபோன துணித்துண்டுகளைப்போல் வானத்தில் மேகங்கள் கலைந்து கிடந்தன. அழுக்கு வண்ணாங்குருவிகள் வீட்டு முற்றத்தில் இறங்கியிருந்தன.

பெரியசாமியின் குடும்பத்தைச் சேர்ந்த எல்லோரும் இருந்து பேசி ஏகமனதாக முடிவெடுத்தாகி விட்டது. ஒரு திங்கட்கிழமை நாளில் மணியகாரர் உள்பட உள்ளூர்க்காரர்கள் மூன்று நான்கு பேரையும் கூட்டிக் கொண்டு கோயமுத்தூர் சப்-ரெஜிஸ்டர் ஆபீஸ்க்கு பெரியசாமி போய்ச் சேர்ந்தார்.

மூத்த மகன் பொன்னப்பனுக்கு இரண்டு ஏக்கராவையும் இளையமகன் ராசப்பனுக்கு இரண்டு ஏக்கராவையும் சரிசமமாகப் பங்கிட்டு எழுதி கரால் பத்திரத்தில் கையெழுத்து வாங்குகிற வேலை நடந்தது.

விதைப் பெட்டிக் கூடையைக் கையிலெடுத்து சாமையென்றும், சோளமென்றும், கொள்ளென்றும் பயறுவகைகளென்றும் எத்தனையோ தானியங்களை அந்தத் தெற்குக் காட்டுச் செம்மண்ணில் விதைத்த அந்தக் குடியானவனின் கையானது ஒருவித நடுக்கத் தோடு தன் பெயரின் ஒவ்வொரு எழுத்தையும் அந்தக்காகிதத்தில் ஈரத்தோடு போட்டது.

முடிந்தது! சாட்சிக்காரர்கள் கையெழுத்துகளைப் போட அந்தக் கிரையப் பத்திரம் முழுமையாகி முடிந்தது.

ஊர் வந்து சேரும்போது மாலை மங்கிவிட்டது. ஒரு அந்நியனைப் பார்ப்பதைப்போல் தெற்கேயிருந்த மலைகள் தன்னைப் பார்ப்பதாக பெரியசாமியின் மனசுக்குப் பட்டது. வீட்டுவாசலில் கட்டிலை எடுத்துப் போட்டுப் படுத்தார். ஏதோ பெரும்பாரத்தைச் சுமந்து கொண்டு ஒவ்வொரு நாழிகையும் நகர்வது போலிருந்தது.

மேலே சாம்பல்நிற மேகங்களை விட்டுவிலகி மங்கலாக எங்கோ போவதுபோல் நிலா எந்தத் துணையுமில்லாமல் போய்க் கொண்டிருந்தது. அப்போது தூரத்திலிருந்து செம்போத்துப் பறவையின் ''க்கூ க்கூ'' என்னும் குரல் ஒலிப்பதும் கேட்டது. எப்போதாவதுதான் அரிதாக அந்த ஒலியைக் கேட்கமுடியும்.

சிறுவனாயிருந்த தன்னைக் கூட்டிக் கொண்டு அப்பிச்சி தெற்குக் காட்டுக்குப் போகும்போது வேப்ப மரக்கிளையிலிருந்தோ வேலியில் கோவைப்பழச் செடிகளின் அருகிலிருந்தோ செம்பழுப்பு நிறத்தோடு அந்தப் பறவை இறகு விரித்துச் செல்வதை இவர் பார்த்த ஞாபகங்களெல்லாம் கண்ணீர்போல் வந்தன.

''நம்மோட கொலத்துக்கு இந்தச் செம்போத்துத்தா அடையாளம்டா கண்ணு. இதையெ நாம எங்க கண்டாலும் மனசுக்குள்ள கும்புட்டுக்க வேணும். ஒரு சிறுகல்லெ எடுத்துங்கூட இது மேலெ எறியப்படாது. இதெ யாராச்சும் வெரட்டுனாக்கூட அவிகளை நாம தடுக்கோணும். இது எங்கெ குடியிருந்தாலும் அந்தப் பக்கத்துக் காடு கரையெல்லாம் நல்லா வெளையும்''.

என அவர் சொன்ன சொற்கள் இப்போது நெஞ்சில் தேங்கி நிற்பதுபோல் ஒரு அழுத்தமான ஊடுருவல் உண்டானது. அரிதான ஒன்றை இழந்த தைப் போன்ற வலியை அது உணர்த்தியது.

மறுநாள் தகவல் அறிந்த காளப்பட்டி அய்யனுக்கு ''இதுக்குள்ளெ மக்கமாருக இப்பிடி அவசரப்பட்டு காட்டெ பிரிச்சு எழுதி வாங்கீட்டாங்களே. அவுனுகளுக்கு என்னொ அத்தனெ அவசரம்? பெரியவந்தா எப்பவும் வெந்தண்ணியெக் கால்லெ ஊத்துனாப்புடி திரியிவான்னா, சின்னவனும் அதுக்குத் தணிஞ்சவனா இருக்கமாட்டான் போலத் தெரியுதே'' என மனத் தாங்கல்பட்டார்.

இவரிடம் வந்த 'ஆகவே' ஆறுக்குட்டியையும் கூட்டிக் கொண்டு பேசிக் கொண்டே வந்த போது ராசப்பன் எதிர்ப்பட்டான்.

''என்ரா அப்புனு உங்க அய்யங்காரங்கிட்டே இருந்து காடு கரையையெல்லாம் அண்ணந்தம்பிக எழுதி வாங்கிட்டீங்களாமா? உனி நீங்க ரெண்டு பேரும் என்ன பண்ணப் போறவிக?'' என விசாரித்தார்.

பொன்னப்பன் செம்மேட்டுக்குப் போய் குத்தகைக்குத் தோட்டத்துப் பண்ணையம் செய்யப் போவதையும் தான் கணபதியில் ஒர்க் ஷாப் வைத்து நடத்தப் போவதையும் பற்றிச் சொன்னான் ராசப்பன்.

''அது செரி, உங்குளுக்குனு வந்திருக்குதே இந்த ரெவ்வெண்டு ஏக்கராக்காடு. அதையெ என்ன பண்ணப் போறீங்கடான்னு கேட்டே.''

''இந்த மேட்டாங்காட்டெ வெச்சுட்டு என்ன பண்றதுங்க? வெலை ஓர்சலா வந்தா வித்துப்போடுலாம்னு இருக்கறமுங்க.''

''ஓ ஹோ அதுமு அப்பிடியா? அதுதானே கேட்டே. அப்போ ரெண்டு பேருமே பணத்துக்குத்தா இப்ப அடிப் போட்டுட்டு இருக்குறீங்கொ? காடுகரெயெ அவெ உங்ககிட்டக் குடுத்துட்டாலும் அதெயெக் கடசி முட்டுலும் வெச்சு கட்டிக்காத்தீங்கனாத்தான் உங்க அய்யங்காரனுக்கு மனசு ஆறும். உப்பவே விக்கிறங்கிக்கிறம்னு

ஆட்டம் போட்டீங்கன்னா அவனப்பறம் ஆளு உருகி அர ஆளாப் போயிருவான் மறந்துராதெ''

என்று திட்டுகிறபடியாகச் சொல்லி விட்டுப் போனார்.

அடுத்து பத்து நாட்களுக்குள் இரண்டு கோயில்களில் பூக்கேட்டு முடித்து விட்டான் பொன்னப்பன். தெற்கே ஐயாமலையில் போய் சாமி கும்பிட்டுவிட்டு குத்தகைக்குத் தோட்டம் பிடித்துப் பண்ணையம் பண்ணப் போகிற யோசனையின் பேரில் பூக்கேட்டதற்கு அவன் கேட்டபடியே வெள்ளைப்பூ கிடைத்து விட்டதாகச் சந்தோஷப்பட்டுக் கொண்டு ஊர் வந்து சேர்ந்தான்.

''உனி வேறெ அப்பீலொன்னும் கெடையாது அம்மிணி. நாஞ்சொல்லீட்டிருந்தம் பாரு செம்மேட்டுல அந்தத் தோட்டத்துப் பூமி. அதெயெ எந்தத் தாமுசமும் பண்ணாம ஒடனே போயி மூணு வருஷத்துக் கெடுவுக்கட்டி குத்தகைச் சீட்டு எழுதீர்லாம்னு முடுவெடுத்திருக்கிறேன்.''

என்று பழனியம்மாளிடம் சொன்னான். மருத முத்துவும் வந்து சேர அது பற்றிப் பேசினார்கள்.

''அப்புறம், அட்வான்சுப் பணம் பூமிக்காரனுக்குக் குடுக்கோணுமே. எத்தனெ ரூவா கேட்கறான்? நீ யெத்தனெ குடுக்குலாம்னு இருக்குறே?''

கேட்டபடி பீடியைப் பற்றவைத்துக் கொண்டான். ''தண்ணிப் பாச்சல் இருக்குது. கச்சிதமா ரெண்டு ரெண்டரை ஏக்கராவுல தோட்டத்துப் பண்ணையத்துக்கு நல்ல ஓர்சலு. கெணத்துல தண்ணியுந் தாட்டும் மேகெணறு தான் நொய்யல் ஆத்துக்குத் தெம்பறமா இட்டேறியை ஒட்டுனாப்பிடி இருக்குது. அவெ ஆறாயிரங் கேக்கறான். கடைசிக்கு அஞ்சரைக்கு கொறையாதுன்னுட்டான். அப்புறம் மாதம்பட்டிக்காரருக மூலமாப் பேசி அஞ்சாயிரத்துக்கு ஒத்துட்டான்னு வெய்யே''

வாசலுக்குப் போய் வெற்றிலைச் சாற்றைத் துப்பிவிட்டு வந்து உட்கார்ந்தான்.

''செரி, பணத்துக்கு என்ன ஏற்பாடு பண்ணீருக்கறே? மாமனார் கிட்டெ எதுனாலும் கேக்குலாம்னு திட்டங்கிட்டம் வெச்சிருக்குறியா?''

''நல்லாக் கேட்ட போ. போயும் போயும் எங்கியோ போயி எவனோ கால்லெ வுழுந்தாப்பிடி. இத்தனெ இக்கல்பட்டுமு எனக்கு ரோசம் எங்கே போயிடுது? நெகமுத்துல இருந்து மகளெக் கூட்டிட்டு கூடிய சீக்கிரத்துல எப்பிடி ஓடியாற வெக்கிறம் பாரு''

''பின்னெ உனி வராட்டியல்லொ தெரியும். தன்னப் போல வந்துருவா அவளே''

அடுப்புக்குப் பக்கத்தில் உட்கார்ந்து தீ எரித்துக் கொண்டே சொன்னாள் பழனியம்மாள்.

''பணத்துக்கு ஒரு வகச்சல் பண்ணியிருக்கறேன். என்ர பேர்த்துக்கு இங்கெ இருக்குற இந்த ரெண்டு ஏக்கராக் காட்டும் பேர்ல அடமானப் பத்தரம் எழுதிக் குடுத்துட்டு ஒரு ஆள்கிட்டெ பணம் வாங்குலாம்னு ஓசுனை செஞ்சேன். பணம் எப்பிடியும் உறுதியாக் கெடைக்கும்.''

''பூமியெப் பிரிச்சுக் குடுத்து ஒரு மாசமுங்கூட உன்னமுஞ் செரியா ஆகுலெ. அதுக்குள்ளெ பெரிய மகன் அதை அடமானம் வெச்சிட்டானேன்னு அய்யன் வருத்தப்படுமே?''

''ம். இதுல வருத்தப்படறதுக்கு என்ன இருக்குது. எருத்தெக் கேட்டு செமை ஏத்தறாப்பிடியிருந்தா எந்த வண்டியும் ஒரு அடிகூட நகுராது. நானென்ன இப்ப அந்தக் காட்டெ வித்தா பணத்தெ ஆத்துல கரச்சு வுட்டுறப் போறே? வேற வசதியொண்ணும் எங்கிட்ட இப்ப இல்லெ. என்ர பேர்ல உள்ள காட்டெ கொஞ்ச நாளைக்கு அடமானம் வெய்க்கிறேன். மேக்கெ போயி குத்தகைக்குப் பாக்குற பண்ணையத்துல வெள்ளாமெ வெளைச்சல நல்லபடியா எடுத்தன்னா ஆறுமாசம், ஒரு வருசத்திக்குள்ளே பணத்தைத் திருப்பிக் குடுத்துட்டு இந்தக் காட்டெ மீட்டுக்கத் தெரியாதா?''

பொன்னப்பனின் திட்டம் கெட்டியாய் இருப்பதைப் பழனியம்மாளும், அவள் புருஷனும் ஓரளவுக்கு அறிந்து கொள்ள முடிந்தது.

இவர்களிடம் சொன்னபடியே அவன் செயல் படுத்தியும் விட்டான். இப்போது நெகமத்திலிருந்து வந்த மனைவி நேராக செம்மேடு போய் பண்ணாடி தனிப்பண்ணையம் பண்ணுகிற சிலாக்கியத்தைப் பார்த்து சீவி முடித்துச் சின்னதாக ஒரு கோடாலி முடிச்சுக் கொண்டை போட்டுக் கொண்டு ஆக்கிப் போட்டு அமுசடைக்கிறவளாக ஆகி விட்டாள்.

இளைய மகன் ராசப்பனோ கணபதி போகிறேன் ஒர்க் ஷாப் வைக்கிறேன் என்கிற போக்குவரத்தில் இருந்து கொண்டிருப் பதாகத்தான் இத்தனை நாட்களாகத் தன்னைக் காட்டிக் கொண்டிருந்தான். ஆனால் அவன் அதைவிடப் பெரியதொரு ருசிப்பில்தான் அப்படி அலைந்திருக்கிறான் என்ற விபரம் அடுத்த சில நாட்களிலேயே தெரிந்து விட்டது.

தனது சிநேகிதகாரனின் தங்கச்சி ஒருத்தியை நல்ல தொரு முகூர்த்த நாளில் கல்யாணம் பண்ணிக் கொண்டு மாப்பிள்ளையும் பொண்ணுமாய் பேரூர்க் கோயிலிலிருந்து நேராக ஊருக்கு வந்தபோதுதான் ராசப்பனின் பராக்கிரமத்தைப் பறந்தடித்துக் கொண்டு உள்ளூர்க்காரர்கள் பார்த்தனர்.

பெரியசாமியிடத்திலும், சுப்பாத்தாவிடத்திலும் ஆசீர்வாதம் வாங்கிக் கொண்டு நின்ற மணமக்களை அக்கம் பக்கத்து வீட்டுக்காரர்களும் சேர்ந்து கொண்டு ஏகமனதாக வாழ்த்தினர்.

''ஆகவே உனி என்ன பண்றது? பையனும் புள்ளையும் படிச்சவிக ஒண்ணுக்கொண்ணு நேந்து கலந்து விருப்பப்பட்டு கண்ணாலமும் பண்ணீடுதுக. ஆகவே எதார்த்தமா இங்கேயும் வந்துடுதுக. ஆகவே''

என்றார், ஆறுக்குட்டி! எந்தவொரு சூழலிலும் அது தலைபோகிற காரியமாக இருந்தாலுங்கூட ஆகவே என்கிற ஆயுதம் இல்லாமல் அவரால் தனியாகப் போக முடியாது.

''வந்தும் போயி ராசப்பன் கட்டீட்டு வந்த புள்ளெ நல்லாச் செவச்செவன்னு லச்சணமாத்தான் தெரிஞ்சுது. ஆனாலும்...''

என்று இழுத்த, கொமாரசாமியைக் கிட்டத்தில் பிடித்து இழுத்து உட்காரவைத்தபடி காளப்பட்டியய்யன் தான் விசாரித்தார்.

அதற்கு அவனோ ‘‘புள்ளெ வந்து நாய்க்கமாரு புள்ளையாமா?’’ என்று சொல்லி விட்டு பேந்தப் பேந்த விழித்தபடி பார்த்தான். எதையும் துருவித் துருவிக் கண்டுபிடிப்பதில் அந்த ஆசாமி வெகு சாமார்த்தியசாலி.

‘‘ராசப்பன் ஜாதியுட்டு ஜாதிபோயி பொண்ணுக் கட்டீட்டானாமா’’ என்பதைத் தவிர அந்தக் கல்யாண விஷயம் வேறெவரையும் அப்படியொன்றும் பாதிக்கவில்லை.

கணபதியில் தன் மைத்துனனுடன் சேர்ந்து கூட்டாக ஓர்க் ஷாப்பை நடத்துவதில் அக்கறையோடு ஈடுபட்டான் ராசப்பன். அண்ணனைப் போலவே தன் பங்காகக் கிடைத்த இரண்டு ஏக்கர் நிலத்தையும் எந்தத் தாமதமும் பண்ணாமல் அடமானப் பத்திரம் எழுதிக் கொடுத்து அதே கோவைப்புதூர்க்காரரிடத்தில் பணம் வாங்கிக்கொண்டு போகிறவனாகவும் இருந்தான். மனைவியின் யோசனைப்படியும், ஆசைப்படியும் கணபதியிலேயே குடியிருப்பை அமைத்துக் கொண்டு விட்டான்.

இங்கே ஒவ்வொரு நாளையும் கடத்துவதற்குள் அதிகமாக அவஸ்தைப் பட்டார் பெரியசாமி! அவரது நெஞ்சம் தேம்பித் தவித்தது. தன் வாரிசுகள் இரண்டு பேரும் அந்தத் தெற்குக் காட்டை இப்பிடிப் பண்ணிவிட்டார்களே என நினைக்கையில் ஏகமாகவே வலித்தது. அந்தக் காட்டை இனி அதிக நாள்கூட வைத்திருக்க மாட்டார்களோ, வந்த விலைக்கு விற்றுவிட்டுப் போகவும் தயங்க மாட்டார்களோ என்கிற அபிப்ராயம் வேதனையாக உருமாறி அணு அணுவாக அவரை வதைத்தது. கலக்கத்தோடு வானத்தைப் பார்த்தார்.

அதன் மேனி முழுவதும் அம்மைக்கொப்புளங்கள் உண்டாகி வெம்மையில் தாக்குண்டதைப்போல் நட்சத்திரங்கள் பரவிக் கிடந்தன.

6

காலத்தின் ஓட்டம் தான் எவ்வளவு வேகமாகச் செல்கிறது. எத்தனையோ பேர்களின் வாழ்க்கையை நாட்கள் தான் தீர்மானிக்கின்றன என்பதுபோல் காலத்தின் இந்தப் பயணம் இடையறாமல் ஓடிக் கொண்டிருந்தது.

இரண்டு ஆண்டுகள் கடந்து போய்விட்டன...!

இந்த இடைவெளியில் பெரியசாமியின் நிலைமை நிறையவே மாற்றங்களைக் கண்டிருந்தது. இப்போது இவருக்குக் குடியிருக்க வீடும் கூடச் சொந்தமில்லை. மகன்கள் இருவரும் அதையும் விட்டு வைக்கவில்லை.

பொன்னப்பன் தன் பங்காக வந்த நிலத்தை அடமானம் வைத்துப் பணம் வாங்கிப்போய் செம்மேட்டில் குத்தகைக்கு தோட்டத்து விவசாயம் பண்ணிப் பார்த்ததில் எந்தவித அனுகூலமும் ஏற்படவில்லை. நாளுக்கு நாள் கிணற்றில் தண்ணீர்ப் பற்றாக்குறை ஏற்பட்டு செய்த வேளாண்மையை நட்டப்படுத்தி வந்தது. தோட்டத்துக்கு உரிமையாளனோ குத்தகைப் பணத்தைத்தான் அதிகம் பண்ணி இவனிடம் வசூலிக்கிறவனாக இருந்தான். போதாதென்று கிணற்றை ஆழப் படுத்தச் சொல்லியும், இதர மராமத்து வேலைகளைப் பண்ணச் சொல்லியும் தொந்தரவுகள் தந்தபடியிருந்தான்.

கிணற்றின் சுவர்ப்பகுதிகள் மண் இடிந்து விழுந்து அடிக்கடி மூடிக்கொள்கிற இடர்ப்பாடு இருந்தது. தொடர்ந்து கிணற்றுச் சுவர்கள் இடிந்து விழாமலிருக்க சுற்றிலும் 'ரிங்க்' போடுகிற வேலை அது இது வென்று பணத்தை அகோரமாய்த் தின்று கொண்டிருந்த அந்தத் தோட்டத்தை விட்டு விட்டு எங்காவது ஓடிப் போய்விடலாமா என்கிற மனநிலையே இவனுக்கு ஏற்பட்டு விட்டது.

அதற்குத் தகுந்தாற் போல் மயிலாத்தாளோ இரண்டொரு மாதங்களுக்கு ஒருமுறை சீராடிக் கொண்டு நெகமம் போய் விடுகிறவளாக அலைக் கழித்தது இவனை இளைக்க வைத்து இம்சித்தது. பட்ட பாட்டிற்கும் பலனில்லை. கட்டிய பெண்டாட்டியும் உடனில்லை.

'தனிப்பண்ணையம்' ஏற்படுத்தினால் அவள் தன்னுடன் சேர்ந்து ஒற்றுமையாக இருப்பாள் என்கிற இவனின் எதிர்பார்ப்பு வெகு சீக்கிரத்திலேயே தவிடு பொடியாகி விட்டது. மயிலாத்தாள்அவளது அய்யன் வீட்டோடு அல்லது நெகமத்துக்கு அருகில் இருந்து வசிப்பதில்தான் ஒரே தீர்மானமாயிருக்கிறாள் என்பதைத் தெரிந்து கொள்வதற்குள் பெரும் குழப்பங்களுக்கு இவன் ஆட்பட வேண்டியிருந்தது.

பழனியம்மாளிடத்திலும், மருதமுத்துவிடத்திலும் வந்து 'என்ர பொண்டாட்டி இப்பவும் ஊருக்கு ஓடிப் போயிட்டா. நீங்க வந்து சமாதானம் பண்ணி செம்மேட்டுக்குக் கூட்டிட்டு வந்துவுடுங்க' என்று தன் வேதனையைச் சொல்லி மருகிக் கொண்டிருப்பதை இவன் வெறுத்தான். மாறாக, தன் கைப்படவே சட்டி கழுவி சோறாக்கித் தின்றும் சில தடவை பட்டினி கிடந்தும் உருக்குலைந்து கருத்துப் போனான்.

'குத்தகைக்குத் தோட்டத்துப் பண்ணையம் செய்யப் போகிறேன்' என்று வேலம்பாளையத்தில் தன் அய்யனிடத்தில் தகராறு பண்ணிக் கொண்டிருந்த முன்னைய நாட்களையெல்லாம் நினைக்க நினைக்க இவனுக்குக் கண்களில் நீர் முட்டியது.

''வகையில்லாம வண்ணாத்திகூடப் போனவன் வெள்ளாவி மொடாவுக்குத் தீயெரிக்கவும் வேணும்'' என்கிறாற் போல நெகமம் போய் அவளைக் கூட்டி வருகிற ஒவ்வொரு சமயத்திலும் தன்னையே நொந்து கொண்டான்.

அவள் இப்படித் தன் தாய்வீடு போய்விட்டு செம்மேடு வந்து சேர்கிற தருணங்களிலெல்லாம் எதாவதொரு புது மாற்றத்தோடுதான

வருகிறவளாக இருந்தாள். கையில் ஒரு தாயத்து, தாலியில் சேர்த்துக் கட்டிய இன்னொரு தாயத்து என அவள் அணிந்து கொண்டிருக்கிற தாயத்துகளெல்லாம் அவுங்க ஊர்ப் பூசாரி மந்திரித்துக் கொடுத்தது என்றும் காத்து கருப்பு அண்டாமல் பாதுகாக்கும் என்றும் நுணுக்கங்கள் சில கூறுவாள். 'இவனையும் கையில் ஒரு தாயத்துக் கட்டிக்கச் சொல்லி' அவள் கொண்டு வந்து கொடுத்ததை தலையைச் சுற்றி வேலியில் வீசியெறிந்தான் இவன்.

''கட்டுன பொண்டாட்டியும் பண்ணுன விவசாயமும்'' தன்னைச் சீரழித்துப் படுகுழியில் இப்படித் தள்ளூ கிற கருமாந்தரங்களாகப் போயிற்றே என்று தன் கைப் படவே கன்னத்தில் அறைகள் கூட சிலமுறை போட்டுக் கொண்டான். வாரத்தில் ஒரு தடவையோ இரண்டு தடவையோ செம்மேடு, ஆலாந்துறையைச் சுற்றியுள்ள இடங்களில் சாமி ஆடிச் சொல்வதைக் கேட்கப் போய் வரலாமென்று இவனை வற்புறுத்திக் கொண்டுமிருந்தாள்.

''நம்ப பொழப்பு தொலத் தொலங்கறதுக்கு உனி அது ஒண்ணு தான் பாக்கி'' என இவன் மறுத்தாலும் ஒரு ஞாயிற்றுக் கிழமையன்று ஆலாந்துறைக்கு மேற்கே இருட்டுப் பள்ளத்தையடுத்த காட்டில் 'பறைக் குளித்தல்' கேட்கப் போகவேண்டி வந்தது.

சுற்றுப்புறத்து ஊர்களெல்லாம் அடங்கி, காற்றின் ஓசை மட்டுப்பட்டிருக்கும் அந்த இரவின் கும்மிருட்டில் காளியாயி கோயில் பூசாரி 'பறைக்குளித்து' சாமி ஆடிச் சொல்லுவதைக் கேட்க இவர்களைப் போலவே இன்னுஞ் சிலரும் அங்கு போயிருந்தனர்.

கோயிலையொட்டிய சிறிய மட்டைச்சாளைக்குள் இருளனான பூசாரியும் ஒரு பொம்பிளையும் போய் தேங்காய் உடைத்துப் பூஜை பண்ணுவது நடந்தது. எதெதோ மந்திரங்களை உச்சரித்துக்கொண்டு எரிந்து கொண்டிருக்கும் விளக்குகளை வாயில் ஊதி அணைத்து விட்டபிறகு அந்தச் சாளை முழுக்க இருளில் மூழ்கி விடுகிறது. ஊதுபத்தியின் ஊசி முனைக்கங்கும்கூட கண்ணை மூடிக்கொள்ள அந்தச் சாளையின் கதவு போலிருக்கும் படல் மூடப்படுகிறது!

சாமி கேட்கப் போனவர்கள் எல்லாம் வெளியே வாசலில் அமைதியாக உட்கார்ந்து கொண்டிருக்க உள்ளே 'பறைக் குளித்தல்' என்னும் காரியம் நடை பெறுகிறது. சங்கிலியோடு இணைக்கப்பட்ட முறம் ஒன்றில் சாம்பல் பரப்பப்பட்டிருக்க பூசாரி பட்பட்டென்று அதை அடிக்கிற ஒலி கேட்கிறது. அந்தப் பொம்பிளை கரைப்புரடைக்குள் பல கரப் பாசிகளையும் கும்மிணிகளையும் போட்டு 'ஜல ஜல ஜல' என்று குலுக்குகிறாள். இவ்விரு சப்தங்களும் ஒன்றாகி அருள் வந்து அந்தப் பூசாரி ஓங்காரமிட்டு ஆடுகிற குரல் கிளம்புகிறது! வெளியே இருப்பவர்களைப் பேர்சொல்லி ஒவ்வொருவராகக் கூப்பிட்டபடி உள்ளேயிருந்து கரடு முரடான புரிந்தும் புரியாத இருளர் மொழியில் பூசாரி குறி சொல்லுகிறான்.

இப்படி பொன்னப்பனுக்கும், மயிலாத்தாளுக்கும் குறி சொன்னதில் 'இன்னமு எவ்வளவு வருஷத்துக்கு உண்ணாமெத் தின்னாமெ வயித்தைக்கட்டி பாடுபட்டாலும் இந்தக் குத்தகைப் பண்ணையம் லாயக்குப் படாது!' என்கிற அர்த்தமே பிரதிபலித்தது.

இருப்பிடம் வந்து சேர்ந்து ''பூசாரி சாமி ஆடிச் சொல்றதென்ன? இங்கத்த நெலவரம் நம்முளுக்குத் தெரியாதா?'' என்று வெறித்தபடி இவனும் அபிப்ராயம் சொன்னது அவளுக்கு நிறையவே அனுசரணையாய்ப் போயிற்று. புருஷனுக்குத் தன் வக்கணையான யோசனையை அந்தச் சூழலில் பிரயோகித்து 'குண்டி காஞ்சா குதிரை வைக்கோலை தன்னப்போல தின்னும்' என்னும்படி ஒரு வழிக்குக் கொண்டு வந்து விட்டாள். இவனும் மன உளைச்சலின் அசதியில் மறுபேச்சுப் பேசாமல் எதற்கும் சம்மதிப்பவன் ஆனான்.

அதன்படி, வேலம்பாளையம் போய் தன் பங்காக இருக்கும் இரண்டு ஏக்கராப் பூமியையும் கை கழுவி விட்டான். அடமானமாகக் கடன் கொடுத்த கோவைப் புதூர்க்காரருக்கே அதை விலைக்கு விற்றும் ஆயிற்று. குத்தகைப் பண்ணையம் பார்த்ததில் நட்டப்பட்டுப் போய் காடுவிற்ற இந்தப் பணத்தைக் கொடுத்து செம்மேட்டுக்காரனுக்குக் கணக்குத் தீர்த்துவிட்டுக் கடைசியாக வேறு வழியொன்றும் இல்லாமல் பெரிய சாமியிடத்தில் வந்து சேர்ந்தான்.

வீட்டையும் சரிபகுதியாகப் பிரித்துக் கொடுக்கச் சொல்லி விடாப்பிடியாக வாங்கிக் கொண்டான். தன்பங்காக வந்த அந்த ஒரு அங்கண வீட்டையும் அதே சூட்டோடு விற்றும் முடித்து விட்டு கிடைத்த பணத்தோடு நெகமம் போய்ச் சேர்ந்து மனைவியின் யோசனைப்படி பால் வியாபாரம் பண்ணிக் கொண்டு நாளை ஓட்டிக் கொண்டிருப்பவனாக ஆகிப்போனான்.

ராசப்பனோ 'அண்ணனுக்குத் தம்பி எந்தவிதத்திலும் சளைத்தவன் அல்ல' என்பதுபோல் அதே கோவைப் புதூர்க்காரருக்கே தன்பங்கான இரண்டு ஏக்கராவையும் விற்பவனாக இருந்தான். அத்தோடு அவன் ஓய்ந்து விட வில்லை.

அண்ணனுக்குக் கிடைத்தது போலவே தனக்கும் சரி பாதி பங்காக வந்த ஒரு அங்கண வீட்டையும் விற்று விட்டு ஒட்டு மொத்தமாகக் கிடைத்த பணத்தைக் கொண்டுபோய் கணபதியில் ஓர்க்ஷாப் நடத்துவதாக நாட்களை ஓட்டிக் கொண்டிருந்தான்.

தன் மகன்கள் இருவரும் இப்படிக் காட்டை விற்று விட்டதை எண்ணியெண்ணி, பல ராத்திரிகளை வேதனையின் வெப்பத்தில் பெரியசாமி கழித்து வந்தார். பிறகு குடியிருந்து வந்த வீட்டையும் உடும்புப் பிடியாகப் பிடுங்கிக் கொண்டு அதையும் விற்றுவிட்டுப் போன தன் மகன்களின் செல்லரித்த புத்திகளை நினைத்து நினைத்துப் பேதலித்தும் போய்விட்டார். இப்போது எருதுகள் கட்டுவதற்குப் பயன்படுத்தி வந்த மட்டைச்சாளையைப் பறம்புப் பாய்வைத்துத் தடுத்து அதில் தான் குடியிருக்கும்படி அவரது நிலைமை ஆகிப் போனது.

மகன்கள் காட்டையும் வீட்டையும் இப்படித் தொலைத்துவிட்டுக் கட்டுத்தறியில் குடியிருக்கும்படியாய் 'தாயையும்' தகப்பனையும் சிறுமைப்படுத்தி விட்டதை மனதுக்குள் போட்டுக் குமுறியபடி கலக்கத்தோடு நடமாடிக் கொண்டிருந்தார்.

''எத்தனையோ பேருக பண்ற அநியாயத்தைக் கேட்டிருக்குறோம்! இப்பொ பெத்த மகனுகளே 'வளத்துன கெடாயி மார்லெ

பாஞ்சாப்பில' கண்ணு முன்னால பண்ணுன அநியாயத்தையும் பார்த்துட்டோம்''

என்கிற அவரின் ஆற்றாமைக்கு மனைவியிடமிருந்து ஆறுதல் எதுவும் கிடைக்கிறபடியாயில்லை! மாறாக எரிந்து விழுந்து சடவு பண்ணுகிற ஜடம் போல அவள் இருந்தாள்.

சுப்பாத்தாளை இரண்டு மகன்களுமே சொல்லி வைத்ததுபோல் தங்களுடன் கூட்டிச் செல்லவில்லை. 'இங்கியே கெடந்து இக்கல்படோணும்கிறது என்ர தலைவிதியாட்ட இருக்குது' எனத் தன்போக்கில் முனகிக் கொண்டே சுரத்தையில்லாமல் கஞ்சி காய்ச்சுகிற வேலைகளை ஏனோதானோவென்று செய்து கொண்டிருந்தாள்.

மழையே இல்லாமல்போய் வெறுமையில் மூச்சு முட்டியபடி வேலம்பாளையத்துக் குடியானவர்களில் பெரும்பாலோர் பண்டம்பாடிகளை விற்பதைத் தவிர வேறு வழியில்லை என்றாகி விட்டது.

தொத்தலோ, தொடக்கலோ எனும்படியாய் வீட்டுக்கு ஒரு கட்டை வண்டியையாவது அவசியம் வைத்திருப்பர். வீணாக அதை ஏன் இனி நிறுத்தி வைத்திருக்கவேண்டும் என்று விற்று விடுவதே உசிதமாகப்பட்டது. 'பின்னெ பொறகோ இல்லெ மேலைக்கோ மழமாரி பேஞ்சா அப்பறம் வாங்கிட்டா போவுது' என்கிற எண்ணம் அவர்களுக்கிருந்தது. வெள்ளாமை வெளைச்சல் இருந்த தருணங்களில் சாப்பாட்டுத் தேவைக்குத் தானியமும் பண்டம்பாடி களுக்குத் தீவனமும் ஓரளவுக்குக் கிடைத்து வந்தன. சாமை, சோளங்களை மூட்டைகளாகக் கட்டி பொன் போலக் கரிசனமாய்ப் பாதுகாத்து வைப்பர்.

'புஞ்சை வெளைஞ்சா பஞ்சமெல்லாம் தீரும்' எனும்படி எந்தக் குடியானவன் வீட்டுக்குப் போனாலும் தானியமணிகளின் மணம் அப்படியொரு செழிப்பை மூக்கருகில் கொண்டு வந்து முகரப்பண்ணுவதாக இருக்கும். பொடக்காளியிலோ சாலையின் ஓரத்திலோ சோளத்தட்டு, கம்பந்தட்டுக் கோம்புகளை

அமைத்திருப்பர். யானைகள் அசந்து படுத்திருப்பதைப்போல் கொள்ளுப்பொட்டும், சாமைப் பொட்டுக் கொம்புகளும் இருக்கும்.

'ரெண்டு வருஷம் ஒட்டுக்கா மழை ஏச்சுப் போட்டாலும் தீவனத்துக்குத் தட்டுப்பாடு வராது' என ஒரு சிறு குடியானவனுக்குள் கூட நம்பிக்கை பெரிதாக அமர்ந்திருப்பதை அதிலிருந்து நன்றாக உணர முடியும்.

இப்போதெல்லாம் நிலைமை எப்படியெல்லாமோ மாறிப் போயிற்று. விலை கொடுத்துத் தீவனம் வாங்கிப் போட்டுக் கட்டிப்படியாகாதென்று போன வெலைக்கு சந்தைத் தரகனுக்கு மாடுகளையும் எருதுகளையும், எருமைகளையும் பிடித்துக் கொடுப்பதாக ஆகிப் போனது.

வீட்டுக்கு அஞ்சாறுபேர் என்று ஆள்வசதி இருப்பவர்கள் மட்டும் தீவனத்துக்காக ஓரிருவர் அன்றாடம் கிழக்கு வயல்களுக்குக் கரும்புச் சருகு உரித்துவரப் போய் வருவது எனத் தீர்மானித்துக் கொண்டு சொற்பமாய்க் கறவைகள் வைத்திருந்தனர். அப்படிக் கொண்டு வரும் கரும்புச் சோகைகளைத் தின்று விட்டு பால்காரனுக்கும்; வீட்டுத் தேவைக்கும் அவைகள் கறந்து கொண்டிருந்தன.

பொழுது கிளம்பத் தொடங்கியதில் இருந்து இருட்டுக் கட்டிய பிறகும்கூட முன்பெல்லாம் தெற்குக் காட்டு இட்டேறித் தடங்களில் வண்டிச் சப்தம் ஒலிக்காத நாள் எதுவும் இருக்காது. புற்களைக் கொத்தி எடுத்துக் கொண்டோ, வரப்புகளில் எருதுகளை மேய்த்துக் கொண்டு விட்டோ நேரமானதையெல்லாம் ஒரு பொருட்டாகக் கருதாமல் வண்டிக்காரர்கள் ஊரை நோக்கி சோர்வில்லாமல் வந்து கொண்டிருப்பர். வண்டியின் சக்கரங்கள் சுழன்றுதான் அவர்களின் பொழுதுகளைத் தீர்மானிப்பதாய் இருந்தது. நாளடைவில் கொஞ்சங் கொஞ்சமாய்க் குறைந்து தெற்குக் காட்டுத் தடத்தில் வண்டிச் சப்தம் கேட்பதே அரிதாய்ப் போய் விட்டது.

"**ஏ**றாத மலையேறி எருது ரெண்டும் தத்தளிக்க

பாராமல் கை கொடய்யா... பழனி மலை ஆண்டவனே!''

என்று கட்டிலில் படுத்தபடி மனம் விட்டுப்பாடிக் கொண்டிருந்தார் பெரிய சாமி.

சில நாட்களாகவே இப்படிப் பாடுவதும் தான் போய் விட்டு வந்த கோயில் குளங்களையெல்லாம் நினைத்துக் கொள்வதும்தான் இவருக்குத் துளியாவது ஆறுதல் தருகிற ஒன்றாய் உள்ளது. வண்டியை எருதுகள் கட்டும் சாளைக்குள் ஒரு ஓரமாய்த் தள்ளி நிறுத்தியிருந்தார். ஒரு நாளைக்கு ரெண்டு மூணு தடவையாவது அந்த வண்டியைச் சுற்றிச் சுற்றி வந்து பார்ப்பதும் பிறகு அதில் உட்கார்ந்து கொண்டு பழைய நினைவுகளில் லயித்திருப்பதுமாயும் ஆகி விடுகிறார்.

''இதுனாலும் நம்பகூட இருக்கட்டும்! இதையும் வித்துத் தொலச்சிட்டா அப்பறம் நாம இருந்தும் ஒண்ணுதா. இல்லாமப் போயும் ஒண்ணுதா'' என்கிற ஊஞ்சலாட்டம் மனசுக்குள் இடைவிடாமல் இருந்தது.

''கட்டுத்தறிலெ ரெண்டு எருதுகளையும் சும்மாவே கட்டி வெச்சுட்டு அதுலென்ன பிரயோஜனம்? போன வெலைக்கு புடுச்சுக் குடுக்காமெ!'' என்று சுப்பாத்தா சாடை மாடையாக இடித்துக் கொண்டுதானிருந்தாள்.

''அந்த எருதுக எத்தனெ பாடுபட்டிருக்குதுனு எனக்குத் தெரியும். அதோட பாட்டெ வாங்கி நாம சோறு தின்னுட்டிருந்ததெ எல்லாம் நீ மறுந்துட்டே. இப்ப அதனோட வவுத்துக்குத் தீவனம் போட முடியிலை. அதையெப் புடுச்சு சந்தைக்கு ஓட்டியுட்டு கெடைக்கிற பணத்துல நாம வவுத்தெ கழுவுலாம்கிறியே. என்னால அது முடியாது''

என்று பிடிமானமாகச் சொல்லிவிட்டு அவைகளைக் கட்டுத் தறியிலேயே வைத்திருந்தார்! விலை தந்து தீவனம் வாங்கிக் கட்டுப்படியாகாது. கோம்பு போட்டு வைத்திருந்த சோளத்தட்டும்; கொள்ளுப் பொட்டும் தீர்ந்து விட்டன.

என்ன செய்வதென்று பழனியம்மாள்தான் இரண்டு நாளுக்கொருதரமாகக் கிழக்கு வயலுக்குப் போய் கரும்புச் சருகு கொண்டு வந்து இந்த எருதுகளுக்கும் போடுகிறாள்.

''நல்லா பெரிய செமையா ஒரு செமை கொண்டாந்து போட்டுட்டா மூணுநாளைக்கு வெரைலுமே தாட்டிக்குது. செரி, என்னால முடிஞ்சதெ நாஞ் செய்யறேன்'' எனச் சொல்லும் மகளின் பெரிதான அந்த ஒத்துழைப்பை மனசில் ஒரு நெகிழ்வோடு தான் பெரியசாமி பதித்துக் கொண்டிருந்தார். தான் வேலை செய்யும் கிணற்றில் பாம்பேரி மண் இழுக்கிற தொழிலுக்கு இந்த எருதுகளை அவ்வப்போது மருதமுத்துவும் ஓட்டிக்கொண்டு போய் வந்தான்.

மகன்களுக்குக் காட்டைக் கொடுத்துவிட்ட பிறகும் மனம் தாளாமல் பத்து நாட்களுக்கொரு தடவையாவது தெற்கே போய் வரப்பில் உட்கார்ந்திருப்பதும் நாற்பது வருஷகாலமாக அந்தச் செம்மண்ணில், தான் பட்ட பாடுகளையும் எந்தச் சூழலிலும் அதை விட்டுப் பிரியாமல் தன் குருதியோட்டத்துடன் ஐக்கியப்படுத்திக் கொண்டு உழன்றவைகளையும் நினைத்தபடி அந்த மண்ணுடன் பேசிக் கொண்டிருந்து விட்டு வருவதுமாக இருந்தார் இவர்.

'காட்டை விற்றாயிற்று' என்கிற சேதியைக் கேட்டதற்கும் பிறகு கட்டிலில் உட்கார்ந்தபடி தாரை தாரையாய்க் கண்ணீர் விட்டு அழுது ''இனிமே தெக்கெ காட்டுப் பக்கம் போறதுக்குங்கூட எனக்குக் கெதியில்லாமப் போச்சு'' என வெறுத்தவராய்ச் சொல்லி விட்டார்.

'அண்ணன்காரன் கொடுக்கட்டுமே' என ராசப்பனும், 'தம்பி கொடுக்கட்டுமே' என பொன்னப்பனும் பெற்றோர்களைக் கூச்சமே இல்லாமல் வஞ்சித்தாயிற்று. ஆளுக்கு ஒரு மாதம் என்கிற கணக்கு வைத்து இவர்களுக்கு அவர்கள் கொடுப்பதாகப் பாவனை பண்ணியதெல்லாம் வெளியே சொன்னால் வெட்கக்கேடு எனவாயிற்று.

உள்ளூர் ஆட்களுடன் சேர்ந்து கூலி வேலைகளுக்குப் போக முற்பட்ட பெரியசாமியை வயதாகிவிட்ட காரணத்தை மனதில்

வைத்துக்கொண்டு ''நீங்க பாவம் ஏ அங்கெ வந்து சிரமப்படறீங்க'' எனச்சொல்லி மறுத்து விட்டனர்.

'அய்யனுக்கும் அம்மாளுக்கும் தன்னால் முடிந்ததைக் கொடுத்துக் காப்பாற்றி விடலாம்' என்கிற தைரியத்தில் பழனியம்மாள்தான் இப்போது இவர்களைக் கஞ்சியாவது குடிக்க வழி செய்துவந்தாள். வண்டியில் உட்கார்ந்து கொண்டு அகன்று கிடக்கும் ஆகாயப் பெரு வெளியையே பார்த்தபடியிருக்கும் இவரை ''வூடும் காடும் கையைவுட்டுப் போனதுனாலெ ஆளு ரெண்டு கையும் முறிஞ்சாப்பிலெ ஆயிட்டாரு'' என்றுதான் மற்றவர்கள் பேசிக் கொள்ளத் தோன்றியது.

காளப்பட்டியய்யனைப் பார்க்கக்கூட சில நாட்கள் சங்கடப்பட்டுக் கொண்டிருந்த இவரை உள்ளுக்குள் எழுந்தெழுந்து அலைகளாய்ப் புரளும் சலனங்கள் சும்மாவிட்ட பாடில்லை.

''இந்தக் காலத்துப் பசங்க இப்பிடித்தா இருப்பானுக. காலம் போற போக்குல எல்லாரும் இப்பிடித்தான். நாமெல்லா பொழச்ச காலம் வேற, இப்பத்த காலம் வேற. தூங்கறவந் தலையிலே கல்லைத் தாங்கிப் போடறதுக்கும் இப்பத் தயங்க மாட்டானுக. தாய் தகப்பஞ் சொல்லுக்குக் கட்டுப்பட்டு அதெய மீறாம நாம இருந்தம்னா நம்ப பசங்களும் அப்பிடியே இருப்பானுகன்னு நாம ஆசைப்பட்டா அது நெறவேறுமா? 'கலயங்கீழே வுழுந்து மண்ணுல போன பாலும் நம்ப கையெவுட்டுப் போன காடு மூடும் ஒண்ணு'ன்னு மனசெ ஆத்திக்கறதுதான் செரிப்படும்.

இப்ப நம்ம காளப்பட்டியய்யன் எப்பத்த ஆளு? வயிசு கிட்டத்தட்ட எம்பத்தஞ்சுக்கு மேலெயே இருக்கும். அவராட்ட வெல்லாம் நாம தாக்குப் புடிக்கமுடியுமா? இப்பவே இப்பிடி கரும்புச்சல்லையாட்டமா இருக்கிறவரு வாலிப முறுக்கத்துலே ஆளு எப்படியிருந்திருக்கோணும்? எதையும் நெகுரில்லாமத்தாஞ் செஞ்சிருப்பாரு. அவுரு இந்த ஜில்லாவுக்குள்ளே போகாத கோயிலுக எதுனாலும் பாக்கியுண்டா?

ஏறாத மலைக எதுனாலும் கொஞ்ச நஞ்சமிருக்குதா? சந்தைக்கு வாடகை வண்டி ஓட்டுனது பதனஞ்சு வருஷங்கறாரு! தோட்டத்துப் பண்ணையம் பண்ணுனது பதனஞ்சு வருஷங்கறாரு! காவடி எடுத்துட்டு பழனி மலைக்குப் போனது பதனஞ்சு வருஷங்கறாரு! அவுராட்டவெல்லாம் சகல தொழிலுஞ் செஞ்சு சகல அனுபோகமும் உள்ள மனுஷருகளெப் பாக்கறது சாமானியமில்லெ''

என எண்ணிக் கொண்டே ''நம்மளெப் பெத்த அய்யனாட்டம்! அவரெப் போயிப்பாத்துப் பேசீட்டிருந்து வந்தானாலு ஆறுதலா இருக்குமே'' என்று காளப்பட்டியய்யனைத் தேடிக் கொண்டு தெருவில் நடந்தார் பெரியசாமி. தன்னிடத்தில் மனத்தாங்கல் பட்டுக் கொண்டு எதிர்மறையாகப் பேசிய படியிருக்கும் சுப்பாத்தாளின் போக்கைப் பற்றியுங்கூட அய்யனிடத்தில் சொல்ல வேண்டும்; அப்போது தான் இங்கேயுள்ள நிலவரம் என்னவென்பது அவருக்குத் தெரியும். இங்கு வந்து நிதானமாகப் பேசி உரிமையோடு ரெண்டு திட்டும் திட்டி 'சுளுக்கு எடுத்து' சரிப்பண்ணி விட்டுப்போவார் என்றெல்லாம் மனசுக்குள் யோசனை ஓடியது. அப்போது எதிரே பொட்பொட்டென்று தடியை ஊன்றிக் கொண்டு அவரே எதிரில் வந்து கொண்டிருந்தார். கும்பிடப்போன தெய்வம் குறுக்கே வந்தாற் போலிருந்தது இவருக்கு!

''உங்களெப் பாக்குலாம்னுதானுங்க ஊட்டுக்கு வந்துட்டிருந்தனுங்க''

''அடடே அப்புனு பெரீசாமி நீயா! வா வா! நானும் உன்னெப் பார்த்து நாளாச்சேனுதா இந்தப் பக்கமா வந்தே. செரி அப்போ நட போலாம்''

ஒரு கையில் பெரியசாமியின் கையைப் பிடித்துக் கொண்டு சேர்ந்து நடந்து வந்தார்.

தேர்ந்த நாட்டு வைத்தியர், ஒருவரின் கையைப் பிடித்து நாடித்துடிப்பை உணர்ந்து, அதைக் கொண்டே சம்பந்தப்பட்டவருக்கு என்னென்ன நோய்கள் உள்ளன என்பதைச் சொல்லி விடுகிற மாதிரி

காளப் பட்டியய்யன் யாரொருவர் கையைப் பற்றினாலும் அதில் உள்ளார்த்தம் இருக்கும். அன்பு நிறைந்த உணர்வை இயல்பாய் ஊடுருவச் செய்வது போல இருக்கும்.

தெருவோரத்திலிருந்த வீட்டுத் திண்ணையில் மகளின் பாதத்தைத் தன் மடி மீது வைத்து முள் களைந்து கொண்டிருந்தாள் ஒருத்தி. ''அம்மா! மொல்ல மொல்ல! அய்யோ வலிக்குது அம்மா'' என அழாத குறையாகச் சொல்லிக் கொண்டிருந்தாள் அந்தச் சிறுமி.

''முள்ளு முறிஞ்சு போயறாமெ பதனமாப் பாத்து எடு அம்மிணி. எடுத்த பொறகு அந்தக் காயத்துல கொஞ்சமா எருக்கஞ்செடிப் பாலையோ இல்லீனா காச்சுன எண்ணையையோ ரெண்டு மூணு சொட்டு உட்டுரு. அப்பொதா வலி நிக்கும்.'' என அவர்களைப் பார்த்துக் கூறியபடி சாளை வாசலுக்குப் போய்ச் சேர்ந்தனர்.

''எங்கெ சுப்பாத்தாளைக் காணோம்?''

அய்யனின் குரலைக் கேட்டதும் வெளியே வந்தவள் ''ஒ மாமனவிகளா! வாங்கொ! உள்ளதா இருந்தனுங்க'' என்றாள். கயிற்றுக் கட்டிலை எடுத்து வந்து வெளியே போட்டு அவரைக் காற்றாட உட்கார வைத்தார் பெரியசாமி.

''மணியங்கொலத்துப் புள்ளைகெல்லாம் 'கரும்பு முறிச்சாக் கொறையும். வெல்லம் எடுத்தாக் கொறையும்' கிறாப்லெ நம்பவுமே கஞ்சத்தனம் புடிச்ச துகளாச்சே''

என்று ஆரம்பித்த அய்யனின் ஜாடைப் பேச்சைப் புரிந்துகொண்டு ''கஞ்சத்தனமெல்லா ஒண்ணுமில்லைங்க. சித்தெ பேசீட்டிருங்க. காப்பித்தண்ணி சூடுபண்ணியாந்து குடுக்கறே'' எனச் சொல்லியவளாய் உள்ளே போனாள்.

''ம்! ரெண்டு பசங்களும் கண்ணாலம் பண்ணுனவிக இங்கெ அப்பனாத்தாளோட சேந்து ஒண்ணா இருந்திருந்தானுகனா வூடு எத்தனெ கலகலப்பாருக்கும்! இதெயெ வித்துப்போட்டு மேட்டுக்கொண்ணு, பள்ளத்துக்கொண்ணுங்கிற ஓதாவுல

போய்ட்டானுக. செரி, போனாப் போறானுக. பொழைக்கறதுக்குத் தான போயிருக்கானுக, போவுட்டும். நாலாப் பக்கமும் சுத்திப் பாத்தானுகனாத்தான் அவுனுகளுக்கும் நாலா ரோசனையும் வரும். நல்லது கெட்டதுக எதுங்குற வேக்யானம் கெடைக்கும்! மொல்லமாரி யெவன்? கேப்புமாரி யெவன்? முடிச்சவிக்கி யெவன்? அப்பிடீங்குற அடையாங்களையுந் தெரிஞ்சுக்க முடியும்!''

''இப்ப இந்தக் கட்டிலையே பாரு. ஒரு கட்டுப் போடுற எடத்துல நீயி ரெண்டு கட்டு ஏம்போட்டு வெச்சிருக்கிறே? எல்லாம் ஒரு பெலத்துக்குத்தான். ஆயரம் கட்டுப்போட்டா ஒரு ஆனை பெலத்துக்குச் சமம்னு பெரியவிக சொல்வாங்க. அஞ்சு ரூவாக் காசு சம்பாரிக்கறதுக்குள்ள எத்தனெ நேரம் கஷ்டப்பட வேண்டீதிருக்குது. ஆனா அதே காசை அஞ்சு நாழிக்குள்ளெ தொலைக்கறது எவ்வளவு சுலுவா இருக்குது. அரக்காசெ அஞ்சு காசு பண்ணத் தெரியோணும். அஞ்சுகாசெ ஆயரமா பெருக்கத் தெரியோணும். இருக்கறதைக் கொண்டு தான் எதையும் பெருசு பண்ண முடியும். உன்ர மக்கமாருக பெருசு பண்ணாட்டியும் போகுது. இருக்குறதுகளெத் தொலச்சுப் போட்டுப் போயிட்டானுகளேன்னு நீயி சஞ்சலப்படறே. என்ன, நாஞ்சொல்றது?''

அப்போது சுப்பாத்தா டம்ளர்களில் காபி கொண்டு வந்து இருவருக்கும் கொடுத்தாள்.

''வாங்கிங்க மாமா. வறக் காப்பிதானுங்க, கறவைக எதுமு இல்லீனு உங்களுக்குத்தா தெரியுமுங்களே''

''ஆமா செரிச் செரி! இது போதும் போ'' என்று அதை வாங்கிக் குடித்தபடி தன் பேச்சைத் தொடர்ந்தார்.

''எங்கெ போனாலும் என்னொ தொழிலு செஞ்சாலும் நல்ல எண்ணத்தோடெ, அப்பழுக்கில்லாம நேர்மையா சத்தியத்துக்குக் கட்டுப்பட்டு நடந்துட்டம்னா எந்தக் காலத்துலேயும் கெடமாட்டோம். மேலெ பொறவன் ஆரு? எல்லாத்தையும் அவன் பாத்துட்டுத்தாம்

போறான். எந்தக் காலத்துலயாவுது அந்த மகராசன் வராத நாளு உண்டா? சொல்லு பாக்கிறே.''

''நாம பழனீல போயிக் கும்புடுறதும் ஒண்ணுதான்! வெள்ளிங்கிரிலெ போயிக் கும்புடுறதும் ஒண்ணுதான்! கயித்தமலை செகமலை சென்னிமலை மருதமலை அதுகளும் அதேதான்! இத்தனாதி சக்திகளுந்தா ஒண்ணாகி மேலே ஆகாசத்துல சுட்டெரிக்கிற பகவானா அனுதெனமும் போகுது. அருத்தமாச்சா?''

''ஜாதியுட்டு ஜாதிபோயிக் கட்டீட்டா நம்ப ராசப்பன். நல்லா ரோசுனெ பண்ணிப் பாக்கறப்ப அதுலெ என்ன கபுடு சூது இருக்குது? ஒண்ணுமே இல்லெ. எல்லாம் ஒரு விசுவாசந்தா காரணம். ஆனா இந்த விசுவாசம் எப்பவும் கெடாம இருக்கோணும். நானும் பல பக்கம் சுத்துன அளவுல பலதரப்பட்டவிகளோட ஜாதி வித்துவேசமில்லாமப் பொழங்கியிருக்குறேன். அவிங்களும் நாம எந்த அளவுக்கு நடந்துக்கறமோ அதுக்குத் தக்குனாப்பில கொறவில்லாமத்தா நடந்திருக்காங்க! உங்கறதைப்பங்கிக் குடுத்துருக்காங்க!''

''நம்முளுதுலெ பயிரங்கொலத்துக்காரருக பழைய கோட்டெ காங்கயத்துப் பக்கமெல்லாம் ஜாஸ்தி. சின்னமலெ எல்லாமு அங்கத்த ஆளுதா. அவனோட நேர்மையெக் கண்டு தானொ மைசூர் ராஜ்ஜியத்துல இருந்து வந்த திப்புசுல்தானுங்கிற துலுக்குரு கூட்டிட்டுப் போயி குதிரைப்படைக்குத் தலமைதாங்கற பொறுப்பெக்குடுத்தது. அப்பறம் காளிங்கராயன் ஆத்துப் பாசனம்னு பேசிக்கிறாங்களே இப்பப் பெருசா. அந்தக் காளிங்கராயன் ஆரு? எல்லா வெள்ளாளரு கதா! மேட்டாங் காட்டுக் குடியானவருகதா. காராள வம்சம்னா காராள வம்சம். பழனியைத் தாண்டிப் போனாக்க விருப்பாச்சிங்கிற ஊரு இருக்குது. அங்கெ வீரநங்கையின்னு பொம்பளை ஒருத்தி. அதெயெவுட்டா ஆயக்குடி; அங்கெ தங்கம்மான்னு இன்னொருத்தி. இவிக எல்லாரும் வெள்ளாளச்சிகதா. இன்னைக்கும் ஓலச் சுவடீலையும், செப்பேட்டுலையும் இவிக பேருகெல்லாம் அழியாம இருக்குதுன்னா அதுக்குக் காரணமென்னன்னு ரோசுனெ பண்ணிப் பாரு''

சொல்லிவிட்டு இரண்டொரு நிமிடம் இடைவெளி விட்டார். அந்த இடைவெளியே கூட எதிரே இருப்பவர்களை எத்தனையோ சிந்திக்க வைக்கக் கூடியதாய் அமைந்து விடும். இதுபோல் அய்யனுக்கு சாவகாசமாக நேரங்கிடைத்து உட்காருவதற்கு இடமும் வசமாகக் கிடைத்து, கேட்பதற்குச் சரியான ஆட்களும் அமைந்தால்தான் பேசுவது வழக்கம்.

''செரி! அப்புனு! நானும் கெளம்பறேன்'' என்று கட்டிலை விட்டு எழுந்த அவரை ''உன்னஞ்சித்தெ இருங்க! சோறுண்டு போட்டு அப்பறம் போலாமுங்க'' என பெரியசாமி இருக்கச் சொன்னார். காரணமாகத் தான்.

''சோத்துக் கென்னப்பா, நீ போயி உண்ணு போ!''

''நாங்க உண்டாக்க எங்க வவுத்துக்குத்தானுங்க ஆவும்'' என்றாள் சுப்பாத்தாள்.

''நீ சொல்றது வாஸ்தவம்தா அம்மிணி. இங்கெ நானென்ன உங்கவா மாட்டே! ஆனா இப்ப வேண்டாம். நாந்தா ரவ்வுச் சோத்தெவுட்டு நம்பகாலம் ஆகிப்போச்சே''

''அது தெரியுமுங்க! இன்னிக்கு சாமச்சோறாக்கி, தட்டப் பயிறு போட்டு சாறு காச்சுன்னுங்க! செரி, நீங்களும் ஒருவாயி உண்டுட்டுப் போட்டும்னு சொன்னே'' என்றாள்.

''ம்! பெரியசாமிவிக அப்பனிருந்த நாள்லெ கம்மஞ் சோறாக்கி கருவாட்டுக் கொழம்பு வெச்சுட்டு என்னெக் கூப்புடாம அவுனுக்குச் சோறு தொண்டெக் குள்ளே எறங்குவனாங்கும்? என்னெத் தேடீட்டு தெக்காலக் காட்டுல மாட்டுப்பட்டிக்கு வருவான். அவனாட்ட ஆளு இப்ப ஏழு ஊரு சுத்துனாலும் கெடைப்பானா? இவிக அம்மா அதுதா உங்க மாமியா, ராய்க்களி கெலருனா இரும்புக் குண்டாட்டம் இருக்கும். ஒரு உருண்டையே எடுத்து வீசுனா எதுக்கெ நிக்கிற ஆளெ வுழுக்காட்டிப்போடுலாம். நல்லா புளிக்கூட்டு அரச்சு வெச்சு நாலஞ்சு உருண்டைக வவுத்துக்குப் போட்டுப் போயிட்டா பள்ளிக் குடத்துப்

பசங்க சிலேட்டு தூக்குறாப்லெ'' சுலுவா பத்து ராத்தல் சமுட்டியெத் தூக்கி கல்லு ஒடைக்கறது சாதாரணமா இருந்துச்சு. அப்பிடி வேகாத வெய்யில்ல பாடுபட்டுட்டு சலுப்போட ஊடு வந்து சேர்ந்தா அதெ ஆத்தறதுக்கு அனுமான சம்சாரமிருந்துச்சு. ம் வராத கஷ்டங்க வந்த காலத்துலேயும் கண் கலங்காம ஒருத்தன் அந்தக் கஷ்டங்களெ எதுத்து நின்னு ஜெயிக்குறான்னா அவுனுக்கு ஊட்லெ செரியானதொணை பக்கபலமா இருந்து தெம்பு குடுக்கறான்னு அருத்தம்.

''இப்ப நாம தூரத்துக்கு ஏம்போகோணும்? ஏன் சுப்பாத்தா நீயே சொல்லே. பெரியசாமி எப்பிடிப் பாடு பட்டவன்? குடும்பத்தும் பேர்ல எத்தனை அக்கறையுள்ளவன்கிறது நம்ப உள்ளூர் ஜனத்துக்கு மாத்தர மல்ல. அக்கம்பக்கத்து ஊர்களுக்கும் கூட நல்லாத் தெரிஞ்சதுதான். அப்படியாப்பட்டவனுக்கு இந்த ரெண்டு வருஷத்துக்குள்ளெ அடுத்தடுத்தே எடஞ்சலுக வந்து தொவட்டிப் போட்டுது, இவனுக்கு இப்பத்த நெலமையில, இருக்குற ஒரே ஆதரவு நீயி ஒருத்தி தான்னு வெய்யே. இப்ப நீயே ஏனோதானேன்னோ இல்ல ஏறுமாறாவோ இருந்தீன்னா அது உன்ர கண்ணெயே நீ குத்திக்கிறதாட்டம் போயிடுமில்லெ. நீயி எப்பவுமே உன்ர புருஷனுக்கு உறுதொணையா இருக்கோணும். என்ன, நாஞ் சொல்றது? 'தாயை தண்ணிக் கெணத்துல பாத்தா புள்ளெயெ ஊட்லெ பாக்க வேண்டியதில்லே'ங்கிறாப்லெ உன்ர சூட்டிப் பைப் பாத்துத்தானொ பழனியம்மாளைக் கட்டுனான் மருதமுத்து! இப்ப இந்த ஊருக்குள்ளெ அந்தப் புள்ளையாட்டம் வேக்யானமும். ஈவு எரக்கமும் யாருக்கு வரும்னு பேசிக்கிறாங்க! உனக்கு அப்பிடி மருவாதி தேடிக்குடுத்திருக்குற மகளுக்கு நீயொரு பேர்க்கெடுதி வர வெய்க்கிலாமா?...

''பெரியசாமிகிட்டெ நா மிந்தியே சொன்னே. மக்கமாருகளுக்கு காட்டெ பங்கு பிரிச்சு எழுதிக் கொடுக்கப் போறான்னு கேட்டதீமே 'உன்னமுங் கொஞ்ச நாளுப் பொறு, இப்ப அதுக்குள்ளெ என்ன ஆகிப்போதுன்னு. நாஞ்சொன்னதுக்கு பிரிச்சுக் குடுக்குற காலம் வந்துடுச்சுங்கய்யா. எப்ப இருந்தாலும் அதுகளெ அவுனவுனுகளுக்குக் குடுத்திடத்தானுங்க வேணும் என்ர பேர்ல நாளமித்த நாளு ஒரு

பொல்லாப்பு வரப்படாதுங்க'ன்னு சொன்னான் அப்பறம் வூட்டையும் மக்கமாருக குடுக்கச் சொல்லி தொந்தரவு பண்ற தகோலு கெடெச்சிது அப்பவும் இவங்கிட்ட அதையே தாஞ் சொன்னே. 'உன்னங் கொஞ்ச நாளுப் போகுட்டும். காட்டையும் அவனுகளுக்குக் குடுத்தே அது இப்ப அவுனுககிட்டெயா இருக்குது? இப்ப இந்த வூட்டையும் குடுத்தறப்போறம்கிறியே இதுல அவுனுக வந்து குடியிருந்தா தேவுலெ. ஆனா வந்த வெலைக்கு எவனுக்கோ வித்துப்போட்டு வேட்டியில பட்ட மண்ணைத் தட்டிப் போட்டுப் போறாப்லெ போயிருவானுகளே'ன்னு சொன்னேன். 'எப்ப இருந்தாலும் வூட்டை நா மக்கமாருகளுக்கு குடுத்துத்தானுங்க ஆகோணும்! அதுதா இப்ப வேணும்னாலும் குடுத்தர்ற முடிவுக்கு வந்துட்டனுங்க' அப்பிடின்னான். அதோட நிக்கலை; ஏதோ இந்த எருத்துச் சாளைலனாலும் குடியிருந்துட்டு வண்டி வாசியெ ஓட்டிக் காலந்தள்ளிக்கிறனுங்கய்யான்னான். எனக்கே கண்ணெல்லாங் கலங்கிப்போச்சு!...

''காய்க்கிற மரத்தைத்தா கல்லுல அடிப்பானுகங்கறது செரியாத்தானிருக்குது கனிஞ்சுபோயி நின்ன இவனெ கல்லுல அடிச்சதோட மட்டுலுமா வுட்டுட்டுப் போனானுக உன்ர மக்கமாருக வேரோட வெட்டித் தள்ளி அவுனுக பொண்டாட்டிகளுக்கு வெந்தண்ணி வெச்சுக் குடுக்கறதுக்கு அடுப்பெரிக்கக் கொண்டு போன கதையாவுல்லெ பண்ணிப் போட்டானுக. அதெயெ நெனைச்சாத்தா எனக்கே நெஞ்செல்லாம் நோகுது. இவன் இன்னமுங்கூட 'இந்த வண்டியும் எருதுகளும் இருந்தா போதும். என்ர உசுருள்ள வெரைக்கும் பாடுபட்டுக் கஞ்சி குடிச்சுக்குவ'னுங்குற வைராக்யத்துல இருக்குறான். இவம் மனசுதா எத்தனெ எளகுன மனசு. இத்தனை நடக்குற வெரைக்கும் மக்கமாருக பேர்ல இவன் வெச்சிருந்த நம்பிக்கை இருக்குது பாரு, அது சாமானியமானதில்லே. எல்லார்த்த போலயும் வெளியில சொல்லி தம்பட்டம் அடிக்காம மனசுக்குள்ளெயே அந்த நம்பிக்கையெப் பூச்செடியாட்டம் காப்பாத்தி வளத்து வெச்சிட்டிருந்தான். பூவோட அருமை புழுவுகளுக்குத்

தெரியவா போகுது? அரிச்சுத் தின்னு போட்டுதுக. இப்பப் பொட்டாட்ட இந்த மட்டெச் சாளைலெ கட்டிலப்போட்டு. குறுக்கிப் படுத்துட்டான். பெரியசாமி இப்பிடி எளைச்சுப் போயிட்டது உன்ர கண்ணுக்குங்கூட புடிக்காமப் போயிடுச்சுப் போல இருக்குது பாவம்!''

''அம்மிணி அளந்த வள்ளம் அட்டாலிலெதா இருக்குது. எங்கியும் போயிடாது. நாளைக்கு பொன்னப்பனோட மக்களும் ராசப்பனோட மக்களும் அப்பமாருகளுக்கு எப்பிடியெப்படி கைம்மாறு பண்ணப் போறாங்கங்கிறதை நாமெல்லாம் உசுரோட இருந்தாலும் இல்லாட்டியும் மத்தவிகனாலும் பார்ப் பாங்கல்லொ.''

அய்யனின் இந்தப் பேச்சின் சாரத்தை முழுவதுமாகக் கேட்கக் கேட்க சுப்பாத்தாளுக்குப் போதும் போதுமென்றாகிவிட்டது. ''நீங்க சொல்றதுகளெக் கேக்காம நா எப்பவும் மீறிப் போகமாட்டனுங்க. அவனுக ரெண்டு பேரும் வந்து கூப்புட்டாலும் நா அப்பிடி அவனுகளோட போயிருவனுங்களா? உன்னமு இந்த மட்டெச்சாளைய வுட்டுப்போட்டு பொறம்போக்கு எடத்துல போயி பொழைச்சாலும் நா இவிக காலைக் கட்டிட்டுத்தானுங்க கெடப்பேன்'' என்றாள் கண்ணீரும், பெருமூச்சுமாய்.

''செரிச் செரி, உனி அழுகாதெ போ! நா வந்து எதை யொண்ணையும் தட்டிக் கேக்காமெ வேற ஆரு வந்து இங்கெ கேக்க முடியும்? பெரியசாமியும் நீயும் ஒரு வா கஞ்சி ஒத்துமையாக் குடிச்சீங்கினா அது எனக்குப் பால் பாயாசம் குடிச்சு வவுறு நெறம்புனாப்ல இருக்கும். தெரிஞ்சுதா? அப்புறம் இந்நேரம் பேசீட்டிருந்துட்டு இதெயெச் சொல்லாம பொறப்பட்டுட்டோம் பாரு! நம்ம ஊரு மாரியாத்தா கோயில் பண்டிகைக்கு நாளு நெருங்கியிட்டிருக்குது. இந்த வருஷம் பண்டிகையெ எப்பிடி நடத்தப் போறம்னு மணியகாரனும் மத்தவிகளும் சங்கடமாத்தாம் பேசீட்டிருந்தானுக. மழமாரி எதுமில்லாம நம்ம குடியானவீக பண்ணையமெல்லா மொடங்கிக் கெடக்குது. குடி தண்ணிக் கஷ்டமோ ஊரு ஜனங்களையெல்லாம் படாத பாடு படுத்தி வாட்டுது. இந்த

நெலவரத்துல சாமி சாட்டிக் கும்புடறது என்னாகும்னு தெரியிலெ. செரி, எல்லார்த்துக்கும் ஆனது நம்முளுக்கும் ஆகுட்டும்''

சொல்லிவிட்டு அவர் போய்விட்ட பிறகும் சுப்பாத்தாளுக்கு அந்த மணி போன்ற குரல் ஒலிப்பது போலவே தானிருந்தது! பெரியசாமி அதன் பிறகு அயர்ந்து தூங்கிப் போனார்.

7

கிழக்கு வயல்களுக்குக் கரும்புச் சருகுக்குப் போவதைத் தவிர தேவைப்படும்போது ராமாத்தாளும், பழனியம்மாளும் முன்பு போல் மலைக்கு விறகுக்கும் போய் வந்தனர். இப்போதெல்லாம் தெற்கு மலையில் வாரத்திற்கொரு முறையோ இரு முறையோ என சுங்கக்காரனின் வருகை ஏற்பட்டு விட்டதால் சற்று அச்சத்தோடுதான் சுமைகளைக் கொண்டு வர வேண்டியிருந்தது.

மதுக்கரையை அடுத்திருக்கிற மலைக் கறட்டிலிருந்து மேற்கே ஐயாமலை வரையிலும் ஒரு எல்லையாக வன இலாக்கா அளவு பண்ணி அதன் கண்காணிப்பிற்கு இப்படி ஆளை நியமித்திருந்தது. அடிவாரத்தில் மரநிழலிலோ, பாறை மறைவிலோ காத்திருந்து அவன் எப்படியும் விறகுக்காரர்களை வசமாகப் பிடித்து விடக்கூடியவன். அவனை ஏமாற்றி விட்டுத் தப்பித்து வருவது அந்த மலைத்தடங்களில் அனுபவமில்லாதவர்களால் முடியாது. பிடிபட்டால் விறகுச் சுமைகளைப் பறித்துக் கொள்வான். அப்புறம் ஜீப்பைக் கொண்டு வந்து அவற்றை எடுத்துப் போட்டுக் கொண்டு போய் விடுவான். கொடுவாள்களும் வீடு வந்து சேராது. மதுக்கரைக்குப் போய் நாற்பதோ ஐம்பதோ என்று பணம் கொடுத்துத்தான் அதுகளை மீட்க முடியும். ''அங்கெ கொண்டு போயிக் குடுக்கற பணத்துக்கு இங்கெ கொல்லங் கிட்டச் சொல்லி புதுக்கொடுவாளே செய்துக்கலாம்'' எனப் பெரும்பாலானவர் மதுக்கரை போக மாட்டார்கள்.

விறகுக்குப் போய் வருவதிலுள்ள இடர்ப்பாடுகளைப் பேசிக் கொண்டே பழனியம்மாளும், ராமாத்தாளும் அடிவாரம் போய்ச் சேர்ந்தனர். அங்கே சாராயங் காய்ச்சுகிற வேலை அந்நேரத்திற்கு உச்சக் கட்டத்தில் இருந்தது. ஊறல் சுமப்போரும்; சரக்கு வாங்க வந்தோருமாகக் காணப்பட்டனர். எத்தனை கெடுபிடியான சட்டங்களைப் போட்டாலும் எத்தனை தடவை வந்து பிடித்துக்

கொண்டு போனாலும் இந்தச் சாராயத்தின் மணம் அத்தனையையும் முறியடித்து விடுகிற வஸ்துவாக அங்கே வீசிக் கொண்டுதானிருந்தது.

திங்கட்கிழமை, வெள்ளிக்கிழமை நாட்களைத் தவிர்த்து மலைக்குச் செல்வது சுங்கக்காரனின் தொல்லையிலிருந்து மீள்வதாய் இவர்களுக்குள் உத்தேசமிருந்தது. பொழுது விழுவதற்கும் முன்னதாகவே ‘குனியமுத்தூர் மில்லில் அஞ்சு மணிக்குச் சங்கு ஊதும் நேரத்திற்கு’ அவரவர் சுமக்கும் கனத்தில் ஒரு சுமை விறகைச் சேகரித்துக் கொண்டு மலையை விட்டுக் கீழே இறங்கி வந்து விடவேண்டும். இதை உள்ளூர் விறகுக்காரிகள் சொல்லியிருந்ததும் நினைவில் இருந்தது.

தன்னாசி பாறைக் கல்லுக்கும் கீழ்புறத்தில் உள்ள குறுகலான தடத்தில் மேல் நோக்கி ஏறிச் சென்றனர். இரண்டு கிருஷ்ணப்பருந்துகள் மலை உச்சிக்கும் மேலே வட்ட மிட்டுப் பறந்தபடி இருந்தன. வெள்ளக்குட்ட ராயன் மலைக்கும், வீரராயன் மலைக்கும் இடையில் உள்ள வெளியில் தொரத்தி மரங்களும், ஆளுமெறட்டி மரங்களும் நின்றிருந்தன. இன்றைக்கு அங்குதான் விறகு வெட்டலாம் என ராமாத்தாளுக்கு எண்ணம் ஏற்பட்டது. கொஞ்ச நஞ்சம் மனக்கிலேசம் உள்ளவர்களை இந்தப் பகுதியின் சூழலானது விரட்டியடிக்கிற படியானதாகும். அதிலும் இங்குள்ள பாறைச்சரிவு ஒன்றில் சில வருஷங்களுக்கு முன்னால் எவளோ ஒருத்தி அரளி விதைகளைத் தின்று விட்டுத் தற்கொலை பண்ணிக் கொண்டதற்கும் பிறகு அச்சம் காற்றோடு கலந்து விட்டிருந்தது.

அவள் எங்கிருந்து வந்தவளோ என்ன காரணமோ எவருக்குந் தெரியாது. ஆனால் நீட்டிப்படுத்த எலும்புகளும், இற்றுப்போன நிலையில் சேலைத்துணிகளும் அங்கே கிடந்ததை சில மாதங்கள் கழித்து விறகுக்காரிகள்தான் பார்த்தனர். வளையல்கள், மூக்குத்தி, கால் விரலில் போட்டிருந்த மெட்டி போன்றவைகள் அங்கே கிடந்ததை வைத்து அது ஒரு பெண்ணின் எலும்புகள் தான் எனப் பேசிக் கொண்டனர். அதன் பிறகு அந்தப் பகுதிக்கு விறகுக்குப் போவதென்றாலே பழனியம்மாளுக்கு மனசு ஒத்துக்கொள்வதில்லை.

ராமாத்தாளும் இதை உணர்ந்து தான் அந்தப் பாறைச்சரிவை விட்டு விலகி தென் கிழக்கு ஏற்றத்துக்குக் கூட்டிப்போனாள்.

தொறத்தி மரத்தில் முட்களும், கிளைகளும் அடர்த்தியாயிருந்தன. சற்றுக் கவனமாய்க் கொடுவாளைக் கையாள வேண்டும். அருகிலேயே ஆளுமெறட்டி மரங்களும் சில தென்பட்டன. கருகருவென்று மையிருள் நிறத்தில் இருக்கும்... அதன் கிளைகளை வெட்டி விறகு சேர்ப்பது கடினமானது. கொடுவாளை சீக்கிரத்தில் மழுங்கப் பண்ணி விடுவதோடு ஒவ்வொரு வெட்டுக்கும் கூடுதலான ஒலியை அது உண்டாக்கும். மலையில் கிளம்பும் எதிரொலியைக் கொண்டே 'ஆளுமெறட்டி மரத்துக் கூட ஆரோ சண்டை கட்டறாங்க' எனக் கண்டு கொள்வார்கள்.

மரக்கிளைகளின் கொம்புகள் வெட்டுப்பட்டு விழுந்தபடியிருந்தன. தன்னிடமிருந்த வெற்றிலைப் பாக்கை இவளுக்குக் கொடுத்துவிட்டு புகையிலையை மட்டும் கொஞ்சமாய் வாங்கி, வாயில் போட்டு அடக்கிக் கொண்டே வேலையில் ஈடுபட்டிருந்தாள். தான் வெட்டிச் சேர்த்துக் கொண்டிருந்த விறகுகளில் சில, மான்கொம்பு போன்ற வடிவத்திலிருந்ததைக் கண்டாள் பழனியம்மாள்.

முந்தியெல்லாம் இப்பகுதிகளுக்கு மான்கள்கூட மேய்ச்சலுக்கு வந்து கொண்டுதானிருந்தன. விறகுக்குப் போனவர்களுக்கு மான் கொம்புகள் கிடைத்து அவைகளை எடுத்து வந்து தொட்டில் கட்டப் பயன்படுத்துகிற வழக்கம் இருந்தது.

''மான் கொம்புல தொட்டில் கட்டி கொழந்தையைத் தூங்க வெச்சா அப்பிடிச் சொகமா அதுக தூங்கும்'' என பெரியசாமி சொல்வதுண்டு. அருக்காணி கொழந்தையாய் இருந்தபோது காளப்பட்டியய்யன் தன் வீட்டிலிருந்த மான்கொம்பு ஒன்றைக் கொண்டு வந்து கொடுத்தார்.

''அம்மிணி! உன்ர மகளுக்கு இதுல தொட்டில் கட்டிப் போடு. புள்ளெ ஒடம்புக்கு நல்லது! ஏன்னு கேளு! வேற எல்லாத்தையும்விட புள்ளிமானுக்கு இருக்கற தாய்ப் பாசம் ஜாஸ்தி. குட்டி வவுத்தில

இருக்குறப்ப வெய்யில்லெ போயி மேஞ்சா அந்த வெப்பம் குட்டியையும் பாதிக்கும்னு நெழல் பார்த்துப் பார்த்தே மேயும். பொட்டை மான் இப்பிடீன்னா ஆண் மான் எப்பிடியாப்பட்டது தெரியுமா? சிலவாட்டி நிக்கிற துக்கு நெழலே கெடைக்காமப் போறப்ப, தான் ஒரு எடத்துல நின்னு வெய்யிலைத் தாங்கியிட்டு தன்னோட நெழலுல பொட்டைமானை இருக்க வெச்சுக்கும். அப்பிடியொரு பிரியமும், ஈவுஎரக்கமும் மானுகளுக்கு ரத்தத்திலேயே ஊறியிருக்கும்''

''குட்டிபோட்ட பொறகு தாய்மானுக்கு உண்டாகுற அக்கறையிருக்குதே அது சாமானியப்பட்டதில்லை. குட்டிக்குப் பால் குடுக்குற நேரமாயிடுச்சுன்னா ஓடிப் போயி ஒரு வேரையும் சில தழைகளையும் கடிச்சு மென்னு தின்னுட்டு வந்துதான் பால் குடுக்கும். ஏந் தெரியுமா? அந்தக் குட்டிக்கு வவுத்து நோவு எதாச்சும் வராம இருக்கட்டும்கிறதுக்குத்தா. சிலதுக எளங்குட்டிங் கிறதாலெ அளவுக்கு அதிகமாகவே கூட பாலைக் குடிச்சுப்போடுங்க. அப்பறம் வவுறு கட்டி அது அவதிப் படாம இருகோணும் கிறதுக்குத்தா முன்கூட்டியே தன்னைச் சரிபண்ணியிட்டு குட்டிக்குப் பாதுகாப்புப் பண்ற வேக்யானமாக்கு இது இப்பிடியாப் பட்ட மானோட கொம்புல தொட்டில் கட்டிப் போடுறதால இதுல படுத்துத் தூங்குற கொழந்தையும் சொகமாத் தானெ இருந்தாகோணும்?''

என அவர் சொல்லிவிட்டுப்போனதும் இவள் மனசில் தங்கி விட்டது. முள்ளம் பன்றிகளும் மேய்ச்சலுக்கு இம்மலையில் நடமாட்டம் பண்ணுவதுண்டு கீழே விழுந்து கிடக்கும் அதன் முட்களைச் சிலர் தெரியாத்தனமாக வீட்டுக்கு எடுத்துக் கொண்டு வந்து பெரியவர்களிடம் திட்டு வாங்குவதுமுண்டு முள்ளம் பன்றியின் முள்ளை எந்த வீட்டில் வைத்திருந்தாலும் அந்த வீடு நிம்மதியிழந்து கலவரத்துக்கு ஆட்பட்டுப் போகும் என்கிற அபிப்ராயம் அழுத்தமாக இருந்தது தான் அதற்குக் காரணமாகும்.

விறகு வெட்டும் ஓசைகளைக் கேட்டுக் கொண்டே வானத்தில் சூரியன் மத்தியானச் சோற்று உருண்டையைப் போல் மேற்குத் திக்கில்

போய்க் கொண்டிருந்தது. மரங்களின் உச்சிகளிலும்; பாறைகளின் முகடுகளிலும் மலைப்பறவைகளின் குரல்கள், இயற்கையின் பாடல்களாக ஒலித்தன.

இந்தத் தெற்கு மலைகளும் இவற்றின் காலடியில் தொடங்கி வடக்கே படர்ந்து ஊர்களைத் தொட்டுக் கொண்டிருக்கிற செம்மண் காடுகளும் இப்பகுதி மக்களுக்கு நினைவு தெரிந்த நாள் தொட்டு நிலவொளி போன்ற கனவுகளையும் நெருடலான, மறக்கவியலாத உணர்வுப் பதிவுகளையும் உண்டு பண்ணியபடி பல விதங்களில் சம்பந்தப்பட்டிருந்தன.

மேற்குத் தொடர்ச்சி மலைகளின் சிகரங்களில் பொழுது இறங்குவதற்கும் முன்பே இவர்கள் அடிவாரத்தை நோக்கி இறங்கி விட்டனர்.

விறகுச் சுமைகளைச் சுமந்தபடி ஊரை நெருக்கும் போது சுமாராக வெளிச்சம் இருந்தது. அந்திக்கு முந்திய அந்தச் சாயங்கால வேளையில் தெருவுக்குத் தெரு கசமுசவென ஒரு அசம்பாவிதச் சேதி பரவிப் போயிருந்தது. முதலில் அதைக் கேட்டபோது பழனியம்மாளுக்கும். ராமாத்தாளுக்கும் 'சுருக்' கென்று பட்டது. அடுத்து 'இது பொய்யோ நெசமோ!' என்கிறதாகவும் தோன்றியது. ஆனால், சிறிது நேரத்தில் ஆங்காங்கே பலரும் பேசிக் கொண்டதிலிருந்து அதை உறுதிப்படுத்திக் கொள்ள வேண்டி வந்தது.

''வடக்காலத் தோட்டத்துக் கெணத்துல வுழுந்து பட்டி மாதாரிச்சி செத்துக் கெடக்கறா'' என்று சின்னஞ் சிறுசுகளெல்லாம் பயப்பிராந்தியோடு பேசிக் கொண்டதுதான் அது.

''அட அவுளுக்கு அதுக்குள்ளெ என்ன வந்துச்சு? ரெண்டு மூணு நாளைக்கு மின்னால் கூட தண்ணித் தொட்டிக்கிட்ட நின்னுட்டு வெத்தலை மென்னுட்டு இருந்தாளே''

''கெணத்துல எப்பிடிப்போயி வுழுந்தா?''

‘‘பட்டி மாதாரி கூட தகராறு பண்ணீட்டு எதுனாலு எக்குத்தப்பாப் போயி எட்டிக் குதிச் சிட்டாளோ?’’

‘‘என்னவோ உனி ஆரு கண்டாங்க? ஆனா இந்தத் தண்ணிப் பஞ்சம் வந்ததுல புடுச்சு அவுளுக்கு நல்ல வருமானம். வாயெக் கட்டி வவுத்தைக் கட்டினாலும் ஒருத்தரு பாக்கியில்லாம பணம் குடுத்துட்டுத்தானெ ஒரு கொடந்தண்ணியே மோந்துட்டு வர முடிஞ்சுது. கெடைக்கிற பணத்தையெல்லாம் கவண்ணூறு வாய்க்கா பாளையங்கட்டி வட்டிக்கு வுட்டு சம்பாத்தியம் பண்ணீட்டிருந்தா. வூடு ஏகமும் பண்டபாத்தரங்களும் துணிமணிகளும் ஒண்ணுஞ் சொல்லப் பத்தாது. மாதாரிச்சி வூடுன்னு சொன்னா நம்பமாட்டாங்க அப்பிடிக் கொழுத்துப் போயிருந்தா போ. இப்ப அவுளுக்கொரு கேடுகாலம் வந்துடுச்சுப் பாரு’’

‘‘துடியலூர்க்கிட்ட இருந்து இவ மக ஒருத்தி அடிக்கடி வந்து அதையெக் குடு இதையெக் குடுன்னு சடுத்தம் பண்ணீட்டிருப்பா? நாம் பார்த்திருக்குறே பட்டியும் அப்பிடிப் போக்கிரித்தனம் பண்றவனோ இல்லெ மொரட்டுத்தனமா அடுச்சுப் போடுறவனோ இல்லெ! இவ சொல்படிதாங் கேட்டு அவன் நடந்துட்டிருந்தான். உனி புருஷம் பொண்டாட்டிக்குள்ளே சண்டை எதுனாலும் எச்சாகி இப்பிடிப் பண்ணீட்டாளோ. ஆக்கூடி உனி போலீசு வந்துதானொ பொணத்தை மேல எடுக்கோணும் ஆக்கூடி’’

இது ஆக்கூடி கந்தண்ணனின் அபிப்ராயம்! ‘ஆக்கூடி’ என்கிற பிரயோகத்தை ஒரு நாளைக்குக் குறைந்தது நூறு தடவைகளாவது சொல்லாவிட்டால் ராத்திரிக்கு அவனால் தூங்க முடியாது. தின்ன சோறும் ஜீரணமாகாது. ‘மேற்கொண்டு’ என்கிற அர்த்தத்தை இந்த ‘ஆக்கூடி’ என்னும் சொல் கொண்டிருப்பதாக ஆறுக்குட்டிதான் தனது அகராதியால் கண்டு பிடித்தது.

‘‘நானு ஒரு ஜோலியா சென்னனூரு போயிட்டு வந்து அப்பதானுங்க பஸ்ஸை வுட்டு அவெடத்தெ எறங்குனே. எல்லாந்

திப்புரடிச்சுட்டு வடக்கால போயிப் பாத்துப் போட்டு வந்துட்டிருந்தாங்க. ஆகவே அவ தானாகவே வுழுந்து செத்தாளோ இல்லெ ஆராச்சும் கொன்னு உள்ளெ தூக்கி வீசிட்டாங்களோ தெரியிலை. எப்பிடியோ அவ பெராணன் முடிஞ்சிது. ஆகவே''

இப்படிச்சொல்லிக் கொண்டிருந்தது ஆறுக்குட்டி. அவரிடம் புகையிலை வாங்கி வாயில் போட்டு அதக்கிக் கொண்டு ''பணங்காசு பெருத்துப் போச்சுனாலே எமதர்மன் எருமெக்கெடா மேலே ஏறி 'வுடுவனா'ன்னு வந்தர்றான் பாருங்க. உனி என்ன ஏதுங்கிறதெ போலீசு, திப்பிட்டி, ரிஜிரு எல்லாரும் வந்து தானுங்க கண்டு புடிக்கோணும். அது ஏன்னு கேட்டாக்க திடுதிப்னு ஆனது பாருங்க. நல்லா எடாலாட்டம் பொம்பளை உப்ப எப்பிடிப் பெருத்துப் போயிருந்தா போங்க. அது ஏன்னு கேட்டாக்க!''

என்று குழப்பிக் கொண்டிருந்தது சுப்புணியம்மா. ஆடு மேய்த்து விட்டு வந்து இப்பிடி 'அது ஏன்னு கேட்டாக்க' என அடிக்கொருதரம், அகப்பட்டவர் காதுகளையெல்லாம் சுடித்துக் கொண்டிருப்பவள் இவள். சுப்பனுக்கு அம்மாவாக அவதரித்த காரணத்தை முன்னிட்டு 'சுப்பனிக அம்மா' சுப்புணியம்மாளாக இப்படி ஆக நேர்ந்தது.

''நீங்கெல்லாம் அஞ்சாறு கண்டவிக! போங்கெல்லாம் அவிகவிக ஊட்டுக்கு. எவனாச்சும் வந்தான்னா அப்பறம் புடுச்சு வெசாரிச்சுட்டு கேசு அது இதுன்னு டேசன் ஏற வேண்டீது வந்துரும். தெரிஞ்சுதா?''

என இவர்களைக் கடிந்து விட்டுப் போனான் சாட்டைவாரு மொட்டையப்பன்.

மறுநாள் காலையில் வடக்காலெத் தோட்டத்துக் கிணற்றைச் சுற்றி போலீஸ் மயமாக இருந்தது. பிணத்தை எடுத்துக் கொண்டு போன பிறகுதான் 'இது கொலையா? இல்லை தற்கொலையா? இல்லை தற்செயலாகத் தவறி விழுந்து செத்ததா?' என்பதையெல்லாம் கண்டுபிடிக்க முடியும் என்பதைப் போல் அவர்கள் சவப்பரிசோதனைக்காக ஆஸ்பத்திரி எடுத்துப் போனார்கள்.

அதன் பிறகு அந்தக் கேஸ் என்னவாயிற்று என்பதை யாரும் சரியாக அறிந்து கொள்ள இயலவில்லை. ஆனால் வேலம்பாளையத்துக் காரர்களில் சிலருக்கு சாராய வியாபாரி சம்பாண் பேரில் ஒரு சந்தேகம் இருந்தது. அதுகூட வலுவானதாக இருக்கவில்லை. ''அவளெப் போயி அடிச்சுக் கொல்லோணும்னு இவுனுக்கென்ன வந்துச்சு? இதப்போல வேலைகளுக்கெல்லாம் அவந்தலைப் படமாட்டான்!''

''ஆனா நாள் தவறாம வந்து சாராயம் வாங்கிட்டுப் போவா. பணங்காசுகூட இவங்கிட்ட குடுத்து வெச்சு அப்பறம் வாங்கிட்டுப் போற பொழக்குவாசி அவளுக்கு இருந்திருக்கிறாப்ல தெரியுது. ராத்திரியானா குடிக்காம அவுளுக்குத் தூக்கம் வராதும்பாங்க''

''அதுமில்லாம மாதாரிச்சிக்கு இப்ப பணவசதி எச்சாகிடுது? எவனோ எதிரி மொளைச்சுட்டான்; குறி வெச்சிட்டிருந்து ஒரே முட்டாப் போட்டுத் தள்ளீட்டான்! அது ஆருன்னு ஆரு கண்டவிக?''

''எப்பிடியோ அவ செத்ததுக்கும் பொறகு மககாரி வந்து பட்டியெ துடியலூர்க்கே கூட்டிட்டுப் போயிட்டாளாம்! இப்ப அந்தத் தோட்டத்துல ஒருத்தருமே குடி இல்லையாட்டத் தெரியுது''

''நீ வேற! கெணத்துல வுழுந்து செத்தவ கொள்ளுவாப் பெசாசா ஏரி மேடெல்லாந் திரியறாளாமா. நாம அதெப் பேசறதே தப்பு. சிறுசுக எதாச்சும் கேட்டா பயிந்து காச்சக்குளூரு வந்துரும்''

எனவும் பேசிக் கொண்டிருந்தனர்.

அத்தோடு அவளின் சாவு விஷயம் மறந்து விட்டாலும் அதன் பிறகு ஏற்பட்ட விளைவால் ஜனங்கள் பெரிதும் பாதிக்கப்பட்டுத்தான் போக வேண்டியதாயிற்று.

அவளின் இறப்புக்குப் பின்னால் தடை நீங்கி விட்டதென்று அந்தத் தோட்டத்தில் போய் யாரும் தண்ணீர் எடுத்துக் கொண்டு வந்து விடவில்லை. மாறாக அவள் பிணமாகக் கிடந்த தண்ணீரை நினைத்துப் பார்ப்பதற்கே அசூசையும், அருவருப்பும், ஒருவித அச்சமும் அவர்களுக்கு ஏற்பட்டு விட்டது.

‘‘அய்யோ! அந்தத் தண்ணியைப் போயி எப்பிடிக் கொடத்துல மோந்துட்டு வர்றது? எப்படித்தான் ஆட்டுத் தேவைக்குப் பொலங்குறது? த்தூ நம்மாலெ முடியாது போச்சே!’’ என எல்லாப் பொம்பிளைகளுமே அந்தத் தோட்டத்துப் பக்கம் திரும்பிப் பார்க்கக்கூட அச்சங்கலந்த கூச்சங்கொண்டனர். அந்த அசுத்தத்தை எடுத்து வந்து தங்களது தாகத்தைத் தணிப்பதென்பது அவர்களுக்கு ஆகாமல் போயிற்று.

தோட்டத்துக்காரரும் முன்போல் விவசாயத்துக்குத் தண்ணீர்ச் சௌகரியம் கிணற்றில் போதவில்லை என்னும் காரணத்தை மனதில் கொண்டு அதை விலைக்கு விற்று விட்டார்.

இப்போது அந்தத் தோட்டத்தை சம்பாண் விலைக்கு வாங்கிக் கிரையம் பண்ணி முடித்திருந்தான். சுற்றிலும் கம்பி வேலிபோட்டுப் பந்தோபஸ்து செய்து பல்லடத்திலிருந்து ஆள் கொண்டு வந்து அங்கு குடி வைத்திருந்தான். ஊரில் தண்ணீர்த் தட்டுப்பாடு நாளுக்கு நாள் அதிகரித்து பெரும் அவஸ்தையில் ஜனங்கள் அலைச்சல் பட்டுக் கொண்டிருப்பதை சம்பாணும் பார்த்துக் கொண்டிருந்தான். ‘சாராயத் தண்ணி’ அவனுக்குத் தோட்டந் துரவுகளையும், காடுகரைகளையும் உண்டு பண்ணிக் கொடுத்து வந்தது. ‘‘காசு கையில இருக்கறப்ப ஒத்தையோ, ரெட்டையோன்னு பார்க்காம எல்லாம் வாங்கிப் போட்டாத்தான் பின்னெ பொறகு சொத்துன்னு நெலபேராகும்’’ என்கிற கரிசனம் அவனுக்கு வளர்ந்தபடியிருந்தது.

‘‘இந்த ஊரானுகளுக்கு வெடிஞ்சதுல இருந்து இருட்டுற வெரைக்கும் கொடத்துகளெத் தூக்கிட்டுத் திரியறதத் தவுர வேற உருப்படியா என்ன தெரியும்கிறே? ஒரு புண்ணாக்கும் தெரியாது. புடிக்கிறவனெப் போயி புடிக்க வேண்டிய எடுத்துல புடுச்சு அதுக்குப் பண்ண வேண்டியதெப் பண்ணுனேண்ணா தன்னைப் போல எல்லாரும் பைப்புல தண்ணி புடிக்கலாம். அப்படிப் பண்ணவேணும்னு எனக்கென்ன வேர்த்தா வடியுது? உன்னமும் தண்ணிக் கஷ்டம் எச்சாகி எல்லா அலஞ்சு திரியிட்டும். அப்பொதா சொரண வரும். எல்லாரும்

ஒண்ணா சேர்ந்து எங்கிட்டெ தஞ்சம்னு வந்து உக்காரு வானுக. அப்பப் பேசிக்கலாம் மித்ததுகளெ''

என மிடுக்கோடு பேசியபடி தன் தொழிலை நன்கு அபிவிருத்தி பண்ணிக் கொண்டிருந்தான்.

குடும்பத்துக்குக் குடும்பம் வெறுமையில் இக்கல் பட்டு நாட்களைக் கடத்துவதற்குள் 'போதும் போதும்' என்று முனகிக் கொண்டிருந்த போதிலும் எதிர்வரும் மாரியாத்தா கோயில் பண்டிகையைத் தவிர்க்க முடியவில்லை.

வானம் வெளிவாங்கி இருந்தது. மேகங்களெல்லாம் எங்கேயோ 'ஒரம்பறைக்கு'ப் போனாற்போல் காணாமல் போய்விட்டிருந்தன. வெப்பம் செம்மண்ணை சுடுபுழுதியாக வறுத்துப் போட்டுவிட்டது, இறக்கைகளை அடித்துக் கொண்டு ஒரே நிலையிலேயே அந்தரத்தில் இருந்தபடி பறந்து கொண்டிருந்தது ஒரு பறவை. சாம்பலும் பழுப்புமான நிறத்திலிருந்த அந்தப் பறவை நிலத்தில் ஊர்ந்து கொண்டிருக்கும் சிறு புழுவையோ சிறு பூராணையோ அல்லது புதரில் எங்காவது ஒளிந்து கொண்டிருக்கும் சுண்டெலியையோ தன் இரையாகக் குறிவைத்துத்தான் அப்படியொரேயிடத்தில் இருந்தபடி இறக்கையடிப் பது வழக்கம். திடீரென்று கீழே பாய்ந்து ஒரே கொத்தாகக் கொத்திக் கொண்டு அலகில் கவ்வியபடி அது பறந்து போகும் போதுதான் எதைக் குறி வைத்து இப்படிக் காத்திருந்தது எனத் தெரிந்து கொள்ள முடியும்.

காளப்பட்டியய்யன் வெகு நேரம்வரை பேசிக் கொண்டிருந்து விட்டுப் போனதும் மக்க மாருகளைப் பற்றி அவர் சொல்லிய பொதுவான கருத்தும் பெரிய சாமிக்குத் திரும்பத் திரும்ப நினைவுக்கு வந்தபடியிருந்தது. ''பொன்னப்பனும் ராசப்பனும் இந்த ஊரையே மறந்துட்டானுகளாட்டந் தெரியுது. உனி மாரியாத்தா கோயில் சாட்டு அனுசுக்கு வர்ற நெலவரத்துல இருக்குது. அதுக்காச்சும் வந்துட்டுப் போவானுகளோ என்னமோ'' என்று மனதில் பாலாடை போல பாச உணர்ச்சி திரண்டது.

ராமாத்தாள், மாட்டு வெண்ணை கொஞ்சம் வேண்டுமென்று காலையில் தெற்கு வழுவெல்லாம் சுற்றி, கடைசியில் குப்பனூர்க்காரர் வீட்டில் கிடைத்த தென மலை நெல்லிக்காய் அளவுக்கு வெற்றிலையில் வாங்கிப் பிடித்துக்கொண்டு மாதாரி வழுவுக்குப் போயிருந்தாள்! விறகு வெட்டும்போது கண்ணில் தூசி விழுந்து உறுத்திக் கொண்டே வலி ஏற்படுத்தி வந்ததால் சுப்பமாதாரி மகள் பொன்னியைத் தேடித்தான் அவள் அங்கு போனது. விரலில் வெண்ணையைத் தடவிக் கொண்டு கண்களில் நெரவி நெரவி நிதானமாக அந்தத் தூசியையோ அல்லது இதரவற்றையோ பொன்னி எடுத்து விடுவாள். இரண்டொரு நாளில் நிவாரணமும் கிடைத்துவிடும்.

அப்படிப் போய் விட்டு வந்தவளுக்கு 'எப்படியிருக்கிறது?' எனக் கேட்டு விட்டு வரத்தான் பழனியம்மாளும் கிளம்பினாள்! வரும் வழியில் அய்யனைப் பார்த்துப் பேசிக்கொண்டு நேரம் போனது தெரியாமல் இருந்து விட்டாள். அருக்காணியும், வடிவேலனும் அப்பிச்சியின் கட்டிலுக்கருகில் உட்கார்ந்தபடி புளியங்கொட்டைகளை வைத்துப் பல்லாங்குழி விளையாடிக் கொண்டிருந்தனர். எருமை மேய்க்கப்போனபோது வேப்ப மரக்கிளையில் கயிறுகட்டி ஊஞ்சலாடிவிட்டு வந்ததை பேரன் இன்னேரம் வரை சொல்லிக் கொண்டிருந்தார்.

இரண்டொரு இடங்களில் கிழிந்து போயிருந்த வேட்டியை தைத்துக் கட்டியிருந்ததோடு; மேல் துண்டைப் போர்த்துக் கொண்டு இளைத்துப் போயிருந்தது அவரது தோற்றம். ஒல்லியாகவோ இல்லை பருமனாகவோ இல்லாமல் நடுத்தரவாகில் வெரசலாகக் காணப்படும் திரேகம் இப்போது நெஞ்செலும்பு தெரிகிற கட்டத்திற்கு வந்துவிட்டதை பழனியம்மாளும் நன்கு உணர முடிந்தது. அம்மாவுக்கு சேலைத் தட்டுப்பாடு என்பதால் தன்னுடைய சேலை ஒன்றைக் கொண்டு வந்து போன வாரம் இவள் கொடுத்திருந்தாள்.

மருதமுத்துவும் வந்தான்! 'எருதுகளுக்குப் பத்து நாளப்பிடி வேலையிருக்கும்' எனச் சொல்லி அவைகளைக் காலையில் வந்து

ஓட்டிப்போவதாகப் பேசிக் கொண்டிருந்து விட்டு, பையனையும் புள்ளையையும் கூட்டிக் கொண்டு வீட்டுக்குத் திரும்பினர்.

எந்தப் பறவைகளும் பொறுக்கிக் கொள்ள முடியாத தானிய மணிகளைப் போல் வானத்தில் நட்சத்திரங்கள் ஜ்வலித்துக் கிடந்தன.

கோடை அழிய வேணும்,

கொள்ளை மழை பெய்யவேணும்

மாவு கொதிக்க வேணும்

குழந்தை பசியாற வேணும்..

பூமி விளைய வேணும்..

புள்ளை பசியாற வேணும்..

ஊரின் ஈசானி மூலையிலிருந்து உச்சிவெய்யிலின் ஒளிவீச்சோடு சேர்ந்து ஏழெட்டுக் குறத்திகளின் குரல்களும் அப்படி ஒன்றாய் ஒலித்தன. மழைமாரி இல்லாமல் போகும் காலங்களில் மண்சட்டிகளை ஏந்தியபடி ஊர் ஊராகப்போய் 'மழைச் சோறு' வாங்கிக் கொண்டு அவர்கள் போவார்கள். இழைந்த குரலில் பாடப்படும் அந்த வெம்மையின் தகிப்பு இயற்கையின் காதுகளுக்கு எட்டி மழையைக் கொண்டு வந்துவிடும் என்கிற நம்பிக்கை ஈரம் குறையாமல் இருந்தது. நாலைந்து நாட்களாய் அடுத்த ஊர்களைச் சுற்றி விட்டுக் கடைசியாக இந்த ஊரின் தெருக்களில் அந்தப் பாடல் ஒலித்தது.

வீடு வீடாகப்போய் ''அம்மா, தாயே, மழைச்சோறு போடுங்க தாயே'' எனக் கலயங்களில் வாங்கினர். தங்கள் தேவைக்கு வைத்திருக்கும் பழைய சோற்றை புளுதண்ணி விட்டுக் கரைத்து இவர்களுக்கு ஊற்றி வெங்காயம், பச்சை மிளகாய்களையும் கொஞ்சம் அதனுடன் கொடுத்தனர்.

''என்ன புள்ளைகளா எல்லா மழச்சோறு எடுக்கற காலம் வந்துடுச்சா? ம்... எடுங்கொ எடுங்கொ! உங்க கூப்பாட்டெ கேட்டுனாலும் ஆகாசம் கண்ணெத் தொறக்கட்டும்''

எனச் சொல்லி சோறு ஊற்றினார் பெரியசாமி.

மழை பெய்து பூமி குளிர்ந்திருக்கும் காலங்களில் கரடி மடையைச் சேர்ந்த இந்தக் குறத்திகள் இதே ஊருக்குக் கூடைகளில் ஈசல்கள் கொண்டு வந்து கூவிக் கூவி விற்பதுண்டு.

குறவர்கள் காடுகளில் பாம்புப் புற்றுக்கள் இருக்கும் இடங்களுக்குப் போய் அகலமான பெரிய புற்றுக்களைப் பார்த்து ஈசல்கள் பிடிக்க வழியமைப்பர். புற்றின் எல்லாத் துவாரங்களையும் தழைகள், சிறுசிறு செடிகளைக் கொண்டு அடைத்து மூடிவிட்டு அகன்ற வாய் உள்ள ஒரு துவாரத்தை மட்டும் மூடாமல் விட்டு வைப்பர். சிறு சிறு கரையான்கள் மழை ஈரத்தில் வளர்ச்சியுற்று இறகுகளோடு ஈசல்களாக உருமாறி அந்தத் துவாரத்தில் கூட்டங்கூட்டமாக முகாமடிக்கும்! இந்தத் தருணத்திற்காகக் காத்திருக்கும் இவர்கள் அங்கு போய் அந்த ஈசல்களைப் பிடித்துக் கூடைகளில் நிரப்பிக் கொண்டு வந்து விடுவர்.

இதைத்தான் குறத்திகள் ஊருக்குள் கொண்டு வந்து ''ஈசல் வேணுங்களா. ஈசல் வேணுங்களா.'' என்று கூவி விற்பனை செய்வர். ஒரு படி தானியத்துக்கு அரைப்படி ஈசல் என்கிற விகிதத்தில் பண்ட மாற்றாக அவைகளை வாங்கிக் கொள்வதுண்டு.

''ஊடுகள்லெ மூட்டை மூட்டையா சோளமும் கொள்ளும் சாமையுங் கட்டிக் கெடக்கறதாலெ ''காசெல்லாம் வேண்டாமுங்க. எங்களுக்குத் தானியமே போடுங்கன்னு அவுளுகளும் கேட்டு வாங்கிட்டு ஈசல்களை படிகள்லெ அளந்து போட்டுட்டுப் போவாங்க. பொரிக் கூடக் கலந்து ஈசல்களை ரெண்டு நாளைக்கு வேண்ணாலும் வெச்சுட்டு நம்ப சனங்க திம்பாங்க. சிறுசுகெல்லா திங்கறத்துக்கு மொறுக்கு மொறுக்குனு நல்லா இருக்குமே''

என அந்த நாட்கள் இப்போது பெரியசாமிக்கு நினைவுகளாய்ப் பறந்தன.

அந்த ஏழெட்டுப் பேர்களும் கொண்டு வந்த கலயங்களில் மழைச்சோறு பாதிக்கு நிரம்பி விட்டிருந்தது. இனி அது அவர்களுக்குப்

போதும். ஊரின் வடகோடியில் இருந்த கோயில் வாசலுக்குப் போய் அந்தக் கலயங்களை வைத்து,

''நல்ல மழை பெய்ய வேணும்
நாடு செழிக்கப் பெய்ய வேணும்
ஊசி போல மின்னி மின்னி
ஊர் செழிக்க மின்னி மின்னி
காசு போலமின்னி மின்னி
காடு செழிக்க மின்னி மின்னி
பெய்ய வேணும் பெய்ய வேணும்...''

என்று மழைச் சோற்றுப் பாடலைப் பாடிவிட்டு, வெங்காயத்தைக் கடித்தபடி கலயத்திலிருந்த சோறு முழுவதையும் அவர்கள் குடித்து முடித்தனர். 'கொஞ்சங் கூட பாக்கி வைக்கக் கூடாது' என்கிற நியதியும் இருந்தது.

ஊரிலிருந்து நீங்கி மேற்கு நோக்கி அவர்கள் கிளம்பும் போது வெய்யில் தாழ்ந்து கொண்டிருந்தது. தீ கோபம் தீர்ந்ததா உனக்கு என சூரியனைப் பார்த்துக் கேட்பது போல் பூமி மல்லாந்து படுத்திருந்தது கால் நடையாகவே கரடிமடை போய்ச் சேரவேண்டும். காலையிலிருந்து வெப்பத்தில் கிடக்கும் ரோடுகள் தோசைக்கல் போல் சூடேறிப் போயிருந்தன.

ஊர்க் கூட்டம் கூடி, பதினைந்து நாள் சாட்டு வைத்து மாரியாத்தா கோயில் பண்டிகையை நடத்தி விடுவது என முடிவாகி விட்டிருந்தது.

''மிந்தியெல்லா சித்திரை பொறந்தாக்க தெற்கெ மலையடிவாரத்துக்குப் போயி வெள்ளக் குட்ராயனுக்கு அபிஷேகப் பூஜை பண்ணி கும்புட்டுட்டு வருவாங்க. ஊரு வந்து சேர்றதுக்குள்ள மழபுடுச்சு சட்டடி அடிக்கும். நனையாமெ எப்பிடியும் வூடு வந்து சேர முடியாது. பாதி வழியிலெயெ மழயிலெ அகப்பட்டு ''ஒழவு மழ கெடச் சுடுச்சு. நாளைக்கே வேண்ணாலும் ஏருப்பூட்டுலாம்'' என

மண்ணைத்தோண்டி ஈர அளவு பார்த்து வந்து சொன்னதும் உண்டு. நாளுக்கு நாளா சனங்களுக்குள்ளெ ஒத்துமை கொறஞ்சு போயி சாமி கும்புடுறதுல 'நீ பெரியவனா நாம் பெரியவனா'ன்னு எடக்கு வந்துடுச்சு. அப்பிடியப்பிடியே அந்த வெள்ளக் குட்ராயனைக் கும்புடுறதையே வுட்டாச்சு. அப்பறம் நடு ஊருக்குள்ளெ அரசமரத்து மேடையிலெ இருக்குற இடும்பனை வருஷந் தவறாம பங்குனியிலையோ இல்லெ சித்திரையிலையோ மூணு ஜாதிக்காரங்களும் ஒண்ணு சேந்து நோம்பிசாட்டிக் கும்புடுறது வழக்கத்தில இருந்துச்சு. கையில தண்டுக் கோலை வெச்சுட்டு இருக்குற அந்த இடும்பன்தா ஊருக்குக் காவல் தெய்வம்னு பெரியவிக சொல்றதுண்டு. எந்தப் பேயோ, பெசாசோ இல்லெ சடாமினிகளோ எதுமு ஊருக்குள்ளெ நொழையாம குண்டாந்தடியெ வெச்சுக் காவலிருக்குற அந்தச் சாமிக்கே இப்ப பூஜையுமில்லெ! ஒரு வெளக்குமில்லெ. எல்லாத்தையும் வுட்டுப் போட்டாங்க. எவனோ ஒரு குடிகாரன் வெறி எச்சாகி அந்த இடும்பஞ் செலையை ரெண்டா ஒடச்சுப் போட்டுப் போய்ட்டான். அதுக்குப் பொறகு பண்டிகையேது? ஒண்ணேது? மழமாரியும் இந்த ஊருக்குச் சாபமுட்டுப் போட்டு வெகுதூரம் போயிட்டுது''

''செரி, இந்த மாரியாத்தாளையாச்சும் இத்தனை கஷ்டத்திலையும் வுடாம கும்புட்டுப் பாக்குலாம்னு சனங்க ஒத்துமைப்பட்டு வர்றாங்க. தேவுலை. மாரியைக் கொண்டுட்டு வருவாளா இந்த மாரியத்தா. பார்ப்பம். ஆத்தா மொகம் முழிச்சா பஞ்சங்கிஞ்சமெல்லாம் பறந்தோடிப் போயிருமே!''

கோயில் வாசலில் உட்கார்ந்தபடி செல்லப்பன் மொட்டையப்பன் உள்பட சிலர் பேசிக்கொண்டிருந்தனர்.

சம்பாண் ஊர்க்கூட்டத்துக்கு வரவில்லை. என்றாலும் 'வீட்டுக்கு இத்தனை கொடுத்தாக வேண்டும்' என பெரியவர்கள் பேசி முடிவெடுத்தபடி தன் பங்கை முதல் ஆளாகக் கொடுத்து விட்டான். இதையெல்லாம்விட யாரையும் கலந்து ஆலோசிக்காமல் தானே

ஆட்களை விட்டு மாரியாத்தா கோயிலின் சுற்றுச் சுவரை எடுப்பாக அவன் கட்டி முடித்து ஒரு வருஷத்துக்கும் மேலேயே ஆகிப் போயிருந்தது.

ஊர்பொதுப்பணம் எப்படியோ சம்பாண் கைக்குப்போய்ச் சேர்ந்து அதைக் கூட்டங்கூட்டி பெரியவர்கள் கேட்ட போதும் அதைத் திருப்பிக் கொடுக்க ஒத்துக் கொள்ளாமல் வீம்போடும் விறைப் போடும் அவன் சென்று விட்டபோதிலும்...

'சுற்றுச் சுவர் கட்டிவிடலாம்' என்கிற அவர்களின் திட்டம் பாக்கியாய் நின்றுபோய்விடவில்லை. அது கட்டி முடிக்கப்பட்டு விட்டது. ஆனால் இது குறித்து தங்கள் சந்தோஷத்தை இவர்கள் காட்டிக்கொள்ளவில்லை. சம்பாணிடமும் எதுவும் கேட்டுக் கொள்ளவில்லை. ''ஆத்தா தன்னோட கோயில் வேலையெ எப்பிடியோ நெறவேத்திட்டா'' என்று மனதுக்குள்ளே பாராட்டிக் கொண்டிருந்தனர்.

ஆனால், அவனோ தான் நினைத்தால் தனக்கு தற்போதுள்ள வசதியின் திடத்தை வைத்து ஆத்தாளுக்கு இன்னொரு புதுக் கோயிலேயே கட்டி வைத்துவிட முடியும் என்கிற தோரணையில் யாரையும் மதிக்காமல் பெரும் போக்காகப் போய்க்கொண்டிருந்தான்.

ஒரு தினுசாகவே தன்னை பாவித்துக்கொண்டிருக்கிற இவர்களைத் தனது பவிசைக் கொண்டே ஆட்டி வைக்க வேண்டும் என்கிற எண்ணம் உள்ளூற அவனைப் பிராண்டிக் கொண்டேயிருந்தது. தவிர, ஊருக்குள் பாதிப்பேர் குடிப்பழக்கத்திற்கு ஆளாகி விட்டது அவனுக்கு அனுகூலமான விஷயமாயிருந்தது.

''கூலிக்கோ நாலிக்கோ போயினாலும் சொத்துக்கு மொடை இல்லாமக் கொண்டுட்டு வந்த ஆம்பளைக இப்ப என்னன்னா சுங்கிடி எடுத்துக்கறாங்க. பத்து ரூவாய்ல ஆறு ரூவாயெக் கொண்டாந்து வூட்ல குடுக்கறதே பெருசா இருக்குது''

''எல்லாம் தண்ணியடிக்கு காலுக இழுத்துட்டுப் போயிடுது'' அப்பறமெப்பிடி பணம் கையில தங்கும்? பசங்க புள்ளைகளுக்கு எதோ

ரெண்டு முறுக்கோ, வடையோனாலும் வாங்கிக் கொண்டாந்து குடுத்திட்டிருந்த பழக்கத்தையும் குடிவெறியிலெ மறந்து தொலைச்சுப் போட்டு தூக்கிப் போசியெ தலைகீழாக் கமுத்திக்கொண்டாற நெலமையாப் போச்சு.''

''இது இப்பிடின்னா காட்டுக்குப் போறம்னுட்டு போயி மலையடிவாரத்துல சாராய மொடாவுக்கு அடுப் பெரிக்கிற ஆசாமிகளும் வேற இருக்குறானுகனா பாத்துக்கவே பொழப்பெ''

என, பெண்கள் மத்தியில் எரிச்சல் வலம் வந்தது.

'இதுகவெல்லாம் இன்னமும் அதிகமாகி குடிக்கிற கஞ்சிக்கே திண்டாட்டம் வரட்டும்' என்பதுதான் அவனின் எதிர்பார்ப்பாக இருந்தது. முதல் நாள் சாட்டு ஆரம்பத்தின் போதே கோயிலை அடுத்த வெட்டார வெளியில் சம்பாணின் ஆட்கள் வைத்த பட்டாசுகளும் கதணைகளும் படபடவென வெடித்து சுவர்களில் போய் எதிரொலித்தன. கும்மிருட்டைக் கிழித்துக் கொண்டு மேல் நோக்கி பாம்பு போல பாய்ந்து சீறிவெடித்த பட்டாசுகளின் சப்தம் அவன் சேர்த்து வைத்திருக்கும் பணம் காசுகளின் கலகலப்பை ஜனங்களுக்குக் காட்டுவது போலிருந்தது, கரக ஆட்டம், பொய்க்கால் குதிரையாட்டம், குச்சியாட்டம், பாட்டுக் கச்சேரி, ரிக்காடு டேன்ஸ் போன்றவைகளையும், பண்டிகையின் கடைசி நாளன்று தன்னுடைய செலவிலேயே கூட்டி வந்து நடத்தவிருப்பதாகக் கையாள்களின் மூலம், புரளியையும் கிளப்பி விட்டிருந்தான்.

''அடே, என்ர செல்வாக்கு எப்பிடியாப்பட்டது? மேல் எடத்துப் பொழக்குவாசி எத்தனை? இதுகெல்லாம் இந்தப் பொக்கனாத்திகளுக்கு எங்கெடா தெரியும்? தண்ணி தண்ணின்னு பரவாப் பறக்குறானுகளே. என்ரகிட்ட எல்லாரும் ஒண்ணா வந்து 'இந்த ஊருக்கு நீயாச்சும் பாத்துக் குடிதண்ணிக்கு ஏற்பாடு செய்யப்பா'ன்னு தயவாக் கேட்டானுகனா அப்பறம் நாம்பாத்து ஓசுனெ பண்ணி என்னாச்சும் பண்ணுலாம். சொல்ல வேண்டிய எடத்துல நா வாய்தொறந்து ஒரு வார்த்தை சொன்னேன்னாப் போதுமே, நடக்காத

காரியமுங்கூட நடக்கும்! ஆனா நா ஏன் வலியப் போயி இவுனுக பஞ்சத்துக்கு மாரடிக்கோணும்? என்ர ஊட்லயா இப்பக் கஷ்டம் வந்துடுச்சு. சொல்லுடா பாக்குலாம்''

என்று அவ்வப்போது குட்டிப் பிரசங்கங்களும் பிறர் காதில் விழட்டும் எனும் நோக்கத்தில் செய்து கொண்டிருந்தான்.

''அவஞ்சொல்றதுலேயும் ஞாயம் இருக்குதப்பா! பின்னெ அவம்பாத்து முயற்சி பண்ணுனா ஒரு மாசத்திக் குள்ளாவே தண்ணி கொண்டாந்துர்லாம்'' என்றான் கொமாரசாமி.

''நீயி எந்தத் தண்ணியெச் சொல்றே?'' என தன் சந்தேகத்தைக் கேட்டான் சொக்கணன்.

''ம்... உன்ர கொணம் உனையெ வுட்டுப்போகுமா? 'குடி தண்ணி'யைத்தா சொல்றேன். அவுனுக்கு இது ஒண்ணும் பெருசில்லெ; தெரிஞ்சுதா? பெரிய கலெக்டரு, குமாஸ்தாவை யெல்லாம் நெகுரில்லாமப் போயி பாத்துப்பேசறான். புடிக்கிறான். அங்கங்கெ அததுக்கு ஆளுகளெ கைக்குள்ளே போட்டு வெச்சிருக்கிறானப்பா! அதுதா சட்டுன்னு எந்தக் காரியத்தையும் சாதிக்கிறான்''

கொமாரசாமிக்கு மட்டுமல்ல. இன்னுஞ்சிலருக்கும் இதுபோல் ஆசை கலந்த பற்றுதல்கள் இருக்கத்தான் செய்தன.

''இப்ப அவன் என்ன கெடுதல் பண்ணிப் போட்டான்? ஆராச்சும் சொத்தைக் கொள்ளையடிச்சுட்டானா? இல்லெ எங்கயாச்சுமிருந்து கொண்டாந்து இவனூட்ல ஆராச்சும் கொட்டிட்டுப் போய்ட்டாங்களா? ஒண்ணுங்கெடையாது. இவனோட தைரீத்தையும், துணிச்சலையும் வெச்சு எதோ கெட்டதோ கெடுதியோ ஒரு தொழிலைச் செய்யறான். நல்லாச் சம்பாதிக்கிறான். செல்வாக்காப் பொழைக்கிறான். எத்தனையோ பெரியா பெருந்தலையெல்லா இவனூடு தேடி வருது! அதையெப் பாத்துப் பொறாமைப் பட்டா ஆகுமா? இல்லெ நா சுருக்கமா கேக்கறே; எல்லார்த்துக்கும் இவன் ஊடு ஊடாகக் கொண்டாந்து குடுத்துட்டா போவானிங்கிறே? ஏனப்பா உன்ரகிட்ட காசு நெறையா இருந்தா நீயி தூக்கிக் குடுத்துருவியா?''

''நீ சொல்றது கரெக்ட்டு! இதையேதா நானும் நெனச்சேன். அதது சீசனுக்கு அதது தொழிலை கரெக்ட்டா செய்யோணும்னு பிளான் போட்டு கரெக்ட்டா செய்யிறான்! நாஞ் சொல்றது கரெக்ட்தானொ?''

இப்படி மொட்டையப்பனும், வீராசாமியும் மனம் திறந்து பேசிக் கொண்டிருந்தபோது சற்று தூரத்தில் காளப்பட்டியய்யன் வருவது தெரிந்தது. பீடியை அணைத்துவிட்டு, தாங்கள் பேசிக் கொண்டிருந்ததை நிறுத்திவிட்டு கோயில் பண்டிகையைப் பற்றிப் பேச ஆரம்பித்தனர்.

''என்ரா அப்புனு எல்லாரும் போயி ஆளுக்கொரு வேலெயெச் செஞ்சீங்கினாத்தா கோயிலு பாக்கறதுக்கு சுத்தமாவும் செழுப்பமாவும் இருக்கும். கெழக்கெ வயிலுக்கு வண்டியெ ஓட்டிட்டுப்போயி தென்னெ மட்டைக வெட்டிப் போட்டுட்டு வந்தீங்கினா ஆளுக இருக்கறப்பவே அதுகளெப் பின்னச் சொல்லி பெருசா பந்தலுப் போட்டுறலாமில்லெ. போங்க. நம்ம பெரியசாமி வண்டியுங்கூட சும்மாதா சாளைக்குள்ளெ நிக்குது. எருதுகளும் மருதமுத்தோட ஆட்லதா இருக்கும். அதுகளெப் புடுச்சு வண்டியைப் பூட்டி ஓட்டிட்டுப் போங்க. அங்கெ பாரு ஆறுக்குட்டி எங்கயோ பெராக்குப் பாத்துட்டு போறாம் பாரு. அவனையுங் கூட்டிட்டுப் போங்க''

அய்யனின் வார்த்தைகளை மீறி, வேறு சாக்குப் போக்கெல்லாம் சொல்லித் தப்பித்து விட அவர்களால் முடியாது. உருமாலையைக் கட்டிக்கொண்டு சுறுசுறுப்பாகப் போனார்கள்.

வீடுகளுக்கு சொந்தபந்தங்கள் அக்கம் பக்கத்து ஊர்களிலிருந்து வருவர் என்பதால் முறுக்கு, வடை போன்ற கார வகைகள் அல்லது பர்பி, ஒப்புட்டு போன்ற இனிப்பு வகைகள் செய்கிற திட்டங்களை அவரவர் வசதிக்கேற்ப செய்யலாம் என்று பெண்களின் உத்தேசமிருந்தது.

பண்டிகையின் வருகை காடுமேடெல்லாம் காற்றோடு கலந்து புழுதி மண்ணிலெல்லாம் புரண்டு எழுந்தபடி மலைப் பாறைகளிலெல்லாம் பட்டு விட்டுப் போனது. ''வர்ற நோம்பி

வந்துடுது. ஒரு காசு கையில் இல்லெ. உனி எவங்கிட்டப்போயி கடன் வாங்கறதுன்னு தெரியிலை. பேரூர்க்குப் போயி கந்துவட்டிக்குனாலும் வாங்கிட்டு வர்லாம்னா அவங் குடுப்பான்னு நிச்சயமில்லை. என்ன பண்றது?'' என்கிற அவதியும் அவசரமும் உண்டாகி ஆண்களில் பலருக்கு உதைப் பாடாயிருந்தது.

இளவேனில் பருவத்தையும் தன்னோடு சேர்த்துக் கூட்டிக் கொண்டு பண்டிகை வந்தாயிற்று. ஒவ்வொரு நாள் பூஜையும் நிறைவேறி பதினைந்தாவது நாள் சாட்டு அன்று நொய்யல் ஆத்தங்கரைக்குப் போய் சக்தி கரகம் அலங்காரம் செய்து வந்து ஊரின் முக்கிய தெருக்களிலெல்லாம் அதை ஆட்டபாட்டத்தோடு சுமந்து சென்று கோயிலில் இறக்கினர். பிறகு பொங்கல்கள் வைக்கப்பட்டன. மாரியாத்தாளுக்குக் கிடாய் வெட்டுகளும், அபிஷேக பூஜைகளும் நடந்தன. மாலையில் மாவிளக்கு எடுத்து வரலும் முளைப்பாரி கொண்டு போதலும் இருந்தன.

பெரியவர்கள் ஏற்பாடு செய்திருந்த வாத்தியக் காரர்களையெல்லாம் சம்பாண் கொண்டு வந்திருந்த பாலக்காட்டு செண்டை வாத்தியங்களின் முழக்கம் தூக்கி விழுங்கி ஏப்பமிட்டு விட்டது. அது மட்டுமல்ல, கரக ஆட்டமும், கோலாட்டமும் வேறு கனஜோர் பண்ணின.

''இவம் போற போக்கெப் பாத்தா கூடிய சீக்கரத்துல எலெக்ஷன் எதாச்சும் வந்தா இந்த ஏரியாவுலயிருந்து இவன் கண்டிஷனா நின்னு ஜெயிச்சு மேல் பதவிக்குப் போயிருவான் போலத் தெரியுதில்லெ'' என்றான் வீராசாமி.

''அதுல சந்தேகம் எதுனாலும் உண்டா? வேலையில்லாமயா இதுகளையெல்லாம் கொண்டு வந்து கோலாகலம் பண்றான்?''

என கொமாரசாமி முந்திக் கொண்டான் பதில் சொல்ல.

''ஒரு டஜன் பெட்ரோமாக்ஸ் லைட்டுக்காரர்கள் தெருக்களையே வெளிச்சமயமாக்கிக் கொண்டு ஆட்டக்காரர்களுக்கு சௌகரியப்

படுத்தியபடி நடந்தனர். ''அட இதும் அவன் ஏற்பாடுதானா? ஒவ்வொண்ணா பண்றான் போ! வெவரமான ஆசாமிதானப்பா!''

''நீ இப்பத்தா வந்தியாக்கு. கோயிலைச் சுத்தியும் போயிப் பாரு. பந்தல் முச்சூடும் போட்டுருக்கற கலர் பல்புகள் எத்தனெ தெரியுமா? எல்லா இவன் ஏற்பாட்டுலேதா கொண்டாந்து செஞ்சுருக்குறான்''

''நல்லதுதா! ஆத்தா எல்லாருக்குந்தா படியளக்குறா? ஆனா சம்பாணுக்கு மட்டும் வள்ளத்துல அளக்குறாப்பா!''

பண்டிகை முழுமை பெற்றுக் கொண்டிருந்தது. கவலைகளை யெல்லாம் தூக்கிப் பரண்மேல் போட்டு விட்டதுபோல எல்லா வயதினரும் மாரியம்மனைக் கும்பிட புது மகிழ்ச்சியுடன் போய் வந்தபடியிருந்தனர். எல்லா இல்லங்களுக்கும் சொந்தக்காரர்கள் வந்து கொண்டிருக்க, பெரியசாமியின் மட்டைச்சாளைக்கு மட்டும் வர ஆளில்லை. இதனால் பழனியம்மாளுக்கு தன் அண்ணன் பேரிலும், தம்பி பேரிலும் கோபம் பழுக்கத்தான் செய்தது. 'உனி அவுனுக வர்லீணாத் தான் இங்கெ நடக்குறதுக பாக்கி நிக்கிறாப் பிடி. கெடக்குறானுக. அவுனுக பொழப்பே அவுனுகளுக்குப் பெருசாப் போச்சு' என நினைத்தபடி ஒரு ஈயப் போசியில் வடைகளையும். கச்சாயத்தையும் எடுத்துக் கொண்டு அய்யனுக்கும் அம்மாளுக்கும் கொடுப்பதற்காகத் தெற்கு நோக்கிப் போனாள்.

கோயிலில் ராத்திரி பத்துமணிக்கு மேலாகியும் கூட்டம் இருந்து கொண்டேயிருந்தது. வேலம்பாளையத்துக்கு வருகிற கடைசி பஸ்ஸிலிருந்து ஒரு வாலிபன் தகரப்பெட்டியோடு இறங்கினான். அந்தப் பகுதியில் இருந்த அத்தனை பேர்களின் கண்களும் ஆச்சர்யமும், நெகிழ்ச்சியுமாய் அவனைப் பார்த்தன.

ஆமாம்! இந்த ஊரைவிட்டுப் போயிருந்த லட்சுமணன்தான் பஸ்ஸிலிருந்து அப்படி இறங்கி ஊருக்குள் நடந்து போனான்.

8

‘‘அய்யா! அய்யா!’’

என்கிற குரல் வாசலில் கேட்க திண்ணைக்கு வந்த ராமாத்தாளுக்கு வெளியே தனது தம்பி லட்சுமணன் நின்று கொண்டிருந்ததைப் பார்த்ததும் அழுகை முட்டிக் கொண்டு வந்தது. உதடுகள் துடித்தன. வாயிலிருந்து சட்டென்று வார்த்தை வரவில்லை. தத்தளிப்போடு தேம்பித் தேம்பி ‘‘வாடா லட்சுமணா! இப்பிடிப் போயிட்டியேடா’’ என இவன் கைகளைப் பற்றிக் கொண்டு அழுதாள். அவளை ஆசுவாசப்படுத்தி விட்டு ‘‘அய்யன் நல்லா இருக்கு தல்லொ? எங்கெ அய்யன்?’’ என்று அவன் கேட்ட கேள்வி அவளைத் தலை கீழாகச் சுழற்றி வாசற்படியின் கல்லில் ஓங்கியடித்து மண்டையை உடைப்பது போலிருந்தது.

‘‘நம்ப அய்யஞ் செத்து நாளு எத்தனெயாச்சு? உப்ப வந்து கேக்கறயேடா சாமி? நீ போயிட்டீங்கிற வருத்தத்திலையே பாதி உசுரை உட்டுட்டாருடா. நீ திரும்பி வர்றவெரைக்கும் அவுரு ஆயுசு இல்லியே!’’

என்று ராமாத்தாள் சொன்ன உண்மையானது இவன் உள்ளுக்குள் பாய்ந்து உதிரமண்டலத்தை ஒரு கலக்குக் கலக்கி சோளமணிகள் உதிர்ந்தாற்போல் கண்ணீரைச் சிந்த வைத்தது. அக்காவைக் கட்டிப் பிடித்துக் கொண்டு அய்யனின் முகத்தையும், பாசத்தையும் நினைத்துக் குமுறிக் குமுறி இவன் அழ, ராமாத்தாளின் பையன் முருகனும் செல்லம்மாளும் சேர்ந்து கொண்டு அழ, பக்கத்து வீட்டுக்காரர்களெல்லாம் சத்தங்கேட்டு வந்து கூடிவிட்டனர்.

பலவிதமாய் ஆறுதல் சொல்லி இவனைத் தேற்றினார்கள். என்ன செய்தும் சமாதானம் அடையாமல் மனதில் செம்புண் ஆனது போல் வலி உண்டாகி இவனால் தூங்க முடியவில்லை. லேசாக இமைகளை மூட முயற்சிக்கையில் விடிவெள்ளி கீழ்வானில் புலர்ந்து விட்டிருந்தது.

பண்டிகையை முடித்து அனுப்பிவிட்ட நினைப்போடு இருந்த வேலம்பாளையத்துக்காரர்களுக்கு 'லட்சுமணன் வந்துவிட்டான்' என்கிற செய்தி 'என்னவோ தங்களுக்குக் கிடைத்து விட்டது' என்பது போன்ற சந்தோஷங் கலந்த உணர்வை ஏற்படுத்துவதாக இருந்தது.

பெரியசாமி மாமன், காளப்பட்டி அப்பிச்சி, மணிய காரய்யன் எல்லாரையும் போய் இப்போதே பார்க்க வேண்டும் என்று இவனுக்குள் எண்ணம் துடித்தது. ராத்திரி வந்து ஆறுதல் சொல்லிவிட்டுச் சென்ற மருதமுத்துவையும், பழனியம்மாளையும் போய்ப் பார்க்க வேண்டும். இன்னும் இப்படி எத்தனையோ முகங்கள் இவன் நினைப்புக்கு வந்தன. அத்தனை பேரிடத்திலும் இருந்து தன் அய்யன் தனக்குக் காட்டிய அன்பையும், பரிவையும் தான் பெற்றுக் கொள்ளத்தான் இயலுமா? என்றெல்லாம் நெஞ்சம் பரிதவித்தது.

ராமாத்தாளின் முகச்சாயலுக்குள் தன் தந்தையின் முகத்தைத் தேடிப் பார்ப்பவனைப் போல் கண்களால் தேடினான். முன்பு இருந்ததைவிட இப்போது அவள் இளைத்துப் போய்த்தான் தெரிந்தாள். தலையில் நரைகள்கூடத் தென்பட்டன. புருஷனை இழந்து தகப்பனை இழந்து உடன் பிறந்தவனும் காணாமல் போய் அவளுக்கு ஏற்பட்ட துயரங்கள் சாதாரண மானவைகளா? நினைத்துப் பார்க்க இவன் நெஞ்சைப் பிளப்பது போலிருந்தது.

அவள் வெந்நீர் சூடு பண்ணித் தந்து தம்பியைக் குளிக்கச் சொல்லிவிட்டு சோறாக்கிக் கொண்டிருந்தாள். சிறு பிராயத்திலிருந்து இப்போது வரை நடந்து முடிந்தவைகள் எல்லாம் பிறந்த மண்ணுக்கு வந்தவுடன் விடிகாலை வெளிச்சம்போல் பளிச்சென இவன் நினைவுக்கு வந்தன.

அப்போது எதிரேயிருந்த தெருவைக் கடந்து இந்த வீட்டை நோக்கி பெரியசாமியும் காளப்பட்டியய்யனும் இவனைப் பார்க்க வேண்டுமென்கிற ஆர்வத்தோடு வந்து கொண்டிருந்தனர்.

வாசலுக்குப் போய் ''அய்யா, மாமா'' என அவர்களின் கைகளை ஒரு சேரப் பிடித்துக் கொண்டு கண்கலங்கிப் போனான் லட்சுமணன்.

‘‘அழாதெப்பா அழாதெ. வா. நீ வந்து சேர்ந்ததே போதும்டா. உன்ர அய்யனெப் பாக்கறதுக்குத்தான் உனக்குக் குடுத்து வெய்க்கிலை. மனசெ நீயி ஆத்திக்கப்பா!’’

என்று திண்ணையில் வந்து உட்கார்ந்தனர்.

அடிவானந் தொடங்கி மேற்கு மலைகள் வரையிலுமே நேற்று இரவு, மின்னல்கள் அடித்தன. ஆனால் அதற்குத் தகுந்தாற்போல் மழைதான் பெரியதாக இல்லை. லேசான தூறலாய்ப் போயிற்று. பெரிய எதிர்பார்ப்போடு இருப்பவர்களை ‘பொசுக்’கென்று பண்ணி விட்டு வானம் இப்படி சிறுபிள்ளைத்தனம் பண்ணுவது இத்தோடு பல தடவைகளாயிற்று. இடைப்பட்ட இந்த நாட்களில் லட்சுமணன் என்ன செய்தான்? எங்கேயிருந்தான்? என்கிற விபரங்களை அவர்கள் கேட்கக் கேட்க எல்லாவற்றையும் நெகிழ்ச்சியோடு சொன்னான்.

ஊர்க் கூட்டத்தில் பொது ஜனங்களை முன் வைத்து தன்னிடத்தில் மணியகாரர் கொடுத்த இரண்டாயிரத்துச் சில்லறை ரூபாயோடு லட்சுமணன் வீடுபோய்ச் சேர்ந்திருந்தான். மாரியம்மன் கோயில் சுற்றுச் சுவர் கட்டுவதற்காகப் பயன்படப்போகும் இப்பணம் பத்திரமாக இருக்க வேண்டும் என்னும் அக்கறையில் பெட்டியில் வைத்து நன்கு பாதுகாப்பும் பண்ணிவிட்டான்.

இரண்டொரு நாள் கழித்து பக்கத்து வீட்டில் மாட்டுக்கு மூக்கணாங்கயிறு கோர்த்துக் கட்டிக் கொடுத்து விட்டுத் திரும்பும்போது எதேச்சையாக சம்பாணைச் சந்திக்க நேரிட்டது. கோயிலில் நடந்த ஊர்க்கூட்டத்தைப் பற்றிக் கேட்டுவிட்டு அந்தப் பொதுப்பணம் தற்சமயம் லட்சுமணனிடத்தில்தான் இருக்கிறது என்பதையும் பேச்சு வாக்கில் கிரகித்துக் கொண்டு அவன் போய் விட்டான்.

அன்றைக்குச் சாயங்காலமே சற்றும் எதிர்பாராமல் இவனைத் தேடிக் கொண்டு சைக்கிளில் வந்து அவன் இறங்கினான். ராமாத்தாள் சருகுக்குப் போயிருந்தாள். சேமலையய்யன் பெரியசாமி வீட்டுக்குப் போயிருந்தார். இங்கு வீட்டில் இவனைத் தவிர வேறு எவருமில்லை. நிலைமை ஏதுவாகப் போயிற்று.

வந்தவன் இவனிடம் ''லட்சுமணா! அர்ஜண்டான செலவு வந்துடுச்சு. மார்க்கெட்ல சக்கரைக் கடைக்குக் குடுக்கறதுக்கு மூணாயிரம் ரூபா பத்தாமப் போயிடுச்சு. உன்ரகிட்டெ இருக்குற கோயில் பணத்தைக் குடு. நானு நாளைக்கு மத்தியானத்துக்குள்ளெ சரக்கு வாங்குற ஏவாரிக கிட்டே பணத்தைப் பொரட்டி சரிபண்ணி உனக்குக் கொண்டாந்து குடுத்தர்றேன்''

என்று மன்றாடி வீட்டுக்குள் வந்து நின்றபடி விடாப்பிடியாகப் பெட்டியிலிருந்த அந்தப் பணத்தை வாங்கிக் கொண்டு போய் விட்டான்.

இப்படிப் பணத்தை சம்பாணிடம் பறிகொடுத்து விட்ட போதிலும் லட்சுமணனுக்கு மனம் ஒத்துக் கொள்ளவில்லை. பதட்டப்பட்டது, பயமும் கொண்டது. 'ஊர்ப்பொதுப் பணத்தை திடீரென்று எப்போது வேண்டுமானாலும் மணியகாரரும் மற்றவர்களும் வந்து கேட்கலாமே' அப்போது சம்பாணிடம் கொடுத்ததைச் சொன்னால் தன் மீதிருக்கும் நம்பிக்கையல்லவா கெட்டுப்போகும் என்றுதான் மனம் சஞ்சலப்பட்டது. அடுத்த நாள்வரை எப்படியோ பொறுத்திருந்து விட்டு அவனைத் தேடி இவன் போனபோது அவனைப் பார்ப்பதே பெரும்பாடாய்ப் போயிற்று. சரக்கு விஷயமாக வாளையார் போகவும்; பாலக்காடு போகவுமாக டெம்போவில் அலைந்து கொண்டிருந்த அவனோ, இவன் பார்வைக்குச் சிக்காமலே இருந்தான். நடுராத்திரிவரை காத்திருந்து அவனைப் போய்க் கண்டு பிடித்துப் பணத்தைக் கேட்டபோது அவன் தோரணையும், பேச்சும் எதிர்மறையாகி திமிர்த்தனம் கலந்து எகிறியது.

''என்ரா லட்சுமணா! இந்த டண்டணக்குப் பணத்துக்கு இப்பிடிப் பறக்குறே? நீ சம்பாதிச்சதா இது? இப்பொ உனக்கு என்ன கெட்டுப் போயிடுது. நா அன்னாடும் எத்தனெ பணத்தெப் பாக்குறவன்! எத்தனெ பேருத்துக்குக் குடுத்துக் கணக்குத் தீர்க்கிறவன். இப்பிடியாப்பட்ட நானு உனக்குக் கடங்காரனா? உன்ரகிட்ட வந்து கைநீட்டிப் பணம் வாங்கித் தான் நாந் தொழிலு நடத்தோணுமா?...

செலவுக்கு எதாச்சும் உனக்கு மொடையா இருந்தா அப்பப்பொ வந்து எதுனாலும் வாங்கிக்க. இல்லெ அன்னாடும் கூலி வேணுமா? வா. நாளைக்கே வேணும்னாலும் வந்து என்ர ஆளுகளோட போயி தண்ணி காய்ச்சற வேலையெச் செய்யி. பின்னெ பொறகு பார்த்துட்டு உனக்கு ரெண்டு டிரம் ஊறலு தனியாப் போட்டுக் குடுக்குறேன். அதையெக் காச்சி வித்துப் பொழச்சுக்க. ஆனா, நன்னியெ மறக்காமெ நாஞ் சொல்றபடி கேட்டு எப்பவும் நடந்துக்க. இப்ப இங்கெ ஸ்பெசல் பார்ட்டி, இன்சுபெக்டரு அவிக இவிகெல்லாம் என்னெப் பாக்க வர்ற நேரம். இப்ப நீ இங்க வந்து நின்னுட்டு எனக்கு வீணாத் தொல்லை குடுக்கறே. கம்னு போயிடு. நாங் கை காட்டுனேன்னா உன்னெக் கொண்டு போயி ஏதோ ஒரு கேஸைப் போட்டு வருஷக் கணக்குலெ உள்ளெ தள்ளுறது சர்வ சாதாரணம். மருவாதியா வூடு போய்ச்சேரு!''

இப்படி துரோகம் பண்ணிவிட்ட அவனை நினைத்து லட்சுமணன் அனலாகக் கொதித்தான். எனினும் தன்னைக் கட்டுப்படுத்திக் கொண்டு நிதானம் தவறாமல் வீடு திரும்பினான்.

தனக்கு நேர்ந்துவிட்ட அநியாயத்தை யாரிடம் போய்ச் சொல்வது? அப்படியே முக்கியஸ்தர்களிடம் சொல்லி ஊர்க் கூட்டம் போட்டாலும் ''இன்னின்ன தேதிகளில் லட்சுமணன் இத்தனையித்தனை பணம் என்னிடம் கடன் வாங்கியிருக்கிறான்'' எனப் பொய்க் கணக்கு எழுதி வைத்து நோட்டைக் கொண்டுவந்து சாட்சியாகக் காட்டி அதற்கான ஆட்களை வைத்து தன் மீது பழி சுமத்தி அவன் தப்பித்துக் கொள்ளத் தயங்காதவன் என்றெல்லாம் எண்ணியெண்ணி இவன் மனம் தூக்கம் இல்லாமல் சஞ்சலப்பட்டது.

தன்னிடம் பணத்தைக் கொடுத்து வைத்த ஊர்ப் பெரியவர்களிடத்திலும் கெட்டபெயரை வாங்கிக் கொண்டு மேற்கொண்டு சம்பாணிடத்திலும் கடன் வாங்கிக் காலம் கழித்து வந்ததாக இன்னொரு அவப்பெயரையும் சேர்த்துச் சுமந்து கொண்டு பாவதாரியாகக் கோயில் வாசலில் நிற்க வேண்டிய சூழல் வந்துவிடுமே என்கிற நிலவரம் தெளிவாக அவன் மனசுக்குத்

தெரிந்தது. இனி என்ன செய்வது? அந்த இரண்டாயிரத்துச் சில்லறை ரூபாயை ஊர்க்காரர்களுக்கு எப்படிக் கொடுப்பது? ஓரிரு நாட்களுக்குள் எங்கு போய்ச் சம்பாதிப்பது? யாரிடம் கடன் கேட்பது? முடியாது. முடியவே முடியாது. ஆனால், தான் கை நீட்டி கோயிலில் பலருக்கு முன்னால் வாங்கிய அந்தப் பணத்தை திருப்பிக் கொடுக்காமலும் இருக்க முடியாது. என்ன செய்வது?

யோசித்து யோசித்து தீர்க்கமாகவும்; இறுக்கமாகவும் இவன் ஒரு முடிவெடுத்தான். அய்யனையும், அக்காவையும் கலங்கிய கண்களோடு மறந்தான். ஆமாம், 'எங்கேயோ போய் எப்படியோ கஷ்டப்பட்டு அந்தப் பணம், இரண்டாயிரத்துச் சில்லறையைச் சேர்த்துக்கொண்டு - அதன் பிறகு தான் இந்த வேலம்பாளையத்து மண்ணில் காலடி வைப்பேன்' என்று உறுதியும் செய்து விட்டான். விடிவதற்கு முன்பே ஊரை விட்டுப் போயும் ஆயிற்று.

அதன்படிதான் இத்தனை நாட்கள் கழித்து எத்தனையோ சிரமங்களுக்கிடையில், தான் சம்பாதித்த அந்தப் பணத்தோடு ஊர் வந்து சேர்ந்திருக்கிறான். இங்கிருந்து போனதால் தந்தையை இழந்து விட்ட இவனுக்கு, தன்மானத்தை இன்னமும் இழக்க இயலவில்லை. இப்போது வேண்டுமானாலும் ஊர்க்கூட்டத்தில் அந்தப் பணத்தைப் பலருக்கும் முன்னால் கொடுத்து விடத் தயாராகத்தான் இருப்பது குறித்து தெம்பு நிறைந்த துணிவு தேகமெங்கும் பரவித்தான் இருந்தது.

இவன் இந்நேரம்வரை சொல்லி வந்த 'கடந்த கால நடைமுறைகளை'க் கேட்டு முடித்த காளப்பட்டியய்யனுக்கும்; பெரியசாமிக்கும் இவன் மீதிருந்த அன்பும், பாசமும் அதிகமாகத்தான் ஆனது, தங்கள் பக்கத்தில் சேர்த்து உட்கார வைத்துக் கொண்டு ஆறுதலும் தேறுதலும் கொடுப்பவர்களாய் இருந்தனர்.

''ம்! எத்தனை பலாத்காரம், பழிபாவங்கெல்லாம் உள்ளூர் மண்ணுல சர்வ சாதாரணமா நடந்து முடிஞ்சிருக்குது பாரு. 'எழைப்பட்டவன் ஊட்டுக் கோழி மொட்டு வெச்சா வெரல்பட்டதீமெ ஒடஞ் சிருமாம், வலுத்தவன் ஊட்டுக்கோழி மொட்டு ஆட்டாங்கல்லைக்கூட ஒடச்சுப்

போடுமாம்.' செரி இருக்கட்டும். நாங்கெல்லா எங்கே போயிட்டோம்? இங்கெ தானெ இன்னமும் உருவாறமாட்டம் இருக்குறோம். நேர்மையும் ஞாயமும் உன்ரகிட்ட இருக்குது. சத்தியத்துக்குக் கட்டுப்பட்டு சாமிகோயில் பொதுப்பணத்தைக் குடுத்தர்றம்னு நீயி இத்தனெ நாளும் படாத கஷ்டமெல்லாம் பட்டுப்போட்டு வந்து சேர்ந்திருக்குறே. உனக்கு உனிமே ஒரு கொறையும் வராது''

என்று சொல்லியபடி லட்சுமணன் இருந்த சீமையைப் பற்றியும் செய்த தொழிலைப்பற்றியும் அய்யன் விசாரித்தார்.

மைசூர் ஜில்லாவில் சாம்ராஜ் நகரத்துக்குப் போகும் பாதையில் சிக்லா அணைக்கட்டு வேலை அது சமயம் நடந்து வந்தது. அங்குதான் இவன் போய்ச் சேர்ந்து ஆட்களோடு கல்லுடைக்கும் பணியில் ஈடுபட்டது. அப்புறம் நாளாவட்டத்தில் கான்டிராக்டருக்கு இவன் பேரில் நம்பிக்கை ஏற்பட்டுப் போய் தொழில் திறமையையும், சூட்டிப்பையும் முன்னிட்டு, முப்பது ஆட்களிடம் வேலை வாங்குகிற ஒரு மேஸ்திரியாகவும் மேற் பார்வையாளனாகவும் பொறுப்புக் கிடைத்தது.

அணைக்கட்டு வேலையில் பல்வேறு தூரத்து ஊர்களில் இருந்தெல்லாம் வந்து சேர்ந்திருக்கும் தொழிலாளர்களுடன் இரண்டறக் கலந்து, நேசம் நிறைந்த தோழமையுடன் இவன் தன்னை இணைத்துக் கொண்டு விட்டான். தனக்குக் கிடைக்கும் சம்பளத்தில் சாப்பாட்டுக்கும், இதரச் செலவுகளுக்கும் போக மீதத்தை மிச்சப்படுத்தி சிறுகச் சிறுகச் சேர்த்து இப்போது நாலாயிரம் ரூபாய்க்குப் பக்கமாகத் தொகைப்படுத்திக் கொண்டு ஊர்வந்து சேர்ந்திருக்கிறான்.

இடையில் மணியகாரருக்குக் கடிதம் போட்ட சமயத்திலேயே சம்பாணுக்கும் கடிதம் போட்டிருந்தான். ஆனால் அவன் அதை வெளிக்காட்டிக் கொள்ளவில்லை! மாறாக மனம் திருந்தாமல் லட்சுமணன் பேரிலேயே 'கடன்காரன்' என்னுப் பழியைப் போடுபவனாகவும் மாறியிருந்தான். சேமலையய்யனையும்; ராமாத்தாளையும் இதற்காக இத்தனை காலம் மறந்திருந்து விட்ட தன்

நெஞ்சத்தை இப்போது நினைத்துப் பார்க்கையில் லட்சுமணனுக்குத் தாளாத துக்கம் பீறிடத்தான் செய்தது. ஒரு வைராக்கியத்துக்காகவே தந்தையைப் பறிகொடுத்த மகனாக, தான் ஆகிப்போனது குறித்து கன்னத்தில் வழிந்த கண்ணீர் இவனை வெகுவாகச் சுட்டது.

இத்தனை ஈரமான மனங்களோடு இங்கே வந்து தன்னிடம் உட்கார்ந்து சுமந்த சுமையின் வருத்தத்தை, பட்ட காயத்தின் ரத்தத்தைப் பரிவோடு உணர்ந்து ஆறுதல் கூறும் காளப்பட்டியய்யனையும்: பெரியசாமியையும் பார்க்கப் பார்க்க மனப்புண்ணை ஆற்றுவதற்கு மயிலிறகு கொண்டுவந்து வருடிக் கொடுப்பது போலிருந்தது.

இப்போது எல்லாமே தெளிவாக அவர்களுக்கு விளங்கி விட்டது. இனி மணியகாரய்யன் உட்பட முக்கியமானவர்களை வைத்து அவர் வீட்டிலேயே கூடப் பேசி முடித்துக் கொள்ளலாம்.

லட்சுமணன் இந்தப் பணத்தை யார் முன்னாலேயும் யாருக்காகவும் கொடுக்க வேண்டிய அவசியமும் இல்லை. வியர்வை வழியப் பாடுபட்டு இவன் சம்பாதித்த பணம் இவனுக்கே பயன்படவேண்டும். அதுதான் முறையானது.

ராமாத்தாளின் குடும்பத்துக்கு மீண்டும் பெரியதொரு சொத்தாக இந்தத் தம்பி கிடைத்ததே போதும் என்று அவர்கள் எண்ணினார்கள். அத்தோடு நில்லாமல் ஊரில் தீவிரமாக ஆகிவிட்ட தண்ணீர்ப் பஞ்சத்தை பற்றியும் அதனால் பாதிக்கப்பட்டுப் போய்க் கிடைக்கும் ஜனங்களின் பரிதாபங்களையும் லட்சுமணனின் நெஞ்சில் ஆழமாகப் பதித்து விட்டுத்தான் சென்றனர்.

ஆயிரமாயிரம் கைகளில் ஒன்றாய் இணைந்து அந்த அணைக்கட்டு வேலையில் சங்கமமாகி மலைகளில் விழுந்து நதிகளில் புரண்டு வரும் வெள்ளத்தை ஒரு இடத்தில் தடுத்துத் தேக்கி வைத்த காட்சியானது இவன் கவனத்துக்கு வந்தது. தனது சொந்த ஊரின் முக்கிய பிரச்சனையாகக் கொழுந்துவிட்டு எரியும் குடி தண்ணீர் கஷ்டம் கண் முன்னால் எழுந்தது.

தன்னை முழுவதுமாக இதில் ஈடுபடுத்திக்கொண்டு முழு மூச்சோடு தீர்வு காணவேண்டும். எந்தப் பிரதி பலனும் எதிர்பார்க்காமல் எத்தனை இடர்கள் எதிர் வந்தாலும் சலிக்காமல் குறிக்கோளோடு உழைத்தால் நிச்சயம் இதில் வெற்றி பெறலாம். ஊரின் சேமத்தை முன்னிட்டு, தான் செய்யும் இந்தக் காரியம்தான் நெஞ்சின் காயத்தை ஆற்றி, அருமருந்தாக ஆறுதல் செய்யும் என்றெல்லாம் தீர்க்கமாக இவன் உறுதியெடுத்தான்.

பெரியசாமியின் மட்டைச் சாளைக்குள் தங்கக் காசுகளைப்போல் சூரிய ஒளி அங்கங்கே இறைத்துக் கிடந்தது. வாசலில் கட்டிலில் இருந்தபடியே அதைப் பார்த்துக் கொண்டிருந்த அவருக்கு 'வீரராயன் காசு' நினைவுக்கு வந்தது. முன்பெல்லாம் கட்டிடங்களுக்கு அஸ்திவாரம் தோண்டும்போது சிறு சிறு மண் கலயங்களில் இருந்து அந்தக் காசுகளைப் புதையல்களாக எடுப்பதுண்டு. அது முழுவதும் பொன்னால் செய்யப்பட்டது என காளப்பட்டியய்யன் கூட சொல்லுவார். ''போளூவாம்பட்டிக்குப் பக்கத்துல இருக்குற கோட்டெக் காட்டுல இதப்போல நெறைய காசுக பொதஞ்சு கெடக்குதும்பாங்க! ஆதிகாலத்துல பெரிய ஏவாரங்க நடக்கற எடமா இருந்திருக்கு மாட்டந் தெரியுது. வெள்ளலூருக்கும் இதுக்கும் நல்லாத்தொடுப்பு. ரெண்டு எடங்கள்லயும் என்னமோ ரோமானியக் காசாமா அதெல்லாம் கண்டெடுத்திருக்காங்கொ; அப்பறம் சென்னிமலைக்குத் தென் மேக்காலெ இருக்குற கொடு மணல்ல செஞ்ச சங்கு வளையலுக கோட்டெக்காடு வந்திருக்குதுனா பாத்துக்குவே, அப்பத்தொ ஜனங்களோட காரீத்தையும் போக்குவரத்தையும்.

''வெள்ளிங்கிரிக்கு மிந்தியெல்லா வேசெ காலத்துல போவமே அது என்ன லேசுப்பட்ட எடம்மா? அந்த மலைகள்ல கொஞ்சத்த மூலிகைகளா குவிஞ்சுருக்குது? அது சித்தர்களும் முனிவர்களும் தவம் பண்ணுன வனாந்தரமாச்சே, வெள்ளெ வெனாயகர் கோயில்னு, வழுக்குப்பாறைன்னு, பாம்பாட்டி சொனைன்னு, கை தட்டிச் சொனைன்னு, மொழங்கால் திட்டுனு, சீதை வனம்னு,

பீமன்ராகிக்கல்னு, பீமங்களி உருண்டைனு, ஆண்டி சொனைனு, அர்ச்சுனங்குன்றுனு எத்தனையோ அங்கெ, இருக்குதே! அப்பறம் வெள்ளங்கிரி ஆண்டவன் குடிகொண்டிருக்குற எடமெப்படி? பெரிய பாறைக்கும் கீழே கொகைக்குள்ளெ லிங்கமா மொளைச்சுருக்குறாரே என்ன சங்கதி? அதெயெ கும்புடுறதுல என்னவொரு ஆனந்தம்? முழுசும் சொல்ல பத்தாது. தேங்காயெ கொகைக்குள்ளே உருட்டியுட்டா அரமணி நேரத்துக்குப் பக்கமா அது உருண்டுட்டுப் போற சத்தம் கேட்குமே. அது அப்பொ எத்தானெ ஆழம் நீளம் இருக்கும்னு எண்ணிப்பாரே. ஏழுமலைகளைக் கடந்து போயி அத்தானெ ஒயரத்துல அந்த ஆண்டவங் குடிகொண்டு ரெண்டு மூணு யுகமே ஆகுதுங்கறாங்க. தென் கைலாயம்னு பேர் வாங்குனுதல்லொ இது''

''அந்த ஏழுமலைகள்லெயும் ஊனி நடக்கறதுக்கு நம்முளுக்குத் தொணையா வாங்கறம்பாரு மூங்கத்தடி. அதெய வூட்லெ கொண்டு வந்து எங்கேயாச்சு பத்தரமா ஒரு எடத்துல வெச்சிட்டம்னா எந்த தீங்குகளோ இல்லெ செய்வினைக் கொணங்களோ அண்டாது. இப்பநா வெச்சுட்டிருக்கறம்பாரு இந்தத் தடி. இதுங்கூட வெள்ளிங்கிரித் தடிதானப்பா. இது இப்பிடின்னா பழனிமலைக்குக் காவடி கொண்டுட்டு போயிட்டிருந்தேனே மிந்தி. அங்கெ மொட்டையாண்டியா தடியை ஊனி நிக்கிறானே! அவனென்ன சிலுவானப்பட்ட சாமியா? அடேங்கப்பா! எத்தனெ சீமைகள்லெ சஞ்சாரம் பண்ணி நவபாசாணம் கொண்டாந்து போகருங்றெ சித்தரு செஞ்ச செலையாக்கும் அது! இங்கெ பக்கத்துல இருக்குற நம்ம பேரூர்க் கோயிலு எத்தனெ தலைமொறைகளைப் பார்த்தது. எத்தனெ ராசாக்களை தோப்புக்கரணம் போடவெச்சது? அது தானொ இப்பவும் பங்குனித் தேருக்கு சிட்டாளுகளையெல்லாம் போங்கடான்னு நாந் தொரத்தியுடுறது. அந்தக் கோயில் சிற்ப வேலைகளை வெளிநாட்டானுகெல்லாம் வந்து பாத்துப்போட்டு அசந்து போய் நிக்குவானுகளாம்! அந்தக்கல் லெல்லா எங்கெயிருந்து போயிருக்குதுங்கிறே? எல்லாம் நம்ம ஐயாமலைக் கல்லுகதான்!''

''அதுதா ஐயாமலையில சாமி நாட்டு வளப்பம் சொல்லிவர்றபோது 'இந்த மலையைச் சுத்தியிருக்குற மானாவாரி புஞ்செ நெலங்களெல்லாம் என்னைக்கு நெல்லு வெளையிற வயில்களாக ஆகுமோ அன்னைக்குத்தா எனக்குக் காது குத்துச் சீரு நடக்கும். அது வெரைக்கும் நா பாலகன் தாண்டா'ன்னு தன்னோட ஆசாபாசத்தெக் காட்டுறதுண்டு''

''இப்படி நம்மெச் சுத்திச்சுத்தியே எத்தனையோ அபுரூபமான எடங்களும், சங்கதிகளும் நெறையாவே இருக்குதப்பா''

காளப்பட்டியய்யனை நினைத்துக் கொண்டாலே போதும். அவர் கிட்டத்தில் வந்து உட்கார்ந்து கொண்டு பேசுவதுபோல் பெரியசாமிக்கு உணர்வு உண்டாகி விடுகிறது! வானம் வெய்யிலில் தகதகத்துக் கொண்டிருந்தது. மரக்கிளைகளில் குருவிகள் இளைப்பாறிய படியிருந்தன.

ஒரு வாரத்திற்குள் இந்த ஊருக்குள் நிறைய பேரை லட்சுமணன் சந்தித்துப் பேசிவிட்டான். அவர்களின் வாழ்க்கை எவ்வளவோ மாற்றங்களைக் கண்டிருந்தது இவனுக்கு நன்றாய்த் தெரிந்தது. எங்கெல்லாமோ நாளும் புதுப்புதுக் கட்டிடங்களும்; கட்டிடத்தின் மேல் கட்டிடமுமாக ஏற்பட்டுக் கொண்டிருக்க, இந்த வேலம் பாளையத்திலோ இருக்கிற வீடுகள் மேலும் அழுக்கடைந்து சுவர்க்காரைகள் பெயர்ந்துபோய் நைந்து போன குயவன் ஓடுகளோடும்; பிய்ந்துபோன மட்டைச் சாளைகளோடும் தெரிந்தன. சமீபத்தில் பண்டிகைக்கு அடித்த சுண்ணாம்பு மட்டும்தான் அவர்கள் கையாண்ட ஒரே எளிய அலங்காரம் போல் இருந்தது.

அணைக்கட்டு வேலைக்குப் போன சமயத்தில் மைசூர், பெங்களூர் பகுதிகளுக்கெல்லாம் சென்று வருகிற சந்தர்ப்பம் இவனுக்குக் கிடைத்ததுண்டு. அங்கே பார்த்த கட்டிடங்களும் மன்னர் காலத்திய அரண்மனைகளிலிருந்து சமீபத்திய மோஸ்தர் வீடுகள் வரை இவன் நினைப்புக்கு வந்து மனதை அலைக் கழித்தன. எல்லாப் பகுதிகளிலும் ஜனங்கள்தான் வசிக்கிறார்கள். ஆனால் எத்தனை வித்தியாசங்கள்?

பூமித்தாயின் மேனியில் ஓடிய நரம்புகள் போல் இந்தச் சீமையில் அதுவும் இந்தச் செம்மண் வட்டாரத்தில் எத்தனை வெடிப்புக்கள்? குடி தண்ணீருக்கே மனுஷன் ஆர்ப்பரித்துக் கொண்டு திரிய வேண்டியுள்ளதை திரும்பத் திரும்ப இவன் சிந்திப்பவனாய் இருந்தான்.

சம்பாண், கோயில் வாசலில் வைத்துப் பலருக்கு முன்னால், ''லட்சுமணன் எங்கிட்டதான் நெறைய பணம் வாங்கியிருக்குறான்'' என வாய்ச்சவடால் அடித்து எல்லோரையும் அடக்கிவிட்டுப் போனதுபோல் நடந்து கொண்டதும், பிறகு அவனே ஆட்களை விட்டுச் சுற்றுச் சுவர் கட்டுகிற வேலையை அவசரமாக முடித்து விட்டதும் இவனிடத்தில் கூறப்பட்டன. பெரும்பாலோர்க்கு இருந்த நம்பிக்கைக்குப் பங்கம் விளைவிக்காமல் இவன் வந்து சேர்ந்துவிட்டது கொஞ்ச நஞ்சமாய் சந்தேகங் கொண்டிருந்தவர்களையும் திருந்தச் செய்து விட்டது.

''வடக்காலத் தோட்டத்தை வெலைக்கு வாங்கீட்டோங்குற கெவுர்த்தீல இந்த ஊர்க்காரங்கெல்லா ஒண்ணா சேர்ந்து வந்து காலைக் கட்டுங்க அப்பிடிங்கறாப்பல ஆளு நடந்துட்டிருக்கிறான். அது மட்டுமில்லே. அவன் நெனச்சா இந்த ஊருக்கு தண்ணிப் பஞ்சத்தைத் தீர்த்து வைக்க முடியுமாம். என்னமோ. சொல்லீட்டுத் திரியிறான்''

''ம்! க்கும்! அவன் பண்றான்? நாளுக்கு நாள் உன்னமு நாலு டிரம்மு எச்சாப் போட்டுக் காய்ச்சிப் பணம் சம்பாதிக்கலாம்னு வெகாறியில திரியிறான். வேணும்னா அவந்தொழிலுக்குத் தண்ணிப் பஞ்சம் வராமெப் பண்ணிக்குவான். ஊரு ஜனங்க எப்பிடிச் செத்தாத்தான் அவனுக்கென்ன?''

''அட அவன் அன்னாடும் டிப்டியெப் பார்க்கிறன், கலெக்டரெப் பார்க்கறம்னு தம்பட்ட மடிக்கிறதெல்லாம் அவனோட தொழிலெ மங்காமெ நடத்துறக்குத் தானேயொழிய ஊர்ல இருக்கிற குடிதண்ணீர்க் கஷ்டத்தைத் தீர்க்கிறதுக்குனா நெனைச்சீங்க?''

‘‘அப்பிடி யாரு நெனைச்சாங்க? அவனெ நம்பி நாம ஒரு காரியத்துலயும் எறங்குலை. ஜலவாதிக்குப் போயிட்டு வந்தா செரியா காலுக் கழுவத் தெரியாத பையனுககூட அவனை நம்பமாட்டாங்க!’’

‘‘அது செரித்தான்! ஆனா சாராயங் காய்ச்சற வேலைக்கு அவங்கிட்ட துப்புக்கெட்ட நாலஞ்சு ஊட்டுப் பசங்க போயிட்டு இருக்குதுக. வேற கூலி வேலைக எதுமு தெரியாத குடி புத்தியுள்ள வலுக்கு வாலுப் பசங்க அதுக. அவஞ் சொல்றப்பிடி அதுக வேணும்னா கேட்டு நடக்கும். ஏன்னா தொழில் குடுக்கறாம் பாரு. அதுனாலெ’’

இப்படிப் பேச்சுக்கள் இருந்தன.

தன்னையொத்த வயதுக்காரர்களில் இருந்து நடுத்தர வயது ஆசாமிகள், மூத்த கிழவர்கள் வரை அன்றாடம் சந்தித்துப் பேசி குடி தண்ணீர்ப் பிரச்னையைத் தீர்ப்பதற்கான போராட்டத் திட்டத்தை லட்கமணன் எடுத்துச் சொன்னான். முதலில் கொஞ்சம் தயங்கினாலும் ‘‘நீ சொல்றதுப்படி தைரீமா எல்லாரும் ஒண்ணு சேந்து எறங்குனாத்தான் தண்ணியைக் கொண்டு வர முடியுப்பா’’ என்று ஆதரவு கொடுப்பவர்களாகவே முடிவில் இருந்தனர்.

‘‘நீ ஊருக்கு வந்து சேர்ந்ததே அவுனுக்கு ஒரு அதிரடியாத்தான் ஆயிடுச்சு. உன்ர பேர்ல ஊருக்காரங்க நம்பிக்கை வெச்சு நீ சொல்ற திட்டத்துக்கு ஒண்ணு சேர்ந்திடுவாங்கன்னு பொறாமையும் அவனுக்குக் கௌம்பியிருக்கும். அதுனால ஆளுகளை வெச்சு அமுக்கமா இதெயெக் கெடுக்க வழி பண்ணுவான். நாம எதார்த்தமா இருந்தா மட்டும் போதாது. எச்சரிக்கையாவும், ஜாக்ரதையாவும் இருக்கோணும்!’’

என்று ராமாத்தாள் இவனுக்குச் சரியான யோசனைகளைக்கூறி உறுதுணையாக இருந்தாள். அத்தோடு மட்டும் அவள் நிற்கவில்லை. பழனியம்மாளைக் கூட்டிக் கொண்டு தூக்கத்தையெல்லாம் மறந்துவிட்டு ராத்திரிகளில்கூட வீடு வீடாகப் போய் குடிதண்ணீர்ப் போராட்டத்துக்கு ஆதரவு திரட்டுகிறவளாய் அலைந்தாள். லாந்தர்

விளக்கைப் பிடித்துக்கொண்டு இருளை விலக்கிவிட்டு அவர்கள் தெருத்தெருவாகப் போய் பிரயத்தனப்பட்டுக் கொண்டிருந்தது காளப்பட்டியய்யனை வெகுவாக சந்தோஷப்படுத்தியது.

''அட! அந்தப் பொம்பளைங்க படுறபாட்டெப் பாரு. இதெயெப் பார்த்தாலே ஒண்டிசண்டியா வெதறிப் போறவனுங்கூட புத்தி வந்து நம்மகூட ஒண்ணு சேந்தாகோணுமே. கொடங்களைத் தூக்கீட்டு மைல் கணக்குலெ நடந்து திரிஞ்ச பொம்பளைக சீக்ரத்துல ஒத்துமைப்பட்டு ஒண்ணு சேந்திடுவாங்க. இவுனுக ஆம்பளைக சும்மாவா ஊட்லெ குத்தவெச்சு உக்காந்துட்டிருந்தானுக? நாள் தவறாம குண்டோட்டமு குதிரைவேகமுமா உருமாலையெ இறுக்கிக் கட்டியிட்டு தண்ணி செமந்துட்டிருக்கிற கஷ்டத்தெ இவுனுக மறந்தா போயிடுவானுக. நல்லா கருதெகாச்சி வரி வரியாச் சூடு போட்டாப்லெ என்னைக்குமே இது நெனைப்புல இருக்குமே!''

''இது யாரோ ஒருத்தனோட பிரச்சனையா? எவனோட ஊடோ பத்தியெறியுது. நம்முளுக்கென்ன கம்னு பீடி குடிச்சுட்டோ இல்லெ டீக்குடிச்சுட்டோ சாவுகாசமா உக்காந்துட்டிருக்கலாம்கிறதுக்கு. அவனவன் பிரச்னையிடா இது. உன்ரதும் என்ரதும் உங்க அப்பனாத்தாளுதும் எங்க அப்பனாத்தாளுதும் ஊர்ல உள்ள எல்லார்த்தோடதுந்தான் இது. எல்லா ஊடுகளும் தீப்புடுச்சு சாம்பலாகுறதுக்கு மின்னாலெ எல்லாரோட கைகளும் ஒண்ணா சேர்ந்து தீயை அணைக்கிற வேலைடா இது. படிப்புக்கிடிப்போ பட்டங்கிட்டமோ ஒண்ணும் இதுக்குத் தேவையில்லெ. பகுத்தறிவு மட்டும் இருந்தாப் போதும். வவுத்துக்குச் சோறுதானே எல்லாரும் தின்கிறோம். அந்தச் சோறு இல்லீனாக்கூட தாக்குப் புடிக்கலாம்! ஆனா குடிக்கிறதுக்குத் தண்ணியில்லீனா புழுவாட்டச் சுருண்டு போயிருவோம். பொறந்த நாள் தொட்டு ஆவி அடங்கி மண்ணுமறவு ஆகறவெரைக்கும் தண்ணியில்லாம எவனும் ஜீவிக்க முடியாது. ஊட்டுக்கு ஒரு ஆளு என்ன? வவுத்திலெ இருக்கிறதுகளையும் சேர்த்துச் செமந்துட்டு ஊரு ஜனங்க எல்லோரும் ஒண்ணாப்போயி அங்கெ நின்னு கொரல் குடுத்தாகோணும்!''

''ஆகாசத்துக்கும் ஆண்டவனுக்கும் நம்ப சத்தங்கேட்டு அவிக கண்ணெத் தொறந்து மழையெக் குடுக்கறது பின்னெ பொறகு நடக்கட்டும். அதுவெரைக்கும் இங்கெ உசுரெ வெச்சுட்டு ஜனங்க தாக்குப்புடிச்சாகோணுமில்லெ. அதுனாலெ கெவர்மெண்டைக் கட்டி ஆளறவிகளுக்கு நாம கொரல் குடுத்துத் தட்டிக் கேட்போம். குடிதண்ணிக்கு வழி பண்றாங்களா இல்லியான்னு அப்பறம் பார்ப்போம்!''

ஜனங்களை மனங்களைத் தொட்டுத் துலக்குவது போல் அது அய்யனின் உந்துதல் வார்த்தைகளில் அழுத்தந்திருத்தமாய் ஒலித்தது.

தெருவில் சம்பாணைப் பார்த்தபோது இதில் வந்து கலந்துகொண்டு ஒத்துழைக்கச் சொல்லி சில பெரியவர்கள் சொன்னார்கள். ''இன்னமு ரெண்டு மூணு நாள்லெ நா மேலதிகாரிங்களெ பாக்கப் போவேண்டியதிருக்கு. அப்பொ வேணும்னா இதையும் அவிககிட்ட சொல்லி என்னால முடிஞ்சதெ செய்யிறேன்'' என்று சொல்லி விட்டுத் தன் தொழிலுக்குப் போய்க்கொண்டிருந்தான். ''அங்கெ வந்து இவுனுகளோட நானும் நிக்கவேணுமாம்! அந்த நேரத்துல அஞ்சாறு டிரம் ஊறலைக் காச்சியெடுத்து சரக்கை யேவாரம் பண்ணி முடிச்சிருவேன்'' எனக் கணக்குப் போட்டுக் கொண்டு அவன் போனான்.

இவர்கள் பேசி முடித்துத் திட்டமிட்ட படி போராட்டத்தின் முதற்கட்டத்தை வேலம்பாளையத்து மெயின் ரோட்டில் பஸ்களையும், லாரிகளையும் இதர வாகனங்களையும், தடுப்பதில் ஆரம்பித்தனர். கோயமுத்தூரிலிருந்து புறப்பட்டு இந்த ஊர்வழியாக கோவைப் புதூருக்குக் காலையில் ஆறு மணிக்குச் செல்லும் முதல் பஸ்ஸை லட்சுமணன் உள்படப் பத்துப் பதினைந்து பேர் சேர்ந்து தடுத்து நிறுத்தினர்.

''வேலம்பாளையத்துக்குத் தண்ணி கொடு!

அப்புறம் பஸ்ஸை விடு!''

''வாழ்க்கைப் பயணம் ஸ்தம்பிச்சுப் போச்சு! பஸ் பயணம் தேவையில்லை!''

''வேண்டாம் வேண்டாம்! பஸ்கள் வேண்டாம்...

வேண்டும் வேண்டும்! தண்ணிதான் வேண்டும்!''

என்பன போன்ற வாசகங்களைத் தாங்கிய போஸ்டர்களைப் பஸ்களில் ஒட்டவைத்தனர். அதைத் தொடர்ந்து வந்த லாரிகள், கார்கள் எல்லாத்தையும் திருப்பி கோவை நகருக்கே அனுப்பினர்.

''எங்க வண்டிக ரோட்லெ போறதுக்கும்; உங்க ஊரு தண்ணிக் கஷ்டத்துக்கும் என்னய்யா சம்பந்தம்?எங்களெ ஏந்தடுத்துப் போக்குவரத்தைக் கெடுக்கிறீங்க?''

என டிரைவர்கள் தங்கள் சங்கடத்தைச் சொன்னார்கள், 'இவைகளைத் தடுப்பதன் மூலமாக சம்பந்தப்பட்ட விஷயம் மேலிடங்களுக்குப் பரவ வேண்டும்' என்பது தான் இதற்கான அடிப்படைத் திட்டம். எனவே மறியலைத் தொடர்ந்து செய்தனர்.

மாரியம்மன் கோயில் பண்டிகையை விடவும் இன்றைக்குத்தான் ஜனக்கூட்டம் அதிகம் என்பது போல் நிலைமையிருந்தது. காளப்பட்டியய்யன் முதலான பெரியவர்களெல்லாம் கோயில் வாசலில் உட்கார்ந்திருக்க வாலிபர்கள் ஜரூராகப் பஸ் மறியலைச் செய்து கொண்டிருந்தனர். நேரம் வளரவளர பஸ்கள் லாரிகளென அடுத்த ஊர்வரை, தேங்கி நிற்பதாய் ஆகிப்போனது. ஏழு, ஏழரை மணிச்சுமாருக்கு அவைகளை விலக்கிக் கொண்டு வந்து போலீஸ் ஜீப்கள் முறைச்சலுடன் நின்றன. இந்த மறியலில் தலைமை ஆட்களாய்த் தெரியும் லட்சுமணன், மருத முத்து, செல்லப்பன், ஆறுக்குட்டி, வீராசாமி உள்பட ஐந்தாறு பேரை ஜீப்பில் ஏற்றிக்கொண்டு போலீஸ் ஸ்டேஷனுக்குப் போகிற சங்கதியும் நடந்தது.

ஊர் ஜனங்கள் விட்டபாடில்லை. அடுத்த அரை மணி நேரத்தில் ஸ்டேஷனை முற்றுகையிட்டனர். பத்து மணிச் சுமாருக்கு அவர்களை விடுவித்தும் ஆயிற்று. இதற்குள் அந்த ஏரியா முழுவதும்

வேலம்பாளையத்துக்காரர்களின் செயல் காற்றுவாக்கில் பரவி விட்டிருந்தது.

அன்றைக்கு ராத்திரி எடுத்த முடிவின்படி அடுத்த பத்து நாட்களுக்குள் பஞ்சாயத்துயூனியனை முற்றுகையிடுகிற திட்டம் உருவானது. அடுத்தடுத்த நாட்களில் லட்சுமணனுடன் தெருவுக்கு ஐந்தாறு இளைஞர்கள் என்கிற வகையில் ஊர் முழுக்கவுமே பரவலாகச் சேர்ந்துகொண்டு திட்டத்தை வலிமைப்படுத்தினர்.

குறிப்பிட்ட நாளில் பஞ்சாயத்து யூனியனை முற்றுகையிட்டு கோஷங்கள் போட்டபடி அந்த அலுவலகப்பணிகளை முடக்கம் செய்தனர். சாயங்காலம் வரை இருந்து அதிகாரிகளைச் சந்தித்துப் பேசியதில் ‘‘குடி தண்ணீர்க் கஷ்டத்துக்கு நீங்க பரிகாரம் காண வேணும்னா ஜில்லாக் கலெக்டரைப் பார்த்துப் பேசினாத்தான் முடியும்’’ என்று ஆகி விட்டது.

அடுத்த பத்தாவது நாளில் அந்த மாதக் கடைசி நாளன்று கடைசிக் கட்டமான தங்களின் போராட்டத்தை ‘கோயமுத்தூர் கலெக்டர் ஆபீஸை முற்றுகையிடுவதில் மும்முரமாக்குவோம்’ என்று ஒன்று பட்டு உறுதி கொண்டனர். சில இரவுகள் தூங்காமல் அலைந்து ராமாத்தாள் பட்ட சிரமங்கள் வீட்டுக்கு ஒருத்திக்குக் குறையாமல் ஏகப்பட்ட பெண்களைத் திரட்டிவிட்டது.

ஜாதி வித்தியாசங்கள் ஏதுமின்றி எல்லோரும் ஓரினமாய் இந்தப் போராட்டத்தில் அங்கம் வகித்தனர். குடிகாரர்களாயும் கட்டுப்பாடு இல்லாமல் திரிபவர்களாயும் தெரிந்தவர்கள் கூட அந்தக் கடைசி நாள் ஊர்வலத்தில் அக்கறையோடு கலந்து கொள்ள வந்தது கவனிக்கத்தக்கதாக அமைந்தது. மெயின்ரோட்டில் கூடி, புறப்படக் காத்திருந்தனர்.

ஒருத்தி கூடத் தவறாமல் கையில் குடம் கொண்டு வந்திருந்ததும்; அதில் நூற்றுக்கு மேற்பட்டவை மண் குடங்களாய் இருந்ததும் காரணத்தோடுதான் என ஆயிற்று. தேவைப்பட்டால் கீழே போட்டு

உடைத்து கலவரப்படுத்துவதைப்பற்றி அவர்களுக்கு அப்படியொன்றும் கவலையில்லை.

வேலம்பாளையத்திலிருந்து ஆண்களும், பெண்களுமாய்க் கால்நடையாகவே பெரியதொரு ஊர்வலமாய் கோயமுத்தூரை நோக்கிப் புறப்பட்டு விட்டனர். சின்னஞ் சிறுசுகளையும், நடக்கமுடியாத கிழங்களையும் மட்டும் வீடுகளில் காவலுக்காக விட்டு வைத்தனர். சிலர் தாழ்வாரங்களில் தொட்டில்களைக் கட்டி குழந்தைகளைத் தூங்கவைத்து விட்டுப்போயிருந்தனர். காளப்பட்டியய்யன் பொட் பொட்டென்று தடியை ஊன்றிக் கொண்டு ஊர்வலத்தோடு சேர்ந்து நடந்து வரவே ஆசைப்பட்டார். தான் பழனிக்குக் காவடி சுமந்து கொண்டு நடந்துபோன நாட்களின் வேகம் மீண்டும் உண்டாகி நடந்து போகவே அவருக்கு விருப்பம் அதிகமாயிருந்தது. ஆனால், அவருடன் சேர்ந்து நாலைந்து பெரியவர்களையும் கட்டாயப்படுத்தி பஸ்ஸில் ஏற்றி அனுப்பி விட்டு மற்றவர்கள் சென்றனர்.

''எனக்கு கலெக்டரு, போலீஸ் அதிகாரி எல்லாம் நம்பவும் வேண்டியவிக. நாளைக்கே ஒரு காரியத்துக்கு அவுங்களையெல்லாம் நாம் பார்க்க வேண்டியது வரும். இன்னைக்கு உங்ககூட சேந்து வந்தா எனக்குப் பேர்க்கெடுதி வந்துரும்'' என சம்பாண் குடைச்சல்தனமாக யாரிடமோ சொன்னதை இரண்டொருவர் ''இப்பிடியாப்பட்டவனும் இருக்குறானே'' என ஏளனமாய்ச் சொன்ன படி நடந்தனர்.

சுண்டக்கா முத்தூர், வாய்க்கா பாளையம், புட்டு விக்கி, ஆத்துமேடு இவைகளைக் கடந்து பள்ளபாளையத்தைத் தாண்டி நகரத்தின் மேற்கு முனையை எட்டி வேகமாய் நடந்தனர். குடங்கள் சகிதமாய் குடி தண்ணீர்க்குத் தீர்வு காணப்போகும் இந்த ஜனத்திரளைக் கண்டு வழி நெடுகிலும் பரபரப்பும் பரவலான செய்திகளுமாய்ப் புழுதி எழுப்பிக் கொண்டிருந்தன.

வருஷக்கணக்கில் தண்ணீருக்காக அலைந்தலைந்து மிக நன்றாகவே பழக்கப்பட்ட பாதங்கள் இந்த எட்டு மைல் தூர

நடைப்பயணத்தில் சிறிதும் சலிப்புக்கொள்ளவில்லை. புறப்பட்டு இரண்டு மணி நேரத்திற்குப் பின்னால் நகரத்திற்குள் நுழைந்து விட்டனர், கலெக்டர் அலுவலகத்தை நோக்கிச் சென்ற உருமாலை கட்டிய இந்த மானாவாரி மனிதர்களின் ஊர்வலமானது உரிமைகளைக் குரல் கொடுத்துத் தட்டிக்கேட்கும் தாகம் கொண்ட உருவங்களாய்த் தெரிந்தன.

நகரத்தின் போக்குவரத்துக்களும், வாகனங்களும் ஆங்காங்கே ஸ்தம்பித்து ஒதுங்கி நின்று இந்த ஊர்வலத்துக்கு வழிவிட்டன; நேரம் நகர்ந்தது. தங்களுக்கும் இப்படி பிரச்னைகள் முற்றி உச்சமாகிறபோது ஊர்வலத்தில் தன்னியல்பாய்க் கலந்து கொண்டுதான் ஆக வேண்டும் என்பது போன்ற உணர்ச்சியோடு ஆங்காங்கே நின்று கொண்டு இதர ஜனங்கள் பார்த்தனர்.

அடைந்தாயிற்று. நகரத்தின் ஏனைய அலுவலகங்கள் எல்லாம் தங்களின் தொழில்களைத் துவங்கும் நேரம். டவுன் ஹாலின் முனிசிபாலிட்டி கட்டிடத்திலிருந்து பத்து மணிச் சங்கு ஊதியது. இவர்களின் கோஷங்களின் வீரியத்தைக்கேட்டு அதுகூட ஒரு ஓரமாய் ஒதுங்கிக்கொள்ள இந்த ஊர்வலம் கலெக்டர் அலுவலகத்தை அடைந்தாயிற்று.

கள்ளங்கபடமில்லாத கிராமத்துக் குரல்களெல்லாம் ஒன்றாகி எழுப்பிய சப்தம், கான்கிரீட் கட்டிடங்களில் மோதி எதிரொலித்தன. 'யாரோ நான்கைந்து முக்கியஸ்தர்கள் மட்டும் கலெக்டரின் ரூமுக்குப் போய் மகஜர் கொடுத்துப் பிறகு பேசுங்கள்' என்று அங்கிருந்தவர்கள் கூறிய யோசனையை இவர்கள் ஒத்துக் கொள்ளவில்லை. இந்த அலுவலகத்தின் பணிகளை முடக்குவதே இவர்களின் முதன்மையான வேலை என்பதுபோல் இருந்தது.

''எங்களுக்குக் குடி தண்ணிக்குப் பதில் சொல்லிப் போட்டுப் போய் உங்கள் வேலையை சுகமாக உட்கார்ந்து பாருங்கள்'' என்பதாக ஆர்ப்பரிப்பு பண்ணினர். கலெக்டர் தன் இருப்பிடத்தில் அமர்ந்து ஒரு அஞ்சு நிமிஷங்கூட தன் பணியைச் செய்துவிட முடியாது

என்பதுபோல் இவர்களின் தகிப்பும்; மும்முரமும் காற்றில் கலந்து வெப்பத்தை அதிகம் பண்ணியது. உடனடியாக இவர்களை நோக்கிக் கலெக்டரை வருமாறு செய்தாயிற்று. 'இவர் மாதிரியெல்லாம் வந்து மறியல் பண்ணினால் அப்புறம், போலீசுக்குத் தகவல் அனுப்பி கைது பண்ண வேண்டியது வரும்' என்கிற எச்சரிக்கையெல்லாம் எறும்புக்கடி அளவுக்குங்கூட உறுத்தல் பண்ணவில்லை! ''செய்யுங்கய்யா! தாராளமாகச் செய்யுங்க! அதுக்கும் பொறகு எதுனால நாங்க இங்கெ வந்து மறியல் பண்ணுனம்கிறது உங்களெ யோசிக்க வைக்கும். அப்புறம் நாங்க பிரச்னையெ முன்னால வெய்க்கிறோம்'' எனப் பதிலைத் தூக்கிப் பிடித்தனர்.

பெண்களின் கூக்குரலோடு கூடிய அழுகையும் வேதனை நிறைந்த விம்மல்களும் நெஞ்சைத் தொட்டு உலுக்குகிற கேள்விகளுமாய் அவரைப் படாதபாடுபடுத்தின. ''உன்ர பொண்டு புள்ளையெல்லா இப்பிடித் தவிச்சா உன்ர மனசு கேக்குமாய்யா? நாங்களும் மனுஷருகதானய்யா'' என தண்ணீர்த் தவிப்பு தணலோட்டமாய் அலை பாய்ந்தது.

லட்சுமணன் எல்லோருடைய பிரதிநிதியைப் போல் நின்று ஒட்டு மொத்தமாகச் சேர்த்து ஐந்தாறு வருஷங்களாக வேலம்பாளையத்தின் குடிநீர்ப் பிரச்னையை, ஜனங்கள் அலைகிற அலைச்சல், இன்னல்களை எடுத்துச் சொன்னான்.

இரண்டு மூன்று நாளைக்கு ஒரு லாரி தண்ணி என்கிற விகிதத்தில் கொண்டு வந்து சப்ளை பண்ணச் சொல்லி, தான் ஏற்பாடு செய்வதாகவும் இப்போது பரவலாகத் தண்ணிக் கஷ்டம் இருந்து கொண்டுதான் இருப்பதாகவும்; உங்க ஒரு ஊருக்கு மட்டும் கஷ்டத்தைத் தீர்த்துவிட்டால் அப்புறம் ஒவ்வொரு ஊரிலிருந்தும் ஊர்வலங்கள் வந்து இந்த அலுவலகத்தைச் சூழ்ந்து கொள்கிற நிலைமை உருவாகிவிடும். உங்க நடைமுறை மற்றவர்களைத் தூண்டிவிடுகிற செயலாகத் தெரிவதாகவும் தனக்கும் கீழுள்ள மற்ற அதிகாரிகளுடன் கலந்து பேசி, பிறகு ஒரு முடிவுக்கு வருவதாகவும்

கலெக்டர் எடுத்துச் சொன்னதற்கெல்லாம் இவர்களின் ஒரே பதில்: ''அதுவரை எங்க ஊர் தாங்காது; குடி தண்ணீர்க்கு நீங்க வழி சொல்லாவிட்டால் என்ன ஆனாலும் நாங்கள் இந்த இடத்தைவிட்டு நகரமாட்டோம். எங்களையெல்லாம் அடித்து நசுக்கிப் போட்டு விட்டு வேண்டுமானால் நீங்கள் உங்கள் வீட்டுக்கு சந்தோஷமாகப் போங்கள்'' என்பதாய் குமுறிக் குமுறி எரிந்தது.

உச்சக்கட்டமான நிலைமை அவருக்குப் புரிந்து விட்டது. அதனைச் சார்ந்த அதிகாரிகள் ஃபைல்களும் கைகளுமாய்ப் பதறியடித்துக் கொண்டு நின்றனர். எல்லாவற்றையும் கேட்டுவிட்டு சரியாக உச்சி மதியத்தில் கலெக்டர் இந்த ஜனங்களின் முன் உறுதி கொடுக்கலானார்:

''குடிநீர் வாரியத்துடன் கலந்து, விரைவில் முடிவெடுத்து விட்டு கூடிய சீக்கிரத்தில் வேலம்பாளையத்திற்குட்பட்ட எல்லைக்குள் எந்த இடத்தில் பூமிக்கடியில் தண்ணீர் இருந்தாலும் அதை ஃபோரிங் போட்டு மேலே கொண்டு வந்து, குடிதண்ணீர் கஷ்டத்தை தீர்த்து வைப்பதாகக்'' கூறியதோடு மற்ற அதிகாரிகளுக்கும் உத்தரவுகள் பிறப்பித்தார். அவர்கள் குறிப்பெடுத்துக் கொண்டனர். ஆவன செய்வதாக எல்லோரின் முன்னிலையிலும் அவர் ஒத்துக் கொண்டாயிற்று.

இனி நிச்சயமாய்க் கூடிய விரைவிலேயே இந்த ஊருக்கு ஃபோரிங் மிஷின் லாரிகள் முற்றுகையிடும். பூமியைத் துளைத்தெடுத்து தண்ணீரைக் கண்டெடுத்துக் கொடுத்துவிடும். இத்தனை நாள் சிந்திய வியர்வையும், கண்ணீரும் ஒன்றாகி இன்று வெடிகுண்டுபோல் திரண்டு போய் தங்கள் தாகத்துக்குத் தீர்வு கண்டுவிட்டன என்பது போல் சூழ்நிலையிருந்தது நிம்மதியோடு கால்நடையாகவே ஊர் திரும்பினர்.

அன்றைய மாலைச் செய்தித்தாள்களில் கோவை ஜில்லாவில் ஒரு கிராமத்து ஜனங்கள் ஒன்று சேர்ந்து வந்து நடத்திய குடிதண்ணீர்ப் போராட்டமாக இது குறித்து பிரசுரிக்கப்பட்டிருந்தது.

இவர்களைப் பார்த்தபடியே மேற்கு வானில் பொழுது இறங்கிக் கொண்டிருந்தது. லட்சுமணனின் முயற்சி, பலனாய்க் கனிந்து

செம்பழுப்பு நிறமாய் வேலம்பாளையத்து மக்களின் நெஞ்சங்களில் ஒளிவீசி நின்றது. ஒவ்வொரு இரவிலும் எங்கிருந்தாவது ஒலிக்கும் குழந்தையின் அழுகுரல் கூட அன்றைக்கு ஓய்ந்திருந்தது. அந்த இரவு சுடவில்லை. மேலே இருந்து நிலா பால்போல் அத்தனை குளிர்ச்சியாய் வெளிச்சத்தை இறைத்திருந்தது.

9

ராமாத்தாளின் நெஞ்சுக்கு நிறைய ஆறுதல் ஏற்பட்டிருந்தது. ஊரை விட்டுப்போன தம்பி, திரும்பி வந்ததோடு நில்லாமல் இடையில் ஏற்பட்ட அவதூறுப் பெயரை முறியடிக்கிறவனாய் ஜனங்களின் நம்பிக்கைக்குப் பாத்திரதாரனாய் ஆகி இருப்பதை நினைத்துப் பார்க்க அவளுக்கு எவ்வளவோ நன்றாக இருந்தது. எத்தனையோ நாட்களாய் அல்லல்பட்டுக் கொண்டிருந்தவர்களை ஒன்று சேர்த்து தீவிரமாகப் போராட்டம் நடத்தி நல்லதொரு முடிவை ஏற்படுத்திக் கொடுத்ததில் லட்சுமணனுக்கும் தன் மனக்காயம் ஆறிவருகிற உணர்வு, கூடித் தெரிந்தது!

''ஒரு கட்டுக்கோப்பில்லாம ஊதாரிகளாட்டம் செதறிக் கெடந்த பையன்கெல்லா லட்சுமணனோட சொல்லுக்குக் கட்டுப்பட்டு அந்த ஊர்வலத்துலேயும்; மறியல் போராட்டத்திலேயும் கலந்துட்டு அவங்கூட ஒத்துமையா நின்னது, எத்தனையோ அருமையா இருந்துச்சு. நம்ம ஊரு பையன்களான்னு சந்தேகம் கூட வந்துடுச்சு. அந்த அளவுக்கு இந்தக் குடிதண்ணிப் பிரச்சனைக்கு எல்லாரும் ஒண்ணு சேர்ந்தாங்க!''

''மிந்தி எளசா இருக்குறப்பவே லட்சுமணன் பொதுக் காரியங்கள்லெ அப்பிடிச் சுறுசுறுப்பாவும், கண்ணுங்கருத்தாவும் இருந்து செய்யக்கூடியவன். இப்ப வெளிப்பக்கமெல்லாம் போயி எத்தனையோ விவரங்களையெல்லாம் அறிஞ்சு தெளிஞ்சு வந்தவனாச்சு. கலெக்டர்கிட்ட எவ்வளவு நல்லா எடுத்துப்பேசி அவரையே ஒத்துக்க வெச்சிட்டாம் பாரு!''

''அதுக்குத்தக்குன பருவமும் வயிசு முறுக்கமும் வந்து ஆளு வெரசலா ஈடா ஆயிட்டான்! எதையெதை எப்படி அணுகவேணும்னு பொறுப்பாத் தெரிஞ்சு வெச்சு நடக்குறான். எல்லாத்துக்குமே அவனெ மனசுக்குப் புடிக்குது''

என்றெல்லாம் ஊரார் தங்கள் எண்ணங்களைப் பரிமாறிக் கொண்டனர்.

கலெக்டர் வாக்களித்தபடி பத்துப் பனிரெண்டு நாட்கள் காத்திருந்து விட்டு எதையும் காணாததால் மீண்டும் ஓரிரு முறை லட்சுமணன் போய், அவரைச் சந்தித்துப் பேசிய பிறகே போரிங் மிஷனை அனுப்புவதற்கு ஆயத்தமானது.

இந்த ஜில்லாவில் இதைப் போல் தண்ணீர்த்தட்டுப் பாட்டில் தத்தளிக்கிற ஊர்கள் நிறைய இருப்பதையும்; வருஷக் கடைசியில் வந்து இப்படி ஒரேயடியாக நிர்ப்பந்தம் பண்ணினால் என்ன செய்வது? என்பதையும் சம்பந்தப்பட்ட அதிகாரிகள் கணக்குக் காட்டினர் மேலும், ஒரு பஞ்சாயத்து யூனியனைச் சேர்ந்த வட்டத்தில் மொத்தம் இவ்வளவு துளைகள் வரைதான் போட முடியும் என்று வரைமுறை இருப்பதையும் அதன் படி வேலம்பாளையத்தில் அதிக பட்சம் ஐந்து போர்வெல்கள் வரைதான் போட இயலும் என்பதையும் கூறினர். மேற்சொன்னபடி அந்த ஐந்தில் எதாவது ஒன்றிலாவது தண்ணீர் அகப்படுவது உங்க ஊரின் அதிர்ஷ்டத்தைப் பொறுத்தது. ஒன்றிலுமே கிடைக்காமல் போனாலும் அதற்கு நாங்கள் பொறுப்பல்ல. பட்ஜெட்டில் பணப்பற்றாக்குறை என்றெல்லாம் சளைக்காமல் புள்ளி விபரங்களோடு பேசினர். என்ஜினியர் ஏகப்பட்ட அலைச்சலில் இருப்பதால் அவரைக் கண்டுபிடித்துக் கூட்டி வருவதில் தான் இந்தப் பத்து நாட்கள் தாமதமானதெனவும் சொன்னதோடு ஒரு வழியாய்ப் புறப்பட ஆயத்தமாயினர். லட்சுமணனோ விடாப்பிடியாக நின்று அவர்களுடனே தான் ஊருக்கு வந்தான்.

போரிங்மிஷின் லாரி புழுதியைக் கிளப்பிக் கொண்டு வேலம்பாளையத்துக்குள் நுழையும்போதே ‘தங்கள் ஊருக்குத் தண்ணீர் வந்து விட்டது’ என்பது போன்ற ஆரவாரங்களோடு சின்னஞ்சிறுசுகளெல்லாம் குதித்துக் குதூகலித்தன. ஜீப்பில் வந்த என்ஜினியர்கள் ஊரின் வடக்குப் பகுதியில் இரண்டு இடங்கள். தென் கிழக்கில் இரண்டு இடங்கள். தென் மேற்கில் இட்டேறி ஓரத்தில் ஒரு

இடம் என ஐந்து இடங்களைத் தேர்வு செய்து கல்நட்டு அடையாளமிடுகிற வேலையை முதலில் செய்தனர்!

ஒரு நாளைக்கு ஒரு இடத்தில் போரிங் போட்டு முடித்து விடுவது என்கிற விதத்தில் அவர்களுக்குத் திட்டமிருந்தது. ஊரின் வடக்கு ஓரத்தில் மெயின் ரோட்டுக்குச் சமீபமாய் மிஷின் நிறுத்தப்பட்டு வேலை தொடங்கியது.

இதுநாள் வரை வேண்டாத தெய்வங்களையெல்லாம் கூட வேண்டிக்கொண்டு பெரியவர்களும் தாய்மார்களும் அந்த மிஷினின் ராடு பூமியைத் துளைப்பதைப் பார்த்தபடி நின்றனர். ராத்திரி எட்டு எட்டரை மணி வரை வெறும் புழுதியும் மாவு போல் அரைபட்ட பொடி மணலும் தான் மேலே வந்தன. கொஞ்சம் கூட தண்ணீர் அகப்படவில்லை! ‘பிரசவ வேதனை உண்டாகி விட்ட நிலைமையில் இன்னமும் குழந்தையைப் பார்க்க முடியவில்லையே’ என்னும் தவிப்போடு போவது போல் தாய்மார்கள் வீடுகளுக்குப் போய்ச் சேர்ந்தனர்.

அடுத்த நாள் போட்ட இடத்திலும் இதேபோல் ஏமாற்றமே உண்டாயிற்று. லேசான ஈரப்பதம் கூட கிடைக்கவில்லை என்பதைக் கண்டபோது சிலருக்கு அந்த மிஷின் மீதும், அதை இயக்குபவர்கள் மீதும் கூட சந்தேகம் தோன்றியது. இருப்பினும் இன்னும் மூன்று இடங்கள் இருக்கின்றன எனும் எதிர்பார்ப்பில் பொறுத்துக் கொண்டிருந்தனர்.

ஊரின் தென் கிழக்கில் மூன்றாவது நாள், மிஷின் தன் வேலையைச் செய்தது. கருநிற மணலே தொடர்ந்து அதில் தட்டுப்பட்டதால் ‘‘வெங்கெக் கல்லோ, இல்லெ இனுக்குக் கலந்த காக்காப் பொன்னுரகமோ வந்துச் சுன்னா ஜலமட்டங்க அடுத்தே கெடைக்கும்னு நம்பலாம். இது நேர் மாறா வருதே’’ எனப் பேசியபடி காத்திருந்தனர்! அதிலும் தண்ணீர் இல்லை என்பது சாயங்காலமாய்த் தெரிந்து போனது.

மறுநாள் அதிக எதிர்பார்ப்போடு காத்திருந்தனர். சந்தேகமும் சலனமும் ஏகோபித்து மனசுகளை என்னென்னமோ பண்ணத்

தொடங்கி விட்டன. முன்பு போலவே புழுதியும் மாவு மணலும் தான் மேலே வந்தன. செத்துப் பிறந்த சிசுவின் மேல் சுற்றியிருக்கிற நஞ்சுக் கொடிபோல் அது இவர்களுக்கு வெறுப்பையே தந்தன.

''நீங்க மிஷின் ஓட்டுறதுல என்னமோ சூது இருக்குது. வேணும்னே தண்ணியில்லாத எடத்துல போட்டு ஒண்ணுங்கெடைக்குலீனு கணக்குக்காட்டி கையெ விரிச்சுட்டுப் போறவிக போலிருக்குது!'' எனக் கேட்டுவிடலாமென்று சிலருக்கு ஆத்திரம் வேறு சந்தேகத்தின் நிமித்தம் கிளம்பியிருந்தது. அவர்களையெல்லாம் லட்சுமணனேதான் சமாதானப்படுத்தினான்.

கடைசியாய் - எஞ்சி நிற்கிற ஒரே ஒரு சந்தர்ப்பமான ஊரின் தென் மேற்கில் காடுகளுக்குச் செல்கிற இட்டேறித் தடத்தின் வேலியோரமானது மெஷினை எதிர்பார்த்து 'மணவாளனுக்காகத் தவமிருக்கும் மங்கையாகக் காத்திருந்தது. வெய்யிலின் கிரணங்கள் எல்லாம் ஒன்று சேர்ந்து வேலம்பாளையத்து மண்ணில் இறங்கினதுபோல் அன்றைக்குத் தகிப்பு மிகுந்திருந்தது. மத்தியானத்தைத் தாண்டியும் மெஷின் சத்தமிட்டபடி இயங்கிக் கொண்டிருந்தது. இருநூறு அடி ஆழம் தாண்டிவிட்டதென்றும் இன்னும் நூற்று ஐம்பது அடி வரைதான் போடமுடியுமென்றும் போரிங் ஓட்டுபவர் சொன்னதை, தொண்டை வறண்டு போய் ஜனக் கூட்டம் கேட்டுக் கொண்டிருந்தது.'

பழனியம்மாளுக்கு சில தினங்களுக்கு முன்னால் விறகுக்குப்போன போது பார்த்த சம்பவமொன்று நினைவுக்கு வந்தது. தெற்கு மலையில் ஆனைக்கல்லுக்குப் பக்கத்தில் இருந்த பாறை இடுக்கில் வலையன் ஒருவன் புகைமூட்டி வைத்து ஊதிப் புகை எழுப்பிக் கொண்டு உடும்பு பிடிக்கிற வேலையில் மிகவும் சிரமப்பட்டுக் கொண்டிருந்தான். இரண்டு நாய்களை உதவியாக வைத்தபடி வலை, வீச்சரிவாள், வல்லயம், குத்தீட்டி சகிதமாய் ''கூவெ கூவெ கூவெ'' எனச் சத்தமிடுவதும் பாறைகளைச் சுற்றி வந்து கலவரப்படுத்துவதுமாய் இருந்தான். இவன் போட்டு வைத்த வலையிலிருந்து தப்பித்து அந்தப்

பாறை இடுக்குக்குள் போய் நுழைந்து கொண்டு அந்த உடும்பு நிறைய இம்சை கொடுத்தது. கிட்டத்தட்ட நான்கு நாட்கள் இரவும் பகலுமாய் பட்டினியோடு கிடந்து அந்தப் பாறைக்கருகிலேயே காத்திருந்து கடைசியில் அதைப் பிடித்தே விட்டான். சாக்கில் சிறு மூட்டையாகக் கட்டி அந்த உடும்பைச் சுமந்து கொண்டு முட் செடிகளையெல்லாம் தாண்டி அடிவாரத்தை நோக்கி, களைப் போடு இறங்கிக் கொண்டிருந்தான். கால் தடத்தையே மோப்பம் பிடித்தபடி அவன் பின்னால் அந்த நாய்கள் நாக்குகளைத் தொங்கப் போட்டபடி வெய்யிலில் போய்க் கொண்டிருந்தன.

''உடும்பு எதையெப் புடுச்சாலும் பெரும்புடியாப் புடுச்சுக்கும். சாமானியமா உடாதும்பாங்க! ஆனா அதையே தொரத்தித் தொரத்தி புடுச்சு தோள்லெ போட்டுப் போறானே என்ன சாமார்த்தியமுங்கிறே'' என ராமாத்தாள் தன்னிடம் சொன்னதும் இப்போது இந்த போரிங் மிஷின் விடாமல் நிலத்தைத் துளைத்து நீரைத் தேடுகிற முயற்சியில் அரும்பாடு படுவதும் மனசுக்குள் சுழன்று போயின.

மாரியாத்தா கோயில் தொடங்கி, அந்த ஊரின் எல்லைக்குள் பூஜையோ, விளக்கோ எதுவுமே இல்லாமல் விட்டு வைத்த சிறு கோயிலின் சிலைகளையெல்லாம் அந்த நேரத்தில் சிலர் மனம் தாளாமல் போய்க் கும்பிட்டு விட்டு வந்தனர். நேரம் நகர நகர படபடப்பும் அதிகமாக ''இதிலயாச்சும் தண்ணி கெடைச்சாத்தா ஆச்சு. இல்லே நம்ப நெலமை அம்போன்னு போச்சு.'' எனும்படியான சஞ்சலத்தோடு இட்டேறித் தடத்தில் குழுமியிருந்தனர்.

பொழுது மேற்குவானில் புதைந்து அந்த எல்லை முழுவதையும் செம்பழுப்பில் அலங்கரித்து முடித்து தனது ஒரு நாள் பயணத்தை முழுமை செய்து கொண்டு சமுத்திர மண்டலத்தில் கண்துயிலப்போகும் அந்த வேளையில் வேலம்பாளையத்துக் குடிநீர்ப்பஞ்சத்துக்கு முற்றுப் புள்ளி வைக்கும் முகமாக முன்னூறாவது அடியில் ஜலமட்டம் உடைந்து மேல் நோக்கிப் பொங்கியெழுந்து ஒருவித முறைச்சலோடு தாமரை மொக்காகத் தண்ணீர் குவிந்து பிறகு விரிந்து விழுந்தது.

காத்திருந்த ஜனங்களின் பரவசம் அந்த ஜலப் பிரசவத்தைக் கண்டதும் அதிகமாகிவிட்டது. தங்களின் பிறந்த நாளைக் கண்டது போல் அவர்களுக்கிருந்தது. அப்போது அவர்கள் அடைந்த ஆனந்தம் அளவற்றது. கண்களில் கண்ணீர் சரங்கோர்த்து விட்டது. செம்மண்ணில் விழுந்து புரண்டு சிறு ஓடைபோல் ஊரை நோக்கி ஓடும் அந்தத் தண்ணீரைக் கைகளில் எடுத்துக் கண்களில் ஒற்றிக் கொண்டு. தலையில் தெளித்துக் கொண்டு, தீர்த்தம் போல் வாயில் ஊற்றிக்கொண்டு நின்றது நின்றவண்ணம் ஆகாயத்தைப் பார்த்துக் கையெடுத்துக் கும்பிட்டனர். இத்தனைநாள் பஞ்சத்தில் அடிபட்ட வேதனைக்குப் பரிகாரம் பண்ணுவதுபோல் வந்திருக்கிற அந்தத் தண்ணீர் நல்ல சுவையோடு 'நல்ல தண்ணியாக'ப் பேர் பெற்று எல்லா வீடுகளிலும் பால் வார்த்து விட்டது.

கொப்புளித்து கீழே விழுந்த தண்ணீர் இட்டேறித் தடத்தில் குப்புறடித்துக்கொண்டு ஓடுவதைப் பார்த்ததும் சிறுசுகளெல்லாம் ஓவென ஆரவாரமிட்டனர். தெற்கே இருந்து புழுதியைப் பூசிக்கொண்டு வந்த டெம்போ இந்தக் கூட்டத்தைப் பார்த்து ஓரிரு நிமிஷம் அங்கே நிதானித்தது. தொடர்ந்து அந்த டெம்போவையும் அதற்குள்ளிருந்த சம்பாணையும் பார்த்து ஒருவிதக் கெக்கலிப்போடு சிறுசுகள் சத்தமிட்டனர். அது அவனுக்குப் பெரிய எரிச்சலைத் தந்திருக்க வேண்டும் போரிங் மெஷினுக்குப் பக்கத்தில் நின்றிருந்த லட்சுமணனை சில வினாடிகள் முறைத்துப் பார்த்தான். "உன்னெ இன்னங் கொஞ்சநாள் கழிச்சுப் பார்த்துக்கறேன்" என்கிற வெறி அந்தப் பார்வையில் பிசிறடித்தது. பிறகு டெம்போ சென்று விட்டது.

போரிங் மெஷினைக் கழற்றி, ராடுகளையெல்லாம் எடுத்து லாரியில் போட்டுக்கொண்டு, தண்ணீர் கிடைத்த அந்த இடத்துக்கு இரும்பு மூடி போட்டு சீல் வைத்துப் பாதுகாப்பு செய்து விட்டு அவர்கள் போய் விட்டனர். இன்னும் சில தினங்களில் அதற்கான மோட்டார் பம்புசெட் கொண்டுவந்து மாட்டப்பட்டு அங்கிருந்து குழாய் இணைப்புச் செய்து ஊருக்குள் இருக்கும் பைப்புகளின் குழாய்கள் சீராக்கப்பட்டு பிறகு தெருத்தெருவாகத் தண்ணீர்ச் சௌகரியம் பண்ணித் தரப்படும்

எனவும் தெரிந்தது. ஆக, குடிதண்ணீர்க் கஷ்டம் தீர்ந்துவிட்டது என்பதை இப்போதே ஊர் ஜனங்கள் உறுதிப் படுத்திக் கொள்ளலாம் என்பதும் நிச்சயமாகிவிட்டது. அந்த வட்டாரம் முழுவதும் மழை ஈரத்தில் குளித்தால் எத்தனை மகிழ்ச்சி உண்டாகுமோ அதைவிடவும் அதிகமாகவே அந்த ஊர்களின் சகல உயிர்களும் சந்தோஷங் கெண்டன.

தூறலில் தொடங்கி கடுத்த மழையென்றும், பேய் மழை என்றும், அடைமழை என்றும், காலமழையென்றும், கோடை மழையென்றும், ஒரு பதத்து மழையென்றும் தன் வாழ்நாளில் எத்தனையோ மழைகளைப் பார்த்துவிட்ட காளப்பட்டியய்யன் அப்படி அறுபது எழுபது வருஷங்களுக்கு முன்னர் பெய்த கடும் மழையின் காரணமாக ஊரின் மேற்கேயிருந்த வேடச்சி பள்ளம் நிரம்பி வழிந்து கரையை உடைத்துக் கொண்ட காட்சியை நினைத்துக் கொண்டிருந்தார்.

தெற்கு மலைகளிலும், காடுகளிலுமிருந்து வடக்கு நோக்கி பள்ளங்களில் ஓடிவரும் மழைத் தண்ணீர் எல்லாம் ஒன்று சேர்ந்து ஊருக்குத் தெற்கே ஒரு மைல் தூரத்தில் வேடச்சி பள்ளத்தில் கலந்து, படுவேகமாக, ஓடிவரும் அந்த வெள்ளத்தின் அளவு அதிகமாகி பள்ளத்தின் கரைகளைப் பிளந்துவிட்டு வேலம் பாளையத்துக்குள் புகுந்து ஊரையே திக்குமுக்காடப் பண்ணிவிடும். அதனைக் கருதி ஊரின் வாலிப வயதுக்காரர்களெல்லாம் ஒன்று சேர்ந்து தெற்குமலைகளில் இருந்து வண்டி வண்டியாகப் பெரிய கற்களை ஏற்றிக் கொண்டு வந்து இந்தப் பள்ளத்துக்குக் கரைகளாகப் பெரும் கற்சுவரை தென்வடலாக நீளவாக்கில் கட்டி விடத் தீர்மானித்தனர். ஒருமாத காலத்தில் அதைப் பூர்த்தியும் செய்தனர். அதன் பிறகு ஊருக்கு மழைநீரால் அழிவில்லை என்கிற பாதுகாப்பு உண்டாயிற்று. இப்போதும் அந்தக் கற்சுவர்தான் அதற்கு அடையாளமாய் நிற்கிறது. இதையெல்லாம் நினைவு கூர்ந்து அவர் சொல்லிக் கொண்டிருந்தார்.

லட்சுமணனின் வருகையும், முயற்சியும் நெடு நாளைக்கு முன்பே சிதைந்துபோன ஒற்றுமையையெல்லாம் இப்போது உயிர் கொடுத்து

எழுப்பச் செய்வது போல் அவருக்குப் பட்டது. இவன் ஊரை விட்டுப் போய் சிக்லா அணைக்கட்டு வேலையில் ஈடுபட்ட நாட்களில் தொழிலாளர்களுடன் இணைந்து நல்ல வேலைத் திறனும், எல்லோரையும் ஒன்று சேர்க்கிற பக்குவமும் நிறையவே பெற்றிருக்கிறான். அது இப்போது குடி தண்ணீர்ப் பிரச்னையைத் தீர்ப்பதில் இவன் செய்த வேலைகளில் இருந்தே நன்கு நிரூபணமாகி விட்டது என்றெல்லாம் புளகாங்கிதம் உண்டானது. பெரியசாமியின் வாசல் முற்றத்தில் உட்கார்ந்து இதனைப் பேசிக் கொண்டிருந்தனர்.

நாட்கள் நகர்ந்த வண்ணமிருந்தன.

அருக்காணி, எருமை மேய்க்கப் போனபோது வேலியில் இருந்து பறித்து வந்த கள்ளிப்பழத்தை வடிவேலனுக்குப் பிய்ந்துத் தந்தாள். வாயில், முள் குத்தி விடாமல் அதை எப்படித் தின்பது எனக் கற்றுக் கொடுத்தாள் ரத்தச் சிவப்பில் ஒருவித உவர்ப்புச் சுவையோடு அந்தப் பழம் இருந்தது, முன்பெல்லாம் கோவைப் பழங்களும் கொண்டுவந்து இப்படித் தின்பதுண்டு. பேரூர்க்கு வடக்கேயுள்ள தோப்புகளில் இருந்தெல்லாம், கொய்யாப் பழங்களைக் கூட மறந்து விட்டு தெற்குக் காட்டு வேலிகளில் சிவந்திருக்கும் கோவைப் பழங்களுக்காக பச்சைக் கிளிகள் பறந்து வந்த காலம் பழனியம்மாளின் கவனத்தில் சிறகடித்தது.

காடுகளின் கருவேலாமரங்களில் மழைப்பற்றாக் குறையுள்ள தருணங்களில் கூட மஞ்சள் நிறத்தில் மூக்குத்திகளைப் போல் பூக்கள் பூத்து நிற்பதுண்டு. அரப்பு இலைகளைப் போன்ற சிறுசிறு இலைகளுக்கு மத்தியில் மஞ்சள் பூக்கள் அப்படியொரு எடுப்பாய்த் தெரிவதால் அந்த மரங்கள் வசந்தக்கனாக்கள் காண்பது போலிருக்கும். அவைகளில்தான் மின்னாம் பூச்சிகள் தங்கத்தகடு போன்ற ஒளியோடு கூடிய பச்சை நிறத்தோடு மரகதப்பொன் வண்டுகளாய் இலைகளைக் கொறித்துக் கொண்டிருக்கும். சின்னஞ்சிறு இறகுகளை விரித்து பூப்போல பறந்து போகும்.

மாடு மேய்ப்பவர்கள் அவைகளைப் பிடித்துக் கொண்டு வந்து வீட்டிலுள்ள சிட்டாள்களுக்குக் கொடுப்பர் கொடுப்பதில்

அவர்களுக்கும்; அதை வாங்கி விளையாடுவதில் இவர்களுக்கும் நிறையப் பிரியம் ஏற்படும். தேங்காத் தொட்டியில் அரப்பைக் கொட்டி அதில் இந்த மின்னாம் பூச்சிகளைப் போட்டு மேலே துணியை வண்டுக்கட்டாகக் கட்டிப் பத்துப் பதினைந்து நாட்கள் வரை வைத்துக் கொண்டு அவைகளை வளர்ப்பதாக சிறுசுகள் சொல்லிக் கொண்டிருக்கும். குன்றிமணிகளைப்போல் வெண்ணிறத்தில் முட்டைகளையும் அந்த மின்னாம் பூச்சிகள் இடும். கூடிய சீக்கிரத்தில் அந்த முட்டைகளிலிருந்து குஞ்சுகள் வெளி வரும் என சிறுசுகள் எதிர்பார்த்து ஏமாறும். சிலதுகள் மின்னாம் பூச்சிகளின் மெல்லிய கால்களில் பாதியை முறித்துவிட்டு மறுபாதியில் கருவேலா முள்ளினைக் குத்தி சோளத்தட்டில் இணைத்து விளையாடுவதுண்டு. தனது கால் முறிக்கப்பட்டு, உள்ளுக்குள் முள்ளும் குத்தப்பட்டிருக்கும் நரக வேதனையில் அந்தப் பொன் வண்டானது இறக்கை விரித்து சுழன்று பறக்கும்! அது அப்படிப் பறந்து வட்டமிடும்போது உண்டாகும் பொன்னிற ஒளியைப் பார்த்து சிறுசுகள் மெய்மறந்து ரசித்துக் கொண்டிருக்கும்.

அன்றைக்குக் காலையில் வாசலில் உட்கார்ந்தபடி வடிவேலனும், அருக்காணியும் பொன்வண்டைப் பறக்க வைத்து இப்படித்தான் விளையாடிக் கொண்டிருந்தனர். கிணற்றுவெட்டு வேலைக்குப் புறப்பட்டுக் கொண்டிருந்த மருதமுத்துவுக்கு இதைப் பார்க்க மனம் தாளவில்லை! ''அதுகளெ ஏம்போட்டு அப்பிடிச் சீரழிக்கிறீங்கடா. உட்டுடுங்கடா கண்ணு. அதுக எங்கியோ பறந்து போயி அதோட வவுத்துக்கு எரை தேடிப் பொழச்சுக்கட்டும்'' எனத் தன் மக்களைக் கடிந்து விட்டுப்போனான். அதன் பிறகு அதுகள் அந்த விளையாட்டைச் செய்யவில்லை. எருமை மேய்க்கப் போய்விட்டன, ராமாத்தாளுடன் சேர்ந்து பழனியம்மாள் சருகுக்குப் புறப்பட்டாள்.

கணபதி ஆஸ்பத்திரியில் தன் மனைவிக்குக் குழந்தை பிறந்து இரண்டு நாட்கள் ஆகிவிட்டது என்கிற தகவலை ராசப்பன், கடைவீதிக்குப் போன உள்ளூர்க்காரர் ஒருத்தரிடம் சொல்லி அனுப்பியிருந்தான்.

பொன்னப்பனும் ஆறேழு மாசத்துக்கு முன்பு இதே போல்தான் தன் மனைவிக்குப் பிரசவமாகியிருக்கிற சங்கதியை பொள்ளாச்சி சந்தைக்குப் போன கொமாரசாமி மூலமாகச் சொல்லிவிட்டிருந்தான். இதுகளை எல்லாம் கேட்டுக்கொண்டதோடும்; கொஞ்ச நேரத்துக்குச் சந்தோஷப்பட்டுக் கொண்டதோடும் பெரியசாமி விட்டுவிட்டார். ஆனால் சுப்பாத்தாள்தான் மகளைக்கூட்டிக் கொண்டு இந்த வாரத்திற்குள் இரண்டு இடங்களுக்கும் போய்வர வேண்டுமெனச் சொல்லியிருந்தாள்.

தூங்கியெழுந்த குழந்தைகள் போல் நட்சத்திரங்கள் மேலே கண்சிமிட்டத் துவங்கியிருந்தன. ராத்திரி ஏழரை மணிச் சுமாருக்கு வந்த சேதி வேலம்பாளையத்தின் வடக்குத் தெருவை அலைக்கழிப்பதாக அமைந்து போனது.

பூலுவப்பட்டியில் கிணற்றுவெட்டு வேலைக்குப் போன மருதமுத்து கயிறு அறுந்து கிணற்றுக்குள் விழுந்து பலத்த அடிபட்டு கோயமுத்தூர் பெரிய ஆஸ்பத்திரிக்குக் கொண்டு போகப்பட்டுள்ளான் என்கிற அந்த அசம்பாவிதக் கொடுக்கு கேட்டவுடனே பழனியம்மாளின் நெஞ்சப் பிரதேசத்தையெல்லாம் கொஞ்சம் கூடப் பாக்கியில்லாமல் வெடுக்வெடுக் கென்று பாய்ந்து கொட்டுவதாயிருந்தது. தன் முன்னாலுள்ள வாசல், கூரை, முகடு எல்லாமே தலைகீழாகச் சுழன்று தன்னைப் போட்டு அமுக்கிச் சாகடிப்பது போல் பயமுறுத்தியது.

அலறியடித்துக் கொண்டு பக்கத்து வீட்டுக்காரர்களோடு அவள் ஓடினாள். தகவலைக் கேள்விப்பட்ட லட்சுமணனும் அடுத்த பஸ்ஸிலேயே விரைந்தான். இவர்கள் போகும்போது ஆஸ்பத்திரியின் அவசரச் சிகிச்சைப் பிரிவில் அவன் சேர்க்கப்பட்டிருந்தான். யாரையும் பார்க்க அனுமதிக்கவில்லை. அங்கு அழவோ சத்தமிடவோ கூடாதென்று வெளி வராந்தாவிலேயே தடுத்துவிட்டனர்.

மருதமுத்துவுடன் அந்த கிணற்றில் வேலைபார்த்த மாதம்பட்டிக்கார ஆளொருத்தர் கலக்கத்தோடு இவர்களிடத்தில் அடிபட்ட விபரத்தைத் திக்கித் திக்கிச் சொன்னார்.

பொழுது இறங்குவதற்குள் கிணற்று வெட்டு வேலையை முடித்துவிட்டு வெளிச்சத்திலேயே மேலே ஏறி வந்து விடுவது அவர்களின் வழக்கமாயிருந்திருக்கிறது. அந்தக் கிணற்றுக்கு பாதிக் கிணறுவரை தான் படிகளுண்டு. அதற்குக் கீழே படி வசதி இல்லை. கயிறு கட்டி அதைப் பிடித்துக் கொண்டுதான் ஜாக்கிரதையாக ஏறவும். இறங்கவும் சௌகரியம் பண்ணியிருந்தனர். அப்படி அன்றைக்கு வேலை முடிந்து பிறகு ஒவ்வொரு வராகக் கயிற்றில் தொங்கியவாறு மேலே வந்து சேர்ந்து கொண்டிருந்தனர். கடைசியாக மருதமுத்து அந்தக் கயிற்றைப் பிடித்துக் கொண்டு மேலே வந்த போதுதான் கயிறு எதிர்பாராதவிதமாக அறுந்து கிணற்றுக்குள்ளே அவன் அபாயகரமாக விழ நேரிட்டு விட்டது. சுவரின் ஓரமாய் படிகளின் கீழ்ப்பாகத்தில் அமைக்கப்பட்டிருக்கும் பம்புசெட் பெட்டில் இணைத்துத்தான் அந்தக் கயிறு கட்டப்பட்டிருந்த போதிலும் அன்றைக்கு அது அறுந்து போயிற்று. அவன் சுழன்றடித்தபடி ''அய்யோ அம்மா'' என வீறிட்டுக் கொண்டு கத்தியபடி கீழே விழுந்த பிறகு தான் மேலேயிருந்தவர்களுக்கு அசம்பாவிதம் நடந்து போனது தெரியலாயிற்று. பயத்திலும், பதட்டத்திலும் கை கால்கள் நடுக்கமெடுக்க உடனடியாக என்ன செய்வது என்று அவர்களுக்கு எதுவும் விளங்கவில்லை! எட்டியெட்டிப் பார்க்கவும்,

''மருதமுத்து! மருதமுத்து'' எனச் சத்தமிட்டுக் கொண்டு கிணற்றைச் சுற்றிச் சுற்றி வருவதிலுமே நிமிடங்கள் கரைந்தன. கீழே விழுந்து கிடந்தவனோ பாறை மீதும் உடைத்துப் போட்டிருந்த சரளைக் கற்களின் மீதுமாக நெட்டுக் குத்தாக விழுந்ததால் மிகவும் பலத்த அடிபட்டுப்போய் முக்கி முனகி நகரக் கூட முடியாமல் பிராணன் போகிறவனாகச் சுருண்டிருந்தான். ரத்தக்காயங்களும், ஏகப்பட்ட சிராய்ப்புகளுமாகி குற்றுயிரும் குலையுயிருமாய் அடித்துப் போட்டாற்போல் பண்ணிவிட்டது! காலை அசைத்துப் பார்த்ததில் ஒரு கால் முறிந்து போயிருந்தது உறுதியாகி விட்டது. அசதியும் தாகமும் நேரம் ஆக ஆக வளர்ந்து கொண்டிருக்க உடம்பை இழுத்திழுத்து நகர்த்திக் கொண்டு போய் அங்கே ஊறி நின்றிருக்கும் தண்ணீரை அள்ளி வாய்க்குள் ஊற்ற முயன்று பார்த்தும் அது முடியவில்லை!

ரத்தம் அந்தத் தண்ணீரில் கலந்து செங்குழம்பாகிப்போய் நிற்க அவனுக்கு மயக்கம் வந்து கண்கள் சொருகிவிட்டன. இருள் தனது இறுக்கத்தை அதிகமாக்கிக் கொண்டது.

பிறகு தகவல் போய் தீயணைப்பு இலாக்காவினர் லாரியில் வந்து சேர்ந்தனர். லைட் வசதியெல்லாம் தயார் பண்ணிக்கொண்டு வண்டிப் படல்களை ஒன்றாகச் சேர்த்து படுக்கை போல் கட்டி அதில் மருதமுத்துவைத் தூக்கிப் படுக்க வைத்துத்தான் பத்திரமாக மேலே கொண்டு வந்தனர். இதற்குள் மூன்று மணி நேரம் கடந்து போயிருந்தது. அவர்களது வேனிலேயே அவனை ஆஸ்பத்திரி கொண்டு போய்ச் சேர்த்து விட்டனர்.

அதனை அடுத்து நடந்தவைகள்தான் தாங்க முடியாத வலியை அவனுக்குப் பண்ணிவிட்டன. கிணற்றில் விழுந்து பாறையில் மோதியதால் வலது காலின் முழங்கால் பகுதிக்குக் கீழே எலும்பு முறிந்து தனியே சதையைப் பிய்த்துக்கொண்டு வருகிறபடியாய் அகோரமாகிப் போனது. மண்ணும் ஜல்லிக்கற்களும், சேறும் காயத்தில் அப்பிப்போய் ரணவலி எழுப்பிக் கொண்டிருக்க அவன் சத்தமிட்டு அழுததைக் கேட்டும் அதற்கு உடனடியாக, சரியான சிகிச்சை செய்ய சம்பந்தப்பட்டவர்கள் அங்கே மெத்தனம் காட்டிக் கொண்டிருந்தனர்.

காலையில் இரண்டு கால்களிலும் காயங்களை மூடி வெள்ளைத்துணியில் 'மாவுக்கட்டு' எனும் பெயரில் பெரிய பேண்டேஜ் போட்டு அவசர சிகிச்சைப் பிரிவை விட்டு வெளியே அவனைக் கொண்டு வந்த போது தான் பழனியம்மாளும் மற்றவர்களும் பார்க்கவே முடிந்திருக்கிறது.

விபத்தில் அடிபட்டவர்களைத் தங்க வைக்கும் வார்டுக்குக் கொண்டுபோய்ப் படுக்கவைத்தனர். அவனோ 'வலி... வலி' என்று கத்திக்கொண்டு அந்தக் கட்டுக்களைப் பிடுங்கி எறியத் துடித்தபடியிருந்தான். முகத்திலும், உடலின் இதர பகுதிகளிலும் புரட்டிப் புரட்டி அடித்தது போல் சேறும், மண்ணுமாய் இருந்த அவனைப் பார்க்கவே அங்கு கூடியிருந்தவர்களுக்கு அழுகை பொத்துக்கொண்டு

வருவதாய் ஆனது. ஆஸ்பத்திரியில் இப்படி பேண்டேஜ் போட்டு படுக்க வைத்ததோடு சரி; வேறு எந்தவிதக் கவனிப்புமில்லை. இப்படியே நான்கு நாட்கள் மரணமுட்களால் கிழிபட்டு கழிய-ஐந்தாவது நாள் 'இனி இங்கே விட்டுவைத்தால் மருதமுத்து பிழைக்கமாட்டான்' என்கிற பயத்திலும், அறிகுறியிலும் வேறு தனியார் ஆஸ்பத்திரிக்கு எங்காவது கொண்டுபோய் வைத்தியம் செய்து கொள்ளலாம் என்கிற முடிவுக்கு வரவேண்டியதாய்ப் போயிற்று.

''பெரிய டாக்டர் வரட்டும்; எலும்பு டாக்டர் வரட்டும்'' என்றும் ''இங்கே இருக்குற மருந்துகளைக் கொண்டுதானெ நாங்கள் ஊசிபோட முடியும்'' என்றும் ''உங்கள் ஒருத்தருக்குத்தானா அதிசயமா அடிபட்டிருக்குது? இந்த வார்டு முழுக்கப் போய்ப்பாருங்க. எத்தென பேர்த்துக்கு ரெண்டு கால்களும், கைகளுமே நொறுங்கிப் போய்க் கெடக்குதுனு. அவுங்கெல்லாம் கம்னு படுத்திருக்காங்க. உன்ர புருஷனுக்கு ஒருகால்லெ தானெ அடி. இதுக்குப்போயி சும்மா கூப்பாடு போடுறியே'' என்றும் சாவகாசமாகக் கூறிக் கொண்டிருந்தனர்.

வலிதாளாமல் புரண்டு துடிக்கும் புருஷனைப் பார்த்து அழுது தவிக்கும் பழனியம்மாளின் ஓலத்தை யாரும் காதில் போட்டுக் கொள்ளவில்லை. இந்தக் கொடுமையைப் பார்த்த பின்னர், ''இந்த தரும ஆஸ்பத்திரியில் லஞ்சம் குடுத்து வைத்தியம் பண்ணிக்கிறதெ விட அந்தக் காசை தனியார் ஆஸ்பத்திரிக்குக் குடுக்கிறதில் தப்பில்லை. இவனோட உசுரையாச்சும் தப்பிக்க வைக்கலாம்'' எனும் முடிவுக்கு சொந்தக்காரர்கள் வந்து விட்டனர். அலைந்து பார்த்ததில் லட்சுமணனுக்கும் அந்த முடிவே சரியெனப் பட்டது.

இந்த வார்டில் எலும்பு முறிவு சிகிச்சையைக் கவனிக்கும் டாக்டர் ஒருவரையும் கலந்து ஆலோசித்ததில் அவரும் கோவையிலுள்ள தனியார் ஆஸ்பத்திரி ஒன்றின் பெயரைக் குறிப்பிட்டு அங்கே மருதமுத்துவை சேர்க்கச் சொல்லியும் தான் அங்கே வந்து கவனிப்பதாகவும் கூறினார். ஆனால் இங்கிருந்து டிஸ்சார்ஜ் வாங்குவது இயலாத காரியமாகப்பட்டது. அட்மிஷன் ஆனதற்குக்

கொடுக்கப்பட்ட ரசீதுகள் உள்பட அனைத்தையும் வாங்கிக்கொண்டு 'இந்த நோயாளிக்கும், இந்த ஆஸ்பத்திரிக்கும் எவ்விதச் சம்பந்தமுமில்லை' என்பது போல்தான் வெளியே விட்டனர். கேஸ் அது இது என்று பிற்பாடு எந்த வம்புகளும் வராமலிருக்க முன் ஜாக்கிரதையாகத் தங்களைக் காப்பாற்றிக் கொண்டு விட்டனர்.

வாடகைக்கார் பிடித்து மருதமுத்துவை அதில் படுக்க வைத்துக்கொண்டு போய், காந்திபுரத்துக்கு அருகிலிருந்த தனியார் ஆஸ்பத்திரி ஒன்றில் சேர்த்தாயிற்று, சிகிச்சை துரிதமாக அங்கே ஆரம்பமானது. அதிலிருந்து பணம் தண்ணீராய்க் கரைந்தது, யாரிடம் போய்ப் பழனியம்மாள் கடன்வாங்க முடியும்? இரண்டு மூன்று வெட்டி அலைச்சல் தான் மிஞ்சியது, அவளுக்கும் அவள் மக்களுக்கும் ஆறுதல் கூறிக்கொண்டு தன்னிடமிருந்த பணத்தை மருந்துகளுக்கும் டாக்டர்களுக்கும் கொடுத்து லட்சுமணன்தான் அக்கறையோடு செயல்பட்டான்.

பழைய பேண்டேஜைக் கழட்டிவிட்டு, அடிபட்ட அந்த இடத்தையும் காயங்களையும் சுத்தம் செய்து வேறு புதிய பேண்டேஜ் போட்டு ஊசிகளும், மருந்துகளுமாய் இறக்கி பத்து நாட்களில் வலியைக் குறைத்தாயிற்று. இப்போது இடது காலை நன்றாக அசைக்க முடிந்தது பலமாக அடிபட்டு முறிந்து போன வலது காலை மட்டும் அவனால் அசைக்க முடியவில்லை. விரல்களிலே எவ்வித உணர்ச்சியும் உண்டாகவில்லை.

மறுநாள் நடைபெற்ற, 'சிகிச்சை ஒன்றிக்குப் பிறகு ஸ்பெஷல் டாக்டர் - மருதமுத்துவின் குடும்பத்தைச் சேர்ந்த முக்கியமான சிலரை மட்டும் கூப்பிட்டுத் தனியாகப் பேசவேண்டும்' என்று கூறியதன் பேரில் பழனியம்மாள், லட்சுமணன், பெரியசாமி உள்பட மூன்று நான்கு பேர் அவருடைய அறைக்குள் போனார்கள்.

அவர் சில ரசீதுகளையும், எக்ஸ்ரே படங்களையும் கையில் வைத்தபடி இவர்களைக் கலக்கமாய்ப் பார்த்துக் கொண்டு சொன்ன செய்தியானது காதுகளில் நெருப்புக் குழம்பை வார்த்தது போலிருந்தது.

‘இன்னும் இரண்டு மூன்று தினங்களுக்குள் மருத முத்துவின் வலது காலை முழங்காலுக்குக் கீழே வெட்டி எடுத்தாகவேண்டும். அப்போதுதான் அவன் உயிர் பிழைக்க முடியும். குறிப்பிட்ட அந்த நாளுக்குள் காலை எடுக்காவிட்டால் அப்புறம் படிப்படியாக தொடை வரையிலுமே வெட்டி எடுக்க வேண்டிய சூழல் ஏற்பட்டு விடும்’ என்றார் உறுதியாக.

தொடர்ந்து இவனின் உடம்பில் ஏற்கெனவே மஞ்ச காமாலை நோய் இருந்திருக்கிறதென்றும், இந்த இடை வெளியில் அது அதிகமாகிவிட்டதென்றும் அளவு காட்டினார். ‘‘இந்தக் கட்டத்துக்குப் போறபடி வுட்டுட்டீங்கிளே. காலெ எடுக்காம இருக்க வெறெ வகச்சலே இல்லையா?’’ எனக் குமுறி அழுதுகொண்டு இவள் கேட்டதற்கு, ‘‘அம்மா! வீடே தீப்பத்தியெறியற போது பாதி எறிஞ்ச நெலையில இருக்குற ஒண்ணு ரெண்டு மரக்கட்டைகளையாச்சும் இழுத்துப் போட்டு தண்ணியூத்தி அணைக்கிறமில்லையா அதெப் போலத் தான் இதுவும். இன்னுங்கொஞ்ச நேரம் விட்டா கண் முன்னாலெயெ வீடு சாம்பலாகுறது உறுதிங்கிற போது வேறெதெச் செய்ய முடியும்? நாங்களும் மனுஷங்கதானெ’’

என அவர் சொன்னது இவர்களை அணு அணு வாய்ச் சித்ரவதை செய்து கொல்வதைப் போல் பண்ணியது.

கிணற்றில் விழுந்து அடிபட்டதில் அந்தக் காயத்தின் வழியாக, அந்தக் கிணற்றில் சூழ்ந்திருந்த ஒருவித விஷக் கிருமிகள் தண்ணீரின் ஈரத்தோடு கலந்து காலுக்குள் ஊடுருவி விட்டிருக்கிறது. ஒன்றரை மணி நேரத்துக்கும் மேலாக இவன் கிணற்றுக் குள்ளேயே கவனிப்பாரில்லாமல் கிடந்தது அதற்கு முக்கியக் காரணம். இவனைக் கொண்டு வந்ததும் உடனடியாக ஆஸ்பத்திரியில் காயம் சுத்தம் செய்யப்பட்டிருக்க வேண்டும். ஆனால் சோர்வினாலோ, அல்லது அவசரத்தினாலோ அங்கிருந்தவர்கள் செய்த தவறு மண்ணோடும் ஈரத்தோடும் சேர்த்து பேண்டேஜ் போட்டதுதான். துளிகூடக் காற்றுப் புக வழியில்லாமல் இறுக்கமாகக் கட்டியதன் விளைவாக இரண்டு

மூன்று நாட்களுக்குள் அந்தக் கிருமிகள் தீவிரமாக வளர்ந்து காலின் தசைகளை அழுகச் செய்து தின்ன ஆரம்பித்து விட்டன. அந்த வலியினால்தான் இவன் தாளமுடியாமல் கத்தியதைப் பார்த்து இந்த ஆஸ்பத்திரிக்கு நாம் மாற்றிக் கொண்டு வந்தது. இங்கு வந்ததற்குப் பிறகு வீரிய மருந்துகளையெல்லாம் உபயோகித்துச் சிகிச்சை செய்து அந்தக் கிருமிகளைக் கொன்று கொண்டே வருகையில் - முழங்காலுக்குக் கீழேயுள்ள கெண்டைக் கால் தசையை முழுவதுமாக அவைகள் தின்று முடித்து விட்டன. அதனால்தான் முழங்காலுக்குக் கீழே உணர்ச்சியே அற்றுப் போய் விரல்களை அசைக்க முடியாத நிலை உண்டானது. பாதம் உலர்ந்து காய்ந்து போய் வறண்ட மரக்கட்டை போல் ஆனது இதனால்தான்...

என்றெல்லாம் பொறுமையாக அவர் விளக்கம் சொன்னார். ஒவ்வொரு நாளும் இடிந்திடிந்து விழுந்து இவர்களை மூர்ச்சையடையச் செய்வதாகத்தான் துன்புறுத்தியது.

'இனி இரண்டொரு நாளில் ஆபரேஷன் செய்து முழங்காலுக்குக் கீழே அகற்றிவிடுவது ஒன்றுதான் வழி. அதைச் செய்யாமல் விட்டால் அடுத்தடுத்த நாட்களில் தொடை வரையிலும் தசை பாழ்பட்டு விடும். பிறகு இடுப்பு வரையிலும் எடுக்க வேண்டிய சூழல் கட்டாயம் உண்டாகிவிடும். 'எப்படியோ உயிர் மிச்சமானதே போதும்'என மனசைத் தேறுதல் பண்ணிக் கொண்டு இந்த ஆபரேஷனுக்குச் சம்மதமளிப்பதுதான் நீங்கள் செய்ய வேண்டிய ஒரே காரியம்' என டாக்டர் விளக்கிய தன் அர்த்தம் ஆழமாகவே இவர்களுக்குப் புரிந்தது. 'இப்படி பாதிக் காலை, இழந்தவர்களெல்லாம் ஒன்றும் செத்துப் போவதில்லை. இப்போது செயற்கைக் கால் பொருத்துகிற சௌகரியமெல்லாம் வந்து விட்டது. இவருக்கு அது போல் மரக்கால் பொருத்தி நன்றாக நடப்பதற்கு, வேண்டிய ஏற்பாடுகளை தானே செய்து தருகிறேன்' என்றும் அவர் சொன்னதோடு சிலருக்கு ஆபரேஷன் மூலம் காலை அகற்றிய பிறகு மரக்கால் வைத்து அவர்கள் நன்றாக நடக்க முடிகிறது என்கிற தகவலையும் காட்டினார். இவற்றையெல்லாம் கேட்ட படி அடித்து ஒட்டவைத்த கட்டைகள்

போல் உணர்வுகள் உறைந்து போய்த்தான் இவர்கள் உட்கார்ந்திருந்தனர். துக்கத்தை மென்று விழுங்கிக் கொண்டு டாக்டருக்குச் சம்மதம் கொடுப்பதைத்தவிர வேறு வழி எதுவுமில்லை. என்றாலும், ''கால் போயி, மொடவனா நா எத்தென நாளைக்கு மருகி மருகிச் சாகறது? அதுக்கு ஒரேயடியா கெணத்துக்குள்ளேயே செத்துத் தொலைஞ்சிருந்தா தேவுலையே. எனக்கு ஒரு சொட்டு வெஷங்குடுத்து இப்பவாச்சும் கொன்னு போடுங்களே. டாக்டரெக் கூப்புட்டு எனக்கு சாவு ஊசி போட்டுறச் சொல்லிடுங்கிளே'' என மருதமுத்து கதறியபடி தலையிலும் நெஞ்சிலும் அடித்துக் கொண்டு அழுவதும் புரள்வதுமாய் இருந்ததைப் பார்க்கச் சகிக்கவில்லை. ஆயினும், அந்தக் குறிப்பிட்ட நாளில் அதற்கு மேல் தாங்காது என அவர்கள் எல்லை வைத்திருந்த நாளில் இரண்டு மூன்று டாக்டர்கள், சில நர்சுகள் சகிதமாய் மருத முத்துவைக் கொண்டு போனார்கள். அடிபட்டு வேதனையில் துடித்துக் கொண்டிருக்கும் ஆட்டுக்குட்டியைக் காணச் சகியாது அதை உயிர் நீக்கம் செய்து விடச் சொன்ன மகாத்மாவைப் போல் இவர்களால் நடந்து கொள்ள முடியவில்லை. ஒரு மனித உயிரைக் காப்பாற்றுவதற்காகத்தான் நாங்கள் கத்திகளோடு போகிறோம் என்பதுபோல் போனார்கள். ஆபரேஷன் நடந்தது.

ஒரு மணி நேரத்தில் வலது காலில், முழங்காலுக்குக் கீழேயிருந்த பகுதி அகற்றப்பட்டு ஆயிற்று. அந்த இடத்தில் வெள்ளைத் துணியால் பேண்டேஜ் சுற்றி, ரத்தம் சரங்கோர்த்து ததும்பி நிற்க இவன் மயங்கிய நிலையில் இருக்க கொண்டு வந்து படுக்க வைத்து விட்டுப் போயினர். அந்த அறைமுழுக்க மருந்து நெடி முகாமடிக்க பழனியம்மாளும், மக்களும் குமுறிக் குமுறிப் போட்ட அழுகைச் சப்தம் சாதாரணமானதல்ல. அதைப் பார்த்துவிட்டு அழாதவர்கள் அங்கு எவருமில்லை என ஆயிற்று.

சிறிது நேரங்கழித்து மயக்கம் தெளிந்து முடவனாய் தான் படுத்திருக்கிற கோலத்தைப் பார்த்த அவனது முகம் இறுகிப் போயிருந்தது. கன்றிப் போய் அப்படியொரு நிலை அந்த முகத்திற்கு

வந்திருந்தது. கண்ணீர் வற்றிப்போயிருந்தது. அழுவதற்கும் புரள்வதற்கும் இனி ஒன்றுமில்லை. இழப்பதற்கும் இனி ஒன்றுமில்லை. எல்லாவற்றையும் இழந்தாயிற்று. ஆனால் பெறுவதற்கு இன்னும் கடல்கடலாய்த் துயரங்கள் எத்தனை இருக்கின்றனவோ. என்பது போல் அவன் படுத்திருந்தான். 'எல்லாம் அகன்றுபோய் விட்டது. தன் உடலிலிருந்து கால் அகற்றப்பட்ட நாழிகையிலிருந்து எல்லாமே தன்னைவிட்டு அகன்று போய்விட்டது போலிருந்தது'

டாக்டர்கள் சொல்லியபடி இனி மேற்கொண்டு மிகவும் பத்திரமாக ஆபரேஷன் செய்யப்பட்ட அந்தக் காயம் ஆறும்வரை காலை அசைக்காமல் இருக்க வேண்டும். இன்னொரு காலின் எலும்பில் உண்டான பிசகு சரியாவதற்காக அரை, அரைக் கிலோ எடையுள்ள இரும்பு உருளைகள் முழங்காலுக்குக் கீழே துளை போடப்பட்டு அதன் இரு புறமும் கெட்டியான நூலின் வழியே தொங்கவிடப்பட்டிருந்தன.

ரணத்தின் சுவடுகளால் இப்படி ஒன்றரை மாதங்கள் போவதற்குள் பழனியம்மாளின் குடும்பம் - பிய்த்து கோழிகளுக்கு வீசப்பட்ட தக்காளிப் பழத்தைப் போல் ஆகிவிட்டது. கட்டுகளெல்லாம் அவிழ்க்கப்பட்டு, காயம் ஆறியதை உறுதி செய்து கொண்டு பிறகுதான் ஆஸ்பத்திரியிலிருந்து மருதமுத்துவை வீட்டுக்கு அனுப்புவதாக இருந்தது.

உடல்நலனும் தேர்ச்சியடைந்து ஓரளவுக்கு தெம்பும் உண்டாகி எழுந்து உட்காரவும் மற்றவர்கள் துணையோடு ஒரு காலை ஊன்றியபடி நடக்கவும் பயிற்சியளிக்கப்பட்டது. முழங்காலைச் சுற்றிலும் தோல் கெட்டிப்பட்டு காயமிருந்த பகுதியை மூடிக்கொண்ட பிறகு வலி அறவே இல்லாத நிலைமையை உறுதி செய்து கொண்ட பிறகு மரக்கால் பொருத்துவதற்கு ஏற்பாடு செய்யலாம் என டாக்டர் கூறியிருந்தார்.

கிணற்றில் வேலையில் ஈடுபட்டிருக்கும்போது, பாதிப்பு ஏற்பட்டதை முன் வைத்து அந்தத் தோட்டத்துக்காரரிடம் பழனியம்மாளையும் உள்ளூர்க்காரர்கள் சிலரையும் கூட்டிக் கொண்டு

போய் நியாயம் பேசி இந்தக் குடும்பத்துக்கு நஷ்ட ஈடு வாங்கித் தர லட்சுமணன் முயற்சி செய்தான். அரசியல் செல்வாக்கும், இதர பலமும் உள்ள அந்த ஆசாமியோ அதற்கு மசியவில்லை. விபத்து ஏற்பட்டதற்குத் தான் காரணமில்லையென்றும், குறிப்பிட்ட அந்த நாளில் வெளியூருக்குப் போய்விட்டதாகவும் கூலிக்கு ஆசைப்பட்டு விடுப்பு நாளிலும் வேலை செய்தது இவர்கள் தப்புத் தானே ஒழிய தன்னால் இதற்கு என்ன செய்ய முடியும் என்றும் பயனின்றி வாக்கு வாதம் பண்ணுகிறவனாக அவனிருந்தான். மேலும், கோர்ட்டில் கேஸ் போட்டு வாதாடி வேண்டுமானால் ஜெயித்துக் கொள்ளுங்கள் என்றும் அதில் தீர்ப்பாகிறபடி தொகையைக் கொடுத்து விடுகிறேன் என்றும் சொன்னதோடு,

''கெணத்து வெட்டுக்கு வந்தப்ப அவன் வாங்கிட்டிருந்தாப்பிடி ஒருநாள் கூலி இருபது ரூவாய்ங்கிற கணக்குலெ ஆஸ்பத்திரில அவன் இருக்குற நாள் வரைக்கும் எத்தனெ ரூவா ஆகுதோ, அதெயெ வேணும்னா நாங் குடுத்தர்றேன். இதை நாஞ்செய்யிறதே நம்பப் பெருசு. எனக்குமு பொண்டு புள்ளெ குடும்பமிருக்குது. அந்த ஈவு எரக்கத்தெ வெச்சு நானிந்த ஒதவியைப் பண்றேன். மித்தவிகளா இருந்தா இது கூட செய்ய மாட்டாங்க! கையெ விரிச்சுருவாங்க'' என்கிறபடியாய் அறிவுரைகள் சொன்னதையும் கேட்டுவிட்டு இவர்கள் நொந்து போய்த் திரும்ப வேண்டியதாயிற்று.

விபத்தால் உடல் ஊனமுற்ற தொழிலாளர்களுக்கு அரசாங்கம் நிதியுதவி ஏதோ செய்வதாக அறிவித்திருந்த தகவலைக் கருத்தில் கொண்டு லட்சுமணனும், மணியகாரரும் அந்தப் பணத்தையாவது வாங்கி மருதமுத்து குடும்பத்துக்குக் கொடுக்கலாமென்று பிரயத்தனப்பட்டனர். அதற்கான எல்லா தஸ்தாவேஜ்களையும் சேகரித்துக்கொண்ட நிலையில் விபத்திற்குப் பின்னர் சேர்க்கப்பட்ட தரும ஆஸ்பத்திரியிலிருந்து அதற்கான சான்றிதழைப் பெறமுடியவில்லை. எவ்வளவு முயற்சித்தும் அதை வாங்குவதென்பது முடியாத காரியமாக ஆகிப் போனது.

அதை அவர்கள் கொடுத்தால் 'இந்த நோயாளி ஒரு காலை இழந்ததற்கு இந்த ஆஸ்பத்திரியும் சம்பந்தப்பட்ட டாக்டர்களும்தான் காரணம் என்பது பட்டவர்த்தனமாக உறுதியாகி நாங்களெல்லாம் அகப்பட்டுக் கொண்டு திண்டாட வேண்டி வந்துவிடும்' என்கிற அச்சத்தினால்தான் சான்றிதழைக் கொடுப்பதைத் தவிர்த்து, தங்களைக் காத்துக் கொள்வதில் வெகு கவனமாய் அவர்கள் இருக்கிறார்கள் என்பதும் விளங்கியது.

ஆபரேஷன் ஆகி, சிகிச்சை பெற்றது எல்லாமே தனியார் ஆஸ்பத்திரி என்பதால் இனி எந்த உதவியும் கிடையாது என்கிற சூழ்நிலை தெரிந்தது. அதுவுமன்றி கிணறுவெட்டும் கூலித் தொழிலாளி எந்த வசதியும் இல்லாதவன் தனியார் ஆஸ்பத்திரியில் எப்படி வைத்தியம் பண்ணிக்கொள்ள முடியும்? என்றெல்லாம் ஏகப்பட்ட கேள்விகள் உருட்டித் தள்ளுகிற தடைக்கற்களாய் எழும் என்கிற நிலவரமும் தெரிந்தது. மழை ஏய்த்துப்போய் இந்த மானாவாரி நிலத்தை வெறுமனே விட்டுவிட்டு வேறு வழியின்றி வயிற்றுப் பிழைப்புக்கு கிணற்றில் பாறை உடைக்கப் போனவனுக்கு இந்தக்கதி ஆகிவிட்டதே, இதற்கு மனசு இளகி உதவி செய்ய நாதி யில்லையே என இந்தத் தரப்பிலிருந்து எழுந்த பரிதாபக் குரல்களை ''அய்யய்யோ பூமி வேறெ இருக்குதா? செரியாப் போச்சு போ! அதையெ வெளியே சொன்னீங்கினா உங்களெ சிறு விவசாயிங்கிற லிஸ்ட்டுல சேர்த்திடுவாங்க, அப்பறம் நீங்க உருண்டுட்டு அழுதாலும் சல்லிக்காசு கெடைக்காது. மரக்கால் பொருத்தறதுக்குங் கூட மத்தவிகளெவிட அதிகமா நீங்க பணம் கட்ட வேண்டீது வந்துரும். அதுனாலெ எந்த அழுகையோ சத்தமோ போடாமே 'கம்னு' இருங்க. நடந்தது நடந்து போச்சு. அய்யோன்னா வருதா? அம்மானா வருதா? போனது திரும்பிவராது. நடக்குறதுக நடந்துட்டேதான் இருக்கும். இனிமே மனசெத் தேத்திகிட்டு இருக்குற இந்த ஒரு காலை வெச்சுக்கிட்டு நடக்கறதுக்கு வழியைப் பாருங்க''

என அனுபவஸ்தர்கள் ஐந்தாறுபேர் அக்கறையோடு தங்களின் அன்பை இலவசமாகத் தந்தார்கள்.

இனி இவர்கள் என்னதான் செய்வது? ஆஸ்பத்திரியை விட்டு டிஸ்சார்ஜ் ஆகும்போது ஆறாயிரத்து ஐநூறு ரூபாயும், சில்லறையும் செலுத்தியாக வேண்டும். பழனியம்மாள் எங்கு அலைந்தும் கடன் கொடுப்பார் யாரும் இல்லை. பெரியசாமி வண்டியையும், எருதுகளையும் விற்றுக் கொடுக்க முன் வந்தார். அவைகளை வாங்குவதற்கு சந்தைத் தரகன்தான் முன் வரவில்லை.

ராமாத்தாளிடமிருந்து கொஞ்சம் பணத்தையும், லட்சுமணன் கொண்டு வந்திருந்த பணத்தையும், வைத்துத்தான் இத்தனை நாள் வைத்தியச்செலவு, குடும்பச் செலவு போன்றவைகளைச் சரிக்கட்டினர். அவர்களிடத்தில் இனி கொஞ்சம்தான் மிச்சமுள்ளது. அதையும் வாங்கிக் கொண்டால் எப்படி? பழனியம்மாள் சீர் குலைந்து பாதிப் பொம்பிளையாய் உருமாறிப் போனாள்.

மருதமுத்துவின் பேருக்கு இருந்த ஒரு ஏக்கரா நிலத்தை அடமானம் வைத்துப் பணம் புரட்டிக்கொண்டு போய்த்தான் ஆஸ்பத்திரிக் கணக்கைப்பூர்த்தி செய்து அவனைக் கூட்டிக் கொண்டு வேலம்பாளையம் வந்து சேர முடிந்தது.

குடியானவனும் கூலித்தொழிலாளியுமான அவனின் வீடுதான் இருட்டண்டிக் கிடந்தது. எண்ணெய் துளி கூட இல்லாமல் சூரிய சந்திர விளக்குகள் வானத்தில் மாறிமாறி எரிந்து கொண்டுதானிருந்தன.

10

வீட்டுத் திண்ணையில் கட்டிலை எடுத்துப்போட்டு புருஷனைப் படுக்க வைத்ததிலிருந்து பழனியம்மாளுக்கு சிரமங்கள் மலையென வளர்ந்தபடியிருந்தன. 'ஒண்ணுக்கு ரெண்டுக்குப் போறதுக்குங்கூட சவுரியம் இல்லாத படிக்கு அவனோ மொடவனாகப் போயிட்டான். பாவம். அந்தப்புள்ளதா பெத்த தாயி கொழந்தைக்குப் பணிவிடை செய்யறாப்பிடி துளிகூட அருகிருப்பில்லாமெ சலிக்காமெ சிடுக்காமெச் செய்யிறாள். மிந்தியே மகாபாட்டாளி. இன்னமும் அவ பாடு ஓயிலெ. அவ ஒருத்தி பாட்டுலெதான் அவிக நாலு ஜீவனும் கஞ்சி குடிக்கோணும்னு ஆகிப் போச்சு. மலை வெறகு செமந்து விக்கிறா, சருகுச் செமை கொண்டாந்து விக்கிறா! தூக்கமேது... ஒண்ணேது? பாவம்' என இவளைப் பார்ப்பவர்களெல்லாம் அனுதாபம் கொண்டனர்.

அத்துடன் 'மருத முத்தெ ஆஸ்பத்திரிக்குக் கொண்டுட்டுப் போனது இவிக செஞ்ச பெரிய தப்பு. பேசாம தெலுங்கு பாளையமோ இல்லெ சிங்கிரிபாளையமோ கொண்டுட்டுப் போயிருந்தா இன்னைக்கு இவன் மொடவனா ஆகியிருக்க வேண்டீதில்லெ. பொடிப்பொடியா நுணுங்கிப் போன எலும்புகளையும் கூட ஒண்ணு சேத்தி எண்ணெ ஊத்தி அந்த சிங்கிரிப்பாளையத்து வைத்தியன் மூணு கட்டு கட்டினாப் போதும், செரியாகிடுது. எத்தானெபேரு கை காலு ரெண்டு துண்டா முறிஞ்சவிகளுங்கூட அங்கே போயி நல்லா ஆகி வர்றாங்க' எனவும் கருத்துக் கூறினர்.

''செரி! இவந் தலவிதி இப்பிடின்னு நெனச்சுக்க வேண்டீதுதா. உனியென்ன பண்றது? காலெ எடுத்தது எடுத்தாச்சு! அது உப்ப சங்கனூர்ப் பள்ளத்துல மண்ணோட மண்ணா மக்கிக்கூடப் போயிருக்கும். உனி நீங்க அதெப் பத்திப் பேசி என்ன ஆகப் போகுது? அன்னிக்குப் பாத்தா உன்னமு ரெண்டு நாளைக்குள்ள ஆபரேஷன்

பண்ணி கால எடுக்குலீனா ஆளு உசிரெக் காப்பாத்தறதே முடியாதுங்குற நெலமையிருந்துச்சு. எல்லாத்தையும் டாக்டரு வெவரமா ஒடச்சுச் சொல்லி சம்மதம் வாங்கிட்டுத் தானெ காலெ வெட்டியெடுக்க ஏற்பாடு பண்ணுனது''

''காலு எலும்பு மட்டுலுமு முறிஞ்சிருந்தா இவிக சொல்றாப்ல சிங்கிரிபாளையத்து எண்ணெ பிரயோஜனப்படும்! இது வேறெ ஒரு எடஞ்சலாப் போயிடுச்சில்லெ. சதையே முச்சூடும் அழுகிப் போன பொறகு அந்த எண்ணெதா என்ன பண்ணும்? அங்கெ எடுத்துட்டுப்போயி வைத்தியன் பார்த்துட்டு வேண்டாம்னு சொல்லி மறுக்காவும் திலுப்பி ஆஸ்பத்திரிக்கே எடுத்தாந்து வீணாச் சீரழியோணும்னு ஓசுனெ பண்ணீட்டுத்தா ஆபரேசன் பண்ற முடுவுக்கு ஒத்துட்டது''

''நம்ம ஆளுக எத்தனெயோ ரோஷத்தையெல்லாம் பாத்தவிக. கடசீல இந்த ஆப்ரோஷத்தையுந்தா ஒரு கையி பாத்தாப் போதும்னு துணிஞ்சுட்டாங்க''

''இவிக வூட்லெ மிந்தியொருக்கா சீலைக தீப்புடுச்சு சாம்பலாப் போனப்பவே எதோ ஒரு கெடுதல் வரப்போகு துங்கறதுக்கு இது சகுனம்னு பெரியவுங்கெல்லா பேசீட்டாங்க! அதுமட்டுலுமில்ல. இவிக சாளைக் கொட்டத்துல தேனிக வேற கூடுகட்டியிருந்துச்சு. நாம் பாத்துட்டு இதெயெ தீ வெச்சுக் கருக்கிப் போடுங்கனு சொன்னே. அது என்ன பண்ணிப்போடுதுன்னாங்க. உப்ப என்னாச்சு? அதுகளெல்லாம் பின்னால வரப் போறதை மின்னாலயே காட்டுற அறிகுறிகளாக்கும்''

பேசுபவர்கள் பல ரகமாய்ப் பேசிக் கொண்டிருக்க மருதமுத்துவோ, கூரையையே வெறித்துப் பார்த்தபடி வெட்டுப்பட்டுத் துண்டான மரமாகப் படுத்துக் கிடந்தான்.

பொன்னப்பனும், ராசப்பனும் ஆஸ்பத்திரிக்கு மூன்று நான்கு தடவை வந்து பார்த்துவிட்டுச் சென்றனர். ''உனக்கு நா எப்பிடித்தா ஆறுதல் சொல்லுவே. என்ர பொழப்புத்தா எப்பவே காலு முறிஞ்சு

போச்சுன்னா இப்ப உன்ரதும் இப்பிடியாயிட்டுதே மச்சா'' என்று குலுங்கிக் குலுங்கி பொன்னப்பன் அழுதான்.

செம்மேட்டிலிருந்து நெகமத்துக்கு ஆண்டியும் தோண்டியுமாய்ப் போய்ச் சேந்த அவனது நிலைமையில் முன்னேற்றமோ வேறு அனுகூலமோ எதுவும் இதுவரை ஏற்பட்ட மாதிரியில்லை. தன் தோட்டத்தில் வேலை செய்யும் பத்துப் பேரோடு அவனைப் பதினோறாவது ஆளாகத்தான் சேர்த்து மாமனார் வேம்பண்ணன் நடத்தி வந்தது தெரிந்தது.

பக்கத்துத்தோட்டங்களில் எருமை மாடுகளில் பால் கறந்து பொள்ளாச்சிக்கு இரண்டு பால் கேன்களை பஸ்ஸில் ஏற்றிக் கொண்டு போய் விற்பனை செய்கிற தொழிலில் நிறையவே அலைச்சல் இருந்தது. ராத்திரி பத்துப் பத்தரை மணி சுமாருக்குப் படுத்து ஒன்றரை மணிக்குள் எழுந்து சைக்கிளில் கேனைக் கட்டிக் கொண்டு கறவைக்குப் போக வேண்டும். விடிய விடிய கேன்களில் சேகரித்து, காலையில் ஐந்து மணிக்குள் பஸ் ஸ்டேண்ட் கொண்டு போய்ச் சேர்த்தாக வேண்டும். அப்புறம் மத்தியானம் வரை கடைகடையாய் பொள்ளாச்சியில் திரிந்து சப்ளை பண்ணிவிட்டு மூன்று மணிக்கு நெகமம் வந்து சோறும், உறக்கமும் இல்லாமல் மறுபடியும் கட்டுத்தறிகளில் பண்டம் பாடிகளைச் சுற்றி இக்கல் படவேண்டும். இத்தனை கஷ்டப்பட்டு சம்பாதித்தாலும் தனக்கென்று அப்படியெதையும் மிச்சப்படுத்திவிட முடியாமலேதான் போயிற்று. அடிக்கடி செக்கிங் இன்ஸ்பெக்டரிடம் மாட்டிக் கொண்டு பாலில் தண்ணி கலந்த கேஸ்க்கு அபராதம் கட்டவும், லஞ்சம் கொடுக்கவுமே வருமானம் சரியாய் இருந்தது. பிறந்த மண்ணையும், பெற்றவர்களையும் விட்டுவிட்டு இப்பிடி ஊர்விட்டு ஊர் வந்து நாய் போல் அலைந்து திரிந்து துளிக்கூட நிம்மதியில்லாமல் நொந்து கொண்டிருக்கும் தன்மீது அவனுக்கே வெறுப்பு வந்தது. இந்த வெறுப்பில்தான் பொள்ளாச்சியிலிருந்து திரும்பும்போது குடித்துவிட்டு தலைவிரிகோலமாய் வருபவனாய் ஆகி இருந்தான். தன்னுடைய தகப்பனிடத்தில் கூட மட்டுமரியாதையில்லாமல்

போதையோடு இவன் தகராறு பண்ணிக் கொள்வது குறித்து மயிலாத்தாளுக்கு நிறையவே கடுப்பு இருந்தது.

''இவிக அடங்கியொடுங்கி எங்க அய்யங்கிட்டெ நடந்துட்டிருந்தா இன்னேரம் எவ்வளவோ குடுத்து ஆதரிச்சு ஏதோ ஒரு நல்ல யேவாரத் தொழுலெ ஏற்பாடு பண்ணிக் குடுத்திருப்பாங்க. இதே ''காட்டை வித்துக்கள்ளுக் குடிச்சாலும் குடிப்பனே தவுர கண்டவங்காலையெல்லாம் புடிக்க மாட்டம்''னு வீம்பும் வெறுப்பும் பேசறதாப் போச்சு. அப்புறம் அது அவிக காதுல வுழுகாமயா இருக்கும்? நல்லாப்பட்டுச் சீரழியட்டும், மாப்ளெ முறுக்கு இன்னமு எத்தனெ முட்டுலும் இருக்குதுங்கறதை நாமுளும் பாக்குலாம்னுதா வுட்டுட்டாங்க. உப்ப தகரக்கேனக் கட்டீட்டு வெடிய வெடிய சாமக் கோடங்கியாட்டந் திரியறதுல என்ன பிரயோசனம்?'' எனச் சிடுத்துக் கொண்டே தன் தலையிலிருந்து ஈறு கோலியால் பேன் எடுத்து அதை நசுக்கிக் கொண்டிருப்பாள். ''எப்பப் பாரு! பேனு எடுக்கறதே இந்த மூதேவி புடிச்சவளுக்குத் தொழிலாப் போச்சு!'' என்று பொன்னப்பன் திட்டுவதைக்காதில் வாங்கி கொள்ளவே மாட்டாள்! பேன் எடுப்பதையும், தலை வாருவதையும் தவிர வேறு வேலையெதுவும் அவளுக்கு இல்லை என்பது போல் பார்ப்பவர்களுக்கெல்லாம் எண்ணம் ஏற்படும். ஈறு கோலியுங் கையுமாய் இருப்பதைவிட வேறு சுகமே ஒன்றுமில்லை எனும்படியாய் முகத்தை வைத்திருக்கும் அவளை என்ன பண்ணுவது என விளங்காமல் குழந்தை அழுதால்கூட இவன்தான் ஓடிவந்து தொட்டிலை ஆட்ட வேண்டும் என்கிற நிலவரமிருந்தது.

ராசப்பனின் திண்டாட்டம் வேறொரு கோணத்தில் குடைராட்டினம் கவிழ்ந்தாற்போல் இம்சையாய்த்தான் இழுத்தடித்தது. ஓர்க்ஷாப்பை மைத்துனனுடன் கூட்டுச் சேர்ந்து நடத்தி வந்ததில் ஒரு லாபத்தையும் காண முடியவில்லை. இவர்கள் தயாரிக்கும் மோட்டார் உதிரிப் பாகங்களை விற்பனை செய்வதில் நிறைய இடையூறுகள் நேர்ந்துவிட்டன. அவைகளை எடுத்துக் கொண்டு போன பெரிய

கம்பெனிக்காரர்கள் பணம் தருவதில் தில்லுமுல்லுகளெல்லாம் பண்ணினர். வெளியிடங்களுக்குப் போய் ஆர்டர் பிடித்துக் கொண்டு வருவதில் ராசப்பனுக்குப் பணம் விரயமானதே ஒழிய யாரும் சரக்குகளை எடுத்துக் கொள்ள முன் வரவில்லை.

‘‘ரெண்டு மூணு வருஷத்துக்கு இந்தத் தொழில்லெ, இதப்போல முட்டுக்கட்டையெல்லாம் உண்டாகத்தாஞ் செய்யும். லாபமெதையும் காண முடியாது. கைக் காசைப் போட்டுத்தான் ஓட்டவேணும். அப்புறந்தான் சிறுகச் சிறுக ‘டம்’ பிடிக்க முடியும்’’ என்றெல்லாம் உறவுக்காரர்கள் சொன்னார்கள். எனினும் நாளடைவில் நிறைய பொருள் இழப்பு உண்டாகிவிட்டது ராசப்பனின் மனதைச் சஞ்சலத்துக்கு ஆளாக்கியிருந்தது.

‘‘பூமிவித்த பணத்தையும் வூடு வித்த பணத்தையும் இப்பிடி இரும்புத் தூளாகவும் ஒர்க்ஷாப்பு பொகையாவும் பண்ணீட்டோமே’’ என்பதுபோல் உள்ளூற வருந்தினான். கணபதிக்கு வந்து மனைவி வீட்டோடு சேர்ந்து தன்னை முடக்கிக் கொண்டு தாய் தகப்பனையும் அவுங்களோட ஆசாபாசங்களையும் வேரறுத்துப் போட்டுவிட்ட தன் ஊதாரித்தனத்தை எண்ணியவாறே உழன்று கொண்டிருந்தான்.

நாட்களின் உராய்வில் - ‘இனி ஒர்க்ஷாப்பை இழுத்து மூடுவதைத் தவிர, வேறு வழியில்லை’ என்கிற நிலையும் உண்டாகிவிட்டது. அதன்பின், சின்னதாக ஒரு டீக்கடை வைத்து நடத்திக் கொண்டு பிழைப்புப் பண்ணுவதாக ஆகிப் போனான். இதையெல்லாம் மருதமுத்துவைப் பார்க்க வந்த சமயத்தில்தான் கண்கலங்கச் சொன்னான்.

பெரியசாமியின் சாளைக்கு காளப்பட்டியய்யன் போகும் போதெல்லாம் மருமகனுக்கு ஏற்பட்ட கால் முறிவை நினைத்துப் பொருமிக் கொண்டு இருப்பதைப் பார்க்க வருத்தமாகத் தானிருந்தது. ‘‘பழனாத்தாளோட எளகுன மனசுக்கும் தயாள கொணத்துக்கும் அவபட்ட பாட்டுக்கும் கெடைச்சிருக்குற தகுமானத்தைப் பார்த்தீங்கல்லொ’’ என அவர் தடுமாறினார்.

''அப்புனு! ஆனது ஆகிப்போச்சு! உனி நாம அந்தக் குடும்பத்துக்கு எப்பிடி ஆதரவு சொல்லோணுங்கிறதைப் பத்தித்தான் ஓசுனை பண்ணவேணும். மழை புடுச்சுப் பேயறப்ப ஒரு மட்டைச்சாளைனாலும் இருந்தாத்தான் ஒதுங்கிக்க முடியும். இதுமு இல்லீனா தொத்தலா நனஞ்சு தானொ ஆவோணும். முழுசுமே நனையறப்ப முக்காடுங்கூட வேண்டிதில்லைனு ஆயிடும். மழை நின்னபொறகு துணிகளைப் புழிஞ்சு காயப்போட்டுட்டு ஆகாசத்தெ அண்ணாந்து பாத்துட்டு நிக்கிறாப் பிடி ஆகிடுது பொழப்புங்குறே! மின்னத்த காலத்துலயெல்லா எத்தனெ நோவு நொடிக, பேதி, பெலாக்குனெல்லாம் வந்து ஜனங்களெ சூந்தாடிச்சு. அப்புறம் அந்த நோவுகெல்லாம் தொலைஞ்சு போச்சு. அததுக்கு மருந்து கண்டு புடிச்சு அதுகளெ தொரத்திப் போட்டானுக. இப்ப ஒண்ணுமில்லெ, இத்தென வைத்தியத் தொழிலு பெருத்துப்போன நாளுலெ கால்லெ காயமாகி அதுக்குள்ளெ கிருமிக பூந்து சதையைத் தின்னுடுச்சு, நாங்க காலெ வெட்டியெடுக்கறதைத் தவுத்து வேற வகச்சல் ஒண்ணும் இல்லீனுட்டானுக. இவுனுகளெ நாம என்ன பண்றது? கத்தியிலெ குத்தி ரெண்டா வகுந்தெறிஞ்ச காயத்தெ நாட்டுச் சாராயத்தெ ஊத்தி ஆத்தீப்போடுவாங்க. அப்பவெல்லாம் வண்டிச் சக்கரமே மேலே ஏறி கால் எலும்பு முறிஞ்சி போயி அப்புறம் எண்ணையூத்திக் கட்டி எலும்பு கூடி நல்லா ஆகியிருக்குது. இப்பவெல்லாம் எது ஒண்ணுனாலும் 'எக்சுரு' படம் புடிக்கோணும்குறாங்க. பெசல் டாக்டரு வர்றணும்குறாங்க. ஆப்ரோஷம் பண்ணவேணும்குறாங்க. அவிக பேச்சைத் தட்டிப்போட்டு நோவாளி ஒரு எட்டுங்கூட நகுர முடியாமெப் பண்ணிப்போடறாங்க. அப்ப நடுராவுலெ சாமக் கோடாங்கிக வந்து புடு புடுக்கையெ ஆட்டிட்டுக் குறி சொல்லீட்டுப் போனா தட்டிக்கேக்க மாட்டாங்க. அதெப் போலத்தா இதுமு ஆகிப்போச்சு!''

''ம்... உப்ப சுப்பனிக அம்மா குடியிருக்குறா பாரு, அந்த ஊட்டு விட்டத்துல இருந்து எலி ஒண்ணு கீழே வுழுந்து கரகரன்னு சுத்திட்டுச் செத்துது. அதெப் பார்த்த தீமே நாஞ் சொல்லீட்டே. வெடியறதுக்குள்ளெ இந்த ஊட்டைவுட்டுக் குடி போயிருங்க. பேதி

பெலாக்கு வந்தாச்சுன்னு. அது வந்தா மொதல்ல எலிகளெத்தா சுருள வெய்க்கும். அத வெச்சு ஜனங்க உஷாராகிக்கோணும். அப்பவெல்லா இந்த ஊரே பத்து நாளைக்குள்ளெ காலியாகி எல்லாரும் தெக்கெ காடுகளுக்குக் குடி போயிட்டோம். என்ன? சாவுன்னா சாதாரணச் சாவா? ஒரு நாளைக்கு ஏழெட்டு உருப்படிக உருண்டா என்ன பண்றது? வேடச்சி பள்ளத்து சுடு காட்டுக்கு செமந்துட்டுப் போறதுக்குனே மனத்தைரியமும், ஒடம்பு பெலமும் உள்ள தண்டுவருகளெ தயாரா வெச்சிருக்கறதாப் போச்சு. இருட்டுக் காலங்கிறதாலெ ஒரே குழியிலெ ரெண்டு மூணைப் போட்டும் பொதைச்ச தெல்லாங்கூட உண்டு. அப்பவெல்லாம் கரண்டு லைட்டேது? ஒண்ணேது? எங்கியாச்சு மினுக்குமினுக்னு ராந்தல் வெளக்குகதா எரியும். நம்முளுது மாட்டுப் பட்டி தெக்காட்டுல போட்டிருந்துச்சு. ஒரு நா ராத்திரி சோத்துக்கு வந்துட்டு ஆள் காரனுக்கும் நாய்க்கும் போசியிலெ சோத்தை வாங்கிட்டு ஊரெத்தாட்டி இட்டேறீல போயிட்டிருந்தேன். வேடச்சி பள்ளத்துல வந்து குழியெப் பறிச்சு பொணத்தெ எடுத்து முதுகுமேல போட்டுச் செமந்துட்டு சடக்சடக்னு கழுதெப் புலி, மலைக்குப் போயிட்டிருந்துச்சு. பொணத்து தலமசுரு நெலத்துல ஒறஞ்சுட்டே போகுது. வேலி மறப்புல தடியெ ஊனி நானு நின்னுட்டிருந்து அது போன பொறகு பட்டி போயி சேர்ந்தேன். மூணு நாளைக்கி மின்னால நம்ம ஊருல செத்தவிக ஆருன்னு ஓசுனெ பண்ணிப்பாத்தேன். கெழக்கு வழுவுப் பொம்பிளை யொருத்திங்குறது கெவனத்துக்கு வந்துச்சு. உனி இதெயெ வெளியே சொல்லுலாமா? மனசுக்குள்ளயே வெச்சிட்டேன். மாடு மேய்க்க மலைக்குப் போறவிக கால் எலும்பு கெடக்குது. கை எலும்பு கெடக்குதுன்னெல்லா வந்து பேசீட்டிருந்தாங்க. அந்த எலும்பெ வெச்சே கூட ஒவ்வொருத்தரு அடையாளங்கண்டு இன்னார்துனு சொல்றதுண்டு. பெரிய அம்மை வந்து செத்தவிகளோட எலும்பா இருந்தா புள்ளி புள்ளியா அதுல அடையாளம் இருக்கும். அம்மையோட வேகையானது எலும்புவெரைக்கும் பாஞ்சு அப்பிடிப் பண்ணிப் போடுங்கறது ஒரு நெதானம். அக்கி முதுகுல வந்தவிகளோட எலும்புகள்லெயும் அதப்போல புள்ளியிருக்கும்பாங்க, ம்... ம்!

அப்பிடிப் பேதி பெளாக்கு வந்து ஜனங்களைச் சூறையாடி ஊரவுட்டுக் காடு காடாத் தொரத்துன காலமெல்லாம் ஓடிப்போச்சு. அந்தச் சீக்குக்கெல்லாம் மருந்து கண்டுபுடிச்சு அதுகளெ ஒழிச்சுப்போட்டாங்க. ஆனா அன்னாடும் என்னென்னமோ புதுசு புதுசா வர்ற சீக்குகளுக்குத்தா மருந்து கண்டு புடிக்க முடியாமத் திண்டாடிட்டு இருக்குறாங்க. உப்ப நம்ப மருதமுத்துக்கு கெணத்துல வுழுந்து அடிபட்ட தின்னு பேரு. கடசிக்குக் காலையும், காசையும் டாக்டருக்குக் குடுத்துட்டு உப்ப ஊட்டோட அக்கட்டாலெ இக்கட்டாலெ நகுர வழியில்லாம உக்காந்துட்டிருக்குறதாப் போயிடுச்சு. செரி, மேற்கொண்டு செய்யவேண்டியது என்னொ? லட்சுமணஞ் சொல்றாப்லெ மரக்கால் வெய்க்கிற ஏற்பாட்டெப் பண்ண வேண்டியதுதான்!''

என்று அவர் சொல்லியவைகளைக் கேட்டபடியிருந்த பெரியசாமி ''டாக்டரெப் பாத்து அதுபத்திப் பேசிட்டு வரத்தான் காத்தாலெயே லட்சுமணன் போயிருக்கிறா'' எனச் சொன்னார்.

டாக்டர் சொன்ன யோசனைப்படி மருதமுத்துவுக்கு மரக்கால் பொருத்துவதற்கு கேரளாவிலுள்ள ஆல்வாய்க்குப் போக வேண்டியிருந்தது. கோவையில் இரண்டு வாரத்திற்கொருமுறை டாக்டரிடம் காட்டி சிகிச்சை பெற்று வந்ததில் முழங்காலில் காயம் முற்றிலுமாக ஆறிப்போய் நான்கு மாதங்களுக்குள் கெட்டியாக வடு உண்டாகியிருந்தது. ஒருவரின் உதவியோடு தோளைப் பிடித்துக்கொண்டு இடது காலைக் கொண்டே வீட்டு வாசலில் நடந்து பார்த்துப் பழக்கப் படுத்திக்கொள்ள வேண்டுமென டாக்டர் கவனப்படுத்திக் கூறியிருந்தார். அப்போதுதான் அந்தக் காலுக்கு உடலின் கனத்தைத் தாங்கக்கூடிய பலம் வரும் என்றும் மரக்கால் பொருத்திய பிறகு நடக்க ஏதுவாக இருக்குமென்றும் தெரிந்தது.

அவரவர்களின் அளவுக்குத் தகுந்தாற்போல் மரக்கால் தயாரித்து அதைப் பொருத்தி விடும் அந்த ஆல்வாய் ஆஸ்பத்திரிக்கு மருதமுத்துவைக் கூட்டிக் கொண்டு டாக்டர் கொடுத்தனுப்பிய

சீட்டுகளோடு லட்சுமணன் ரயிலில் போயிருந்தான். அங்கு மரக்காலுக்குப் பணம் செலுத்த வேண்டியிருந்தது. இதன் நிமித்தம் பழனியம்மாள் ஒருவாரத்திற்கு முன்பே கட்டுத்தறியிலிருந்த எருமையையும், கன்றையும் விற்று விட்டாள். அந்தப் பணத்தைக் கொண்டுதான் போக்கு வரத்துச் செலவு, மரக்கால் வாங்கிய செலவு போன்றவைகளைச் சரிப்படுத்தினர்.

மருதமுத்துவின் இடதுகால் பருமனிலும் அளவிலும் பார்த்து அந்த மரக்கால் வலது முழங்காலோடு சேர்த்து பெல்ட் போட்டுக் கட்டிப் பொருத்தப்பட்டு விட்டது. இப்போது யாருடைய துணையுமின்றி அவனால் நடந்து போக முடிந்தது. நிலத்தைப் பார்த்தபடி விந்தி விந்தி அவன் நடந்து வருவதை, அந்தத் தெரு ஜனங்களெல்லாம் கண்கொட்டாமல் பார்த்தனர்.

பழனியம்மாளும், ராமாத்தாளும் அன்றைக்கும் கூட அழுது விட்டனர். அவனுக்கு ஏற்பட்ட இந்த நிலைமையையெண்ணி அவர்களால் தாளத்தான் முடியவில்லை. 'முன்னைய வேலை வெட்டிகளையெல்லாம் கட்டாயமாக மறந்து விட்டு வீட்டுக்குக் காவலாக ஒருத் தருக்கும் சிரமம் கொடுக்காமல் அவனிருந்து கொண்டிருந்தாலே போதும். பழனியம்மாள் சோறுபோட்டு விடுவாள்' என சுற்றத்தாரெல்லாம் பேசிக்கொண்டனர்.

வேலம்பாளையத்துக்குத் தண்ணீர்ப் பஞ்சம் தீர்ந்து விட்டிருந்தது. தெருவுக்குத் தெரு பைப்புகளில் தண்ணீர் பிடித்துக்கொள்கிற சௌகரியம் வந்து விட்டது.

'தாகம் தீரக் குடித்துக் கொள்ளலாம்! ஆசை தீரக் குளித்துக் கொள்ளலாம்' எனச் சந்தோஷம் கொள்ள முடிந்தது.

எனினும் 'சின்னத் தூறல்தான் அடித்தது. உருப்படியாப் பெரிய மழை எதையும் காணோம்.' எனக் குடியானவர்களின் கஷ்டங்கள் மாற்றமில்லாமல் அப்படியேதான் இருந்தன. எருமைகளும், மாடுகளுமென இருந்த பண்டம் பாடிகளை தண்ணீர்ப் பற்றாக்குறையால் விற்றுவிட்டவர்களெல்லாம் இப்போது மறுபடியும்

வாங்கி கட்டுத்தறியை ஜோர்படுத்த பிரயத்தனப்பட்டனர். என்றாலும் தீவனத்துக்கு என்ன செய்வது? எனும் சங்கடத்தில் அதைச் செயல்படுத்த முடியவில்லை.

'தண்ணியை மட்டுமே குடித்துக்கொண்டு காலங்கழித்துவிட முடியுமா? வயிற்றுக்குச் சோறு வேண்டாமா? அதுக்கு வெள்ளாமை வெளைச்சல் இல்லாமற்போய் விட்டதே, இந்த மழைமாரி எப்பத்தான் பெய்யுமோ' என்று வானத்தைப் பார்த்து பேதலித்துக் கொண்டிருக்கிற அவஸ்தை எப்போது நீங்கும் எனத் தெரியவில்லை.

'துணிகளை அன்றாடம் வேண்டுமானாலும் துவைத்துக் கட்டிக்கொள்ளலாம். ஆனால் துணிகள் இருந்தால் அல்லவா அந்த வேலையெல்லாம். மூணாம் வருஷமோ நாலாம் வருஷமோ எடுத்த துணிக்கு மாத்துத் துணி எடுக்க இன்னமும் வகச்சல் இல்லையே! இதுல போயி உனி தொவையல் ஒண்ணுதான் பாக்கி' என்பதாய் சந்தோஷம் வடிந்து போயிற்று.

இத்தனை நாளும் தண்ணீர்க்கஷ்டம் ஒன்றுதான் தங்களது கஷ்டங்களிலெல்லாம் பிரதானக் கஷ்டமாகவும் மற்றெல்லாக் கஷ்டங்களுக்கும் மூல காரணமாகவும் ஆகி இம்சித்தது என எண்ணியிருந்தவர்களுக்கும் இப்போதும் தண்ணீர் வந்துவிட்ட பிற்பாடும் மற்ற எல்லாக் கஷ்டங்களும் அப்பிடியப்படியே நிலைத்து நின்று கொண்டிருப்பதாகத்தான் தோன்றியது.

முன்பு போலவே - கிழக்கு வயல்களுக்குக் களையெடுப்புக்கும். நாற்று நடவுக்கும், வரப்புவெட்டுக்கும், அறுவடைக்கும், சேற்று உழவுக்கும் கதிரறுப்புக்கும் என்று அன்றாடக் கூலிகளாய்ப் போய்த்தான் ஜீவனம் பண்ணுவதாய் இருந்தனர். இது தவிர மலைக்கு விறகுக்குப் போவதும் கரும்புச் சருகு உரிக்கப் போவதும் அவசியமானவைகளாய்ப் பட்டன. அவரவர் சுமைகளை அவரவரே சுமந்து கொண்டு இன்னமும் இறக்கி வைக்க முடியாமல் ஒரு இளைப்பாறுதலும் இல்லாமல் இப்படியேதான் வாழ்க்கைப் பயணத்தை நடத்திக் கொண்டிருக்க வேண்டியிருந்தது.

அந்தி வேளையில் ஈசல்கள் அதிகமாகப் பறப்பதும்; தட்டாம் பூச்சிகள் தாழ்ந்து வந்து பறப்பதும், மாடுகள் ஓங்கார ஒலியோடு துள்ளுதலும், தவளைகள் கத்துவதும் பட்டிக்குள் இருக்கும் ஆடுகள் ஒன்றோடொன்று நெருக்கிக் கொண்டு நிற்பதும், எறும்புகள் தங்கள் முட்டைகளைக் கவ்விக்கொண்டு மேடான இடங்களுக்குச் செல்வதும் இவர்களின் கனவுகளில் திரும்பத் திரும்ப வந்து போயின. கண் முன்னால் இவற்றில் எந்தச் செயல் நடந்தாலும் அன்றைக்கு மழை பெய்யும் என்பதான நம்பிக்கையே அந்தக் கனவுகளை உற்பத்தி செய்தன. விண்ணுக்கு வசந்தம் போன்ற நிலாவின் உலாவை யாராலும் தடுக்க முடிந்ததில்லை. ஆனால் மண்ணுக்கு வசந்தமான மழையின் விலையை இவர்கள் அறுதியிடத்தான் முடியவில்லை.

நாளுக்கு நாள் குடியானவர்களின் குடும்பங்கள் குன்றிப் போய் ஆகாயத்தின் மாயத்தனத்தையே பார்த்து வெறித்திருந்தாலும் அவைகள் குடி பெயர்ந்து போய் விடத்தான் முடியவில்லை. அவர்களுடனே ஒட்டிப் பிறந்ததுபோல் ஒரு ஏக்கரோ, இரு ஏக்கரோ என இருக்கும் நிலங்கள் எல்லாக் காலங்களையும் அறுதியிட்டு இவர்களைப் பரந்த வெளியில் அடைத்து வைத்ததுபோல் பண்ணி விட்டன! இவைகளை விட்டுவிட்டோ அல்லது மறந்து விட்டோ எங்கும் போய் விடத்தான் முடியுமா? ஊரின் மேலே ஊமையாய் விரிந்து கிடக்கும் வானத்தை அதட்டிக் கேட்டு எந்தவொரு பதிலைத்தான் பெற்றுவிட முடியுமா? என்பது போல் பகலும் இரவும் போட்டியிட்டுக் கொண்டு மாறி மாறி வந்தபடியே தானிருந்தன. பகலுக்குப் பங்காளி மாதிரி இரவு உதித்தது. ஆனால் வெய்யிலுக்கு ஏற்ற மாதிரி மழை பெய்யவில்லை; இன்னல்களைத் தீர்க்கிற மின்னல்களும் பாயவில்லை.

இன்பத்தையும், துன்பத்தையும் மாறி மாறி அனுபவிக்கப் பிறந்த ஜனங்களுக்கு வறட்சி மாறி வளமை தரப்பட வேண்டுமென்பதை இயற்கை வேண்டுமென்றே மறந்து விட்டது போலிருந்தது.

ஆண்பிள்ளைகளின் வளர்ச்சியை விட பெண் பிள்ளைகளின் வளர்ச்சிதான் எப்போதுமே வேகமாக அமைந்து விடுகிறது. இந்த

வருஷம் பார்த்த பெண் பிள்ளைகளை அடுத்த வருஷம் பார்க்கிறபோது அதுகளின் உடலில் எவ்வளவோ மாற்றங்கள் நிகழ்ந்திருந்தன. புதிய அழகும், பருவச் செழுமையும் அந்தச் செம்மண்ணுக்கே உரித்தான குண அம்சங்கள் என்பது போல் கூடியிருந்தன.

பழனியம்மாளின் மகள் அருக்காணியும்; ராமாத்தாளின் மகள் செல்லம்மாளும் வயதுக்கு வந்து குமரிகளாகி விட்டனர். எருமைகளை மேய்த்துக் கொண்டிருந்த நாட்களெல்லாம் ஓடிப்போய் இப்போது வயலுக்கு உள்ளூர்ப் பெண்களுடன் சேர்ந்து கூலி வேலைகளுக்குப் போகிறவர்களாக அவர்கள் ஆகிவிட்டனர்.

"நம்ப பாட்டெ ஆத்தறதுக்கு ஆளு வந்தாச்சு" என்கிற பூரிப்பு அவர்களின் அம்மாக்களுக்கு உண்டாகத்தான் செய்தது. சில சமயங்களில் கரும்புச் சருகு கொண்டுவரச் சொல்லியும் மகள்களை அனுப்புவதுண்டு. அப்போது 'மலர்கள் சருகுகளுக்குப் போவது போல்' எண்ணம் உண்டாகும்! அடுத்திருக்கும் சுமைகளையும்; தொடர்ந்து வரும் பொறுப்புக்களையும் நினைக்கையில் முழுசாக மகிழ்ச்சி கொள்ள அவர்களால் இயலவில்லை.

பையன்களை உள்ளூர்ப் பள்ளிக்கூடத்துப் படிப்பு முடிந்ததும் ஆடுகள் மேய்க்கச் சொல்லலாம் எனவும் உத்தேசமிருந்தது. இப்போது - சம்பாணுக்குப்போட்டியாய் மலையடிவாரத்தில் உள்ளூர்க்காரர்கள் மூன்று நான்குபேர் ஊறல் போட்டு சாராயங்காய்ச்சத் தொடங்கியிருந்தனர். நாளுக்கு நாள் குடிப்பவர்களின் எண்ணிக்கையும் பரவலாகிக் கொண்டிருந்தது. "ஊரெ எந்த நெலமைக்கு பண்ணியிருக்குறான் இவன்." என, பொறுப்புள்ளவர்களுக்கெல்லாம் வெறுப்புணர்ச்சி உண்டாகியிருந்தது.

நேரங்கெட்ட நேரத்தில் பொம்பளை, புள்ளைகெல்லாம் ஒண்டியாக வெளியில் போய் விட்டு வருவதற்கே கூட அச்சம் ஏற்பட்டிருந்தது. எப்பவாவது காளம் பாளையத்து டூரிங் டாக்கீஸ்க்கோ, பேரூர்க்கோ சினிமா பார்க்கச் செல்வதென்றால் அம்மாக்களிடம் சம்மதம்

வாங்குவது பெரும்பாடாய்ப் போயிற்று. பையன்கள் இரண்டாவது ஆட்டம் பார்த்து விட்டு வந்து, விதம் விதமாய்க் கதை சொல்லிக் கொண்டிருப்பதை காளப்பட்டியய்யன் கேட்டுவிட்டு,

''அதது ஊர்ல மழை மாரி இல்லீனு சொல்லி ஜனங்க என்னென்ன வேண்டுதல்களெல்லாம் சாமி கோயில்ல பண்றாங்க. முந்தா நாளு வெள்ளலூர்ல இருந்து நம்ம வூட்டுக்கு ஒரம்பறை வந்துச்சு. அவிக ஊர்ல அண்ணமார் சாமி கதையைப் பத்து நாளா உடுக்கையடிச்சுட்டுப் பாடுறாங்களாம். அந்தக் கதையில படுகளம் வுழுக்காட்டுற கட்டம் வர்றப்ப பெய்யாத மழையுங்கூட பெய்யும்னு சாஸ்தரம் சொல்லுவாங்க. மிந்தி நம்ம ஊர்லயே இப்பிடி அதுக்கான ஆளுகளெக் கொண்டாந்து வெடிவெடியப்பாட வெச்சிருக்காங்க. அதுப்படியும் மழையும் வந்திருக்குது! இதையெப் பார்த்த பொறகு இடிகரையில இருந்தும் வீரகேரளத்துப் பக்கமிருந்தும் வந்து அந்த உடுக்கைப் பாட்டுக்காரர்களைக் கூட்டிட்டுப் போயிப் பாட வெச்சாங்க. ம்... அப்பவெல்லாம் அப்படியொரு நம்பிக்கை ஜனங்க மனசுகள்லெ இருந்துச்சு. இப்பவெல்லாம் அவனவுனுக்கு அவனவம் பேர்லயே நம்பிக்கை கொறஞ்சு போச்சு. ஒரு மாசத்துக்கு ஒரு தொழில்னு மாத்திக்கிறாங்க பல பட்டறைகளுக்கு வேண்ணா கண்ட தொழிலுகளும் செரிப்படும். ஆனா குடியானவனுக்குக் கஷ்டமோ நஷ்டமோ வெள்ளாமை வெளச்சல் பண்ற தொழிலுத்தான் ஆயுசு முழுசுக்கும் தோதுப்புடும். மழமாரி இல்லாமப் போனாலும் காடுகரையும் பேர்ல வெச்சிருக்குற அணுசரணையை வுட்டுறக்கூடாது. அது பூமி மாதாவுக்குச் செய்த துரோகத்துக்குச் சமதியாக்கு. நம்பளைப் பெத்தவ பால் குடுத்து வளர்த்துனா இந்தச் செம்மண்ணு கூழுனாலும் குடுத்து வளர்க்கத் தவறியிருக்காது. பாடுபடுறதிலேயும் பராமரிப்புப் பண்றதிலேயும் நெலத்துக்கு நாம கருணை காட்டுனா அது என்னைக்குமே அந்த நன்றியெ மறக்காது; அதுக்கொசரம் அறவே மழையில்லாமப் போயிட்டா என்ன பண்றது? வவுத்து ஜீவனத்துக்குக் கூலிவேலைக்குப் போயித்தான் ஆகவேண்டியதிருக்கு. ஆனா இந்தப் பஞ்சத்தெத் தாக்குப் புடிக்க மாட்டாமெ, இருக்குற காடுகளையெல்லாம்

ஒருத்தன் மாத்தி ஒருத்தனுங்கற ஓதாவுல வித்துத்தொலைச்சிட்டா அப்பறம் குடியானவனுக்கு இந்த ஊர்ல ஜோலியே இல்லெ..! பாட்டம் பூட்டம் காலத்துல புடுச்சு அவிக பாடுபட்டு வேர்வைத் தண்ணியெ ஒழுக்கிப்பாடுபட்ட மண்ணுல அவனவனோட சந்ததி வந்து அதே மாதிரி வேர்வையெ ஒழுக்கிப் பாடுபட்டாத்தா அது தானிய மணியா வெளைஞ்சு பலனைக்குடுக்கும். வரப்போற அடுத்த தலமொறையும் வெவசாயத்தெ உடாமப் பரம்பறெத் தொழிலா பண்ணீட்டு வரும். இப்ப நாமளே நம்ம பிக்கல் பிடுங்கலுத் தாங்கமாட்டாம வித்துக்கருக்கிப் போட்டுப் போயிட்டா, வர்ற பசங்களுக்குக் காடு கரையெப் பத்தி எப்பிடி அக்கறை வரும்? கலப்பையை எப்பிடிக் கையில புடுச்சு ஒழவு போடறதுங்கறது தெரியுமா? இல்லெ, வெதைப் பொட்டிக் கூடையெ எடுத்து நாலு வெலாவு வெதைக்கத்தாந் தெரியுமா? அட. உப்பத்த பசங்க சாட்டெவார்க்கு மொனை வெய்க்கச் சொன்னா பேந்தப் பேந்த முழிக்கிறானுக. அப்பறமெப்பிடி எருத்துக்குத் தலைக் கயிறு போடுவானுக? மொகறை போடுவானுக? அதுகளை அதட்டி மெறட்டிப் புடுச்சு. எப்பிடி வண்டிவீர்சி பழக்குவானுக? இதையெல்லாம் நெனைச்சா வருத்தமாத்தான் இருக்குது. பெருசுக பண்ற தப்புக்கு சிறுசுக பாவம் என்ன பண்ணும்?''

- என்றெல்லாம் மற்றவர்களிடம் பேசிக்கொண்டிருந்து விட்டுப் போனார்.

வடக்காலத் தோட்டத்துக் கிணற்றில் மாதாரிச்சி செத்துக் கிடந்த சம்பவம் குறித்து ஊருக்குள் ஒரு பேச்சு காற்றுவாக்கில் இப்போது அலைந்து சென்றது. சம்பாண் வீட்டில் வந்து பாட்டிலில் சாராயம் வாங்கிக் கொண்டு போனவளை பணத்தகராறு ஒன்றின் காரணமாக அவன்தான் ஆள்வைத்து அடித்துக் கிணற்றில் போட்டுவிட்டதாக அந்த அபிப்ராயம் சொன்னது. ''செரி, எப்பவோ நடந்து முடிஞ்சு போனது. இப்ப நாம் ஏன் அதப்பத்தி நெனைக்கோணும். சிறுசுகெல்லாம் தனியா வெளியெ போறதுனாலே அப்புறம் பயிந்துக்கும். அந்தப் பேச்செ வுடுங்கப்பா'' எனவும் அதைத் தள்ளி விட்டனர்.

லட்சுமணனை அணைக்கட்டு வேலைக்குக் கூட்டிக் கொண்டு போக ஆள் வந்திருந்தது. ஊருக்குப்போய் நாளாகி விட்டதே என்பதையும் ஆட்களிடம் சூட்டிப்பாக வேலை வாங்குவதற்கு இவன் அவசியம் வேண்டுமென்பதையும் முன் வைத்து கான்டிராக்டர்தான் ஆள் அனுப்பியிருந்தார். அக்கா குடும்பத்தை விட்டுவிட்டுப் போவதில் இவனுக்கு உடன்பாடில்லை. என்றாலும் இந்த ஊரிலும் இப்போதைக்கு ஏதுவான தொழில் எதுவும் இல்லை. எனவே சிக்லா அணைக்கட்டு வேலைக்கே மீண்டும் போகலாம் என்கிற எண்ணத்துக்கு இவன் சம்மதிக்க வேண்டியதாகி விட்டது.

நீண்டதூரம் எதுவும், தான் போய்விடவில்லை. அவ்வப்போது வந்துவிட்டுப் போகிறமாதிரி சௌகரியப் படுத்திக் கொள்வதாகவும் அக்காவிடம் எடுத்துச் சொன்னான். செல்லம்மாளின் ‘திரட்டிச் சீரை’ ஆறேழு மாசத்துக்குள் நடத்தி விடலாம் என்கிற ஆசை அவளுக்கிருந்தது. அதையும் இவனிடம் சொன்னாள்.

‘‘பிறந்த ஊரில் வந்து பிழைக்காமல் வேலைக்குப் போகிற இடத்திலேயா நான் நிரந்தரமாகத் தங்கிவிடப் போகிறேன்? வேலை முடிந்ததும் இந்தச் சீமைக்குத் தான் வந்தாக வேண்டும்’’ எனும் நம்பிக்கையை ராமாத்தாளுக்குத் தந்துவிட்டுப் புறப்பட்டான். அங்கிருந்து வரும்போது இருந்த வேதனையும், தவிப்பும் இப்போது நீங்கி ஆறுதலும், பெருமிதமும் உண்டாகி விட்டிருந்தது. தன் ஊருக்கு, தான் செய்த உபகாரம் இந்த ஜனங்களின் நெஞ்சங்களில் எப்போதும் ஈரமாக இருந்தால் அதுவே போதும் என இவன் எண்ணிக்கொண்டான். காளப்பட்டி யய்யனிடமும் பெரியசாமியிடத்திலும் சொல்லிவிட்டுத் தான் போனான். ரெண்டு மாசத்திக்கு ஒருக்காவாவது ஊரை வந்து பார்த்துவிட்டுப் போகச் சொல்லி அவர்கள் அவனை அனுப்பி வைத்தனர்.

நாட்களின் போக்கில் மருதமுத்துவால் வீட்டோடு சும்மா உட்கார்ந்து கொண்டிருக்க முடியவில்லை. முன்பைப் போல கடினமான வேலைக்கெல்லாம் அவனால் போக முடியாது! போகவும்

கூடாது. மரக்காலைத் தூக்கி விந்தி விந்தி நடந்து கொண்டே ஊரை விட்டுச் சற்றுத்தூரம் போய்விட்டு வருபவனாக முதலில் தெரிந்தான். இப்போது வடக்காலத் தோட்டத்து வேலியோரமாய் சாராய பாட்டில்களை வைத்துக்கொண்டு வருகிற போகிற ஆசாமிகளுக்கெல்லாம் அதை ஊற்றிக் கொடுத்து விற்பனை செய்பவனாக அவன் ஆகி விட்டான் என்பது எல்லோருக்கும் தெரிந்ததாகப் போயிற்று!

போலீஸ்கள் வந்து தொடக்க நாட்களில் தொந்தரவுகள் தந்தன. மரக்காலைக் கழட்டியெடுத்து அவர்களிடம் காட்டி ''எனக்கு இதைய வுட்டா வேற வகச்சல் எதுவுமில்லைங்க. புள்ளெ குட்டியெ வெச்சுட்டு நாங்கஞ்சி குடிக்க வேணுமில்லைங்க. என்னெ இழுத்துட்டுப் போறதுனாப் போங்க'' என அழாத குறையாகக் கெஞ்சியதைப் பார்த்துவிட்டு ரெண்டு டம்ளர் சாராயம் வாங்கிக் குடித்ததோடு அவனை விட்டு விட்டுப் போய் விட்டனர்.

சம்பாணிடம் அனுதினமும் சரக்கு எடுத்து விற்கிற ஆள்காரர்களில் மருதமுத்துவும் ஒருவனாய் ஆகிப்போனதால் தோட்டத்துச் சாளையில் இருந்தபடி அந்தத் தொழிலைத் தொந்தரவில்லாமல் செய்ய முடிந்தது.

புருஷன் இப்படிப் போனது குறித்து கசப்பும், குமுறலும் பழனியம்மாளுக்கு உண்டாகி, நாளடைவில் அதுவும் உள்ளுக்குள்ளேயே புதைந்து போனது. அவளால் அவனைத் தடுத்து நிறுத்த முடியவில்லை. இதைத் தவிர வேறெந்த தொழிலையும் அவனால் செய்ய முடியவில்லை!

அடிக்கடி பெரியசாமியையும் சுப்பாத்தாளையும் போய்ப் பார்த்து வரக்கூட அவளுக்கு அவகாசம் போதாமல் இருந்தது. என்றாலும் படுக்கையில் விழுந்து கண்களை மூடினால் எத்தனை அசதியிலும் அவர்களின் முகங்களே நிழலாட்டம் போட்டன. அந்தச் செம்மண்ணையும் மலைகளையும் அவளால் மறக்க முடியவில்லை. அந்த ஆகாய விளிம்பையும் நட்சத்திரக் கங்குகளையும் நினைவிலிருந்து நீக்க முடியவில்லை. இதுநாள் வரையிலும் வாழ்ந்த

வாழ்க்கையின் சாரம் மனசுக்குள் நெருப்பின் கூறுபோல் எரிந்தபடியிருந்தது. தன்னைச் சுற்றிலும் நிகழ்கிற பிரச்னைகளின் அழுத்தம் சுவாசக் காற்றின் வேர்போல் பதிந்தபடியிருந்தது.

பற்றாக்குறையால் பெற்றோர்களுக்கு முன்பு போல் சோறும்கூடக் கொண்டு போகாமல் விட்டுவிட நேர்கிறது. ''இன்னிக்கு உனி என்ன பண்ணுனாங்களோ. இருக்கறதைப் போட்டு அனுமான கஞ்சியாச்சும் காய்ச்சி அனுசரணையா அம்மா ஊத்திக் குடுத்திருப்பாளோ. மாட்டாளோ'' என்றெல்லாம் நடுராத்திரியில் பாயில் எழுந்து உட்கார்ந்து கொண்டு விம்முகிறாள். அந்த விம்மலில் எல்லாமே தணிந்து போகிறது. எவ்வளவோ நாட்களாகத் தங்களைப் பரிதவிக்க வைத்துவிட்ட இந்த வானத்தை இன்னமுங்கூட இந்தக் குடியானவர்களால் நேசிக்க முடிகிற மாதிரி தன் பெற்றோர்களை எப்படியெல்லாமோ நோகடித்து விட்டுப்போன அந்த அண்ணனையும், தம்பியையும் கூட அவள் நேசிக்கத்தான் செய்கிறாள்.

எத்தனையோ இடர்ப்பாடுகளில் தாக்குண்டு இளைத்துப் போன போதிலும், தனக்குத் தோளோடு தோள் கொடுத்து ஆறுதலாய் இருக்கும் ராமாத்தாளின் அன்பைத்தான் மறந்துவிட முடியுமா? இந்த வாழ்க்கையில் ஈடு இணை சொல்லமுடியாத ஒரு பிணைப்பு சூழ்ந்து கொண்டு தன்னை இயக்கிக் கொண்டிருப்பதை அவளால் தவிர்க்க முடியவில்லை. அதுவே மருதமுத்து மீதும் தன் மக்கள் மீதும் அவளைப் பாசத்தைப் பொழிய வைத்துக் கொண்டிருந்தது.

எருதுகள் பெரியசாமியின் கட்டுத்தறிக்கே போய்ச் சேர்ந்திருந்தன. வண்டியில் உட்கார்ந்தபடி அந்த எருதுகளைப் பார்க்கப் பார்க்க அவருக்கு அவைகளும், தானும் பாடுபட்ட நாட்களெல்லாம் நினைவுக்கு வந்து மனதை என்னவெல்லாமோ செய்தன.

இருக்க வேண்டிய இடத்தில் இருந்து மகன்களெல்லாம் பிழைப்பு நடத்தியிருந்தால் இந்தச் சூழ்நிலை வேறு வகையாக இருந்திருக்கும். அதுவெல்லாம் திசைமாறிப் போய் விட்டதே என்பதையும் எண்ணிப்

பார்த்தார். கண்களில் தன் பெற்றோர்களின் ஞாபகத்தில் நீர் திரண்டது.

பழனியம்மாள்தான் இதுவரை இந்தக் குடும்பத்துக்காகவும், அவள் குடும்பத்துக்காகவும் எத்தனையோ தூரம் கஷ்டப்பட்டு விட்டாளே. அவளுக்கு ஏற்பட்டுக் கொண்டிருக்கும் துயரங்களையெல்லாம் துடைத்தெறிவதற்கு தன்னால் இப்போது என்ன செய்ய முடியும்? என்று இவரின் உடலும், கை கால்களும் பரபரத்தன. சாளையில் ஒரு பிடி தானியம்கூட இல்லை. விடிந்தால் சோறாக்க என்ன வழி? தன் முன்னால் சுப்பாத்தாள் வந்து தேம்பிக் கொண்டு நிற்பதை நினைக்க நினைக்க இவரால் அந்த இடத்தில் இருக்க இயலவில்லை.

தெம்போடு எழுந்து எருதுகளைத் தட்டிக் கொடுத்து தாழியருகில் கொண்டு போய் தண்ணீர் குடிக்க வைத்தார். வானம் வெளி வாங்கி விடியலுக்குக் கட்டியங் கூறுகிற தன்மையோடு தயாராகிக் கொண்டிருந்தது.

வண்டியை இழுத்து வாசலில் நிறுத்தி எருதுகளை நுகத்தடியில் பூட்டினார்! சாளைக்குள் இருந்த மண் வெட்டியையும், கூடையையும் எடுத்து வந்து வண்டிக்குள் போட்டு - வாய்மூடிப் படலை வைத்து இழுத்துக் கட்டியாயிற்று.

துண்டை உதறித் தலையில் உருமாலை கட்டிக் கொண்டு வண்டியில் ஏறி உட்கார்ந்து எருதுகளை ஓட்டியபடி வேலம்பாளையத்தை விட்டுக் கிளம்பி கிழக்கு நோக்கிச் சென்று கொண்டிருந்தார். ‘ஒரு வண்டி குளத்து மண் சுமந்து போய் வயல் காட்டுக்காரனுக்குக் கொட்டினால் கூட ரெண்டோ மூணோ கண்டிப்பாகக் கிடைக்கும். மத்தியானத்துக்குள் ஐந்து வண்டி மண்ணைத் தன்னால் அப்படிக் கொண்டு போய்க் கொட்ட முடியும். பதினைந்து ரூபாய்க்குக் குறையாமல் சம்பாத்தியம் பண்ணிக் கொண்டுதான் மேற்கே வண்டியைத் திருப்ப வேண்டும்’ என்கிற ஆக்ரோஷம் நெஞ்சு முழுக்கத் தீர்மானமாகப் பரவி வெப்பப்படுத்தியது.

குளத்து ஏரி மேட்டில் தடதடவென பெரியசாமியின் வண்டி போன வேகத்தைக் கண்டு கொஞ்சநஞ்சமிருந்த இருட்டுங்கூட, தன்

ஆதிக்கத்தை இழந்து இடுப் பொடிந்து விழுந்து விட்டதைப் போலிருந்தது, எருதுகளை அதட்டி சாட்டையை ஓங்கிய வேகம் வானத்தின் மேகப் பொதிகளில் மின்னல் கீற்றுக்களின் ஓட்டத்தைத் துரிதப்படுத்துகிற செயல் போல் பட்டது. அப்போது செவ்வறி படர்ந்த கிழக்குத் திசையின் விளிம்பிலிருந்து வெளிச்சப்படலம் மேல் நோக்கிக் கிளம்பிக் கொண்டிருந்தது.

காலையில் பத்து மணிச் சுமாருக்கு வாசலுக்கு வந்த காளப்பட்டியய்யனுக்கு வண்டியையும், எருதுகளையும் காணாதது குறித்து உடனடியாக ஒன்றும் பிடிபடவில்லை. சுப்பாத்தாள் கூறிய பிறகுதான் 'குளத்து மண் சுமக்க' பெரியசாமி போய் விட்டது அவருக்குத் தெரிய வந்தது.

"ம்! பாட்டாளி கையி. எத்தனையோ வெளைச்சல்களைச் செஞ்சு பக்குவப்பட்டது. நல்லாப் பாடுபட்ட கையி எந்தப் பஞ்சத்துக்கும் அசராது" என்று சொல்லியபடி தடியை பொட்பொட்டென்று ஊன்றிக் கொண்டு தெற்கு நோக்கி நடந்து போனார். அது இந்த மண்ணுக்குப் பொட்டு வைத்து அவர் அலங்கரித்துக் கொண்டு போவது போலிருந்தது.

வாசலில் நெல்லி மரத்து நிழலில் கட்டிலை எடுத்துப் போட்டு உட்கார்ந்தபடி வானத்தைப் பார்த்தார் அய்யன். வெய்யில் தனது பயணத்தைத் துரிதமாக நடத்திக் கொண்டிருப்பது தெரிந்தது. பக்கத்து வீட்டுச் சிறுவர்களும், சிறுமிகளும் நெல்லிக்காய்கள் பொறுக்குவதற்காக வந்து மரத்தடியில் தேடிக் கொண்டிருந்தனர். தன்னிடமிருந்து மண்ணில் விழுந்த இலைகள் கூட அழுக்குப் பட்டுவிடக் கூடாது என்கிற பாசத்தில் அந்த மரம் நிழலைப் பாயாக விரித்திருந்தது.

எல்லாக் காலங்களிலுமே அய்யனிடத்தில் கதை கேட்பதில் ஆர்வமுடைய இளசுகள் இந்த ஊர் முழுக்கவே இருக்கத்தான் செய்தன. இன்றைக்கு அவர்களுக்கு அய்யன் தனியே

உட்கார்ந்திருப்பதைப் பார்த்ததும் 'தாங்கள் கொடுத்து வைத்தவர்கள்' என்பதைப்போல் சந்தோஷம் சலங்கை கட்டிக் கொண்டது.

வந்து, கட்டிலைச் சுற்றிலும் கலகலப்பாக உட்கார்ந்தபடி இவரைக் கதை சொல்லச் சொல்லித் தூண்டினர். இரண்டொரு நிமிஷங்களுக்குப் பிறகு, "நான் பட்ட கஷ்டத்தை எடுத்துச் சொல்லுட்டுமா, இல்லெ. இந்த ஊரு பட்ட கஷ்டத்தை எடுத்துச் சொல்லுட்டுமா?" என்று கேட்டுவிட்டு "இந்தச் செம்மண்ணுல மேட்டாங்காட்டுக் குடியானவன் ஒருத்தன் பட்ட கஷ்டத்தையும்; படுற கஷ்டத்தையும் உங்களுக்குச் சொல்றேண்டா கண்ணு" என்று இதயங்களை ஈரமாக்கும் குரலில் "சௌமிய வருஷம் ஆவணி மாசம் பத்தாம் தேதி ஞாயித்துக்கெழமையன்னைக்கு வெடியாலெ ஏழு மணிக்கு அந்தப் பாட்டாளி இந்த ஊர்ல கூரைச்சாளைலெ பொறந்தான்…" என பெரியசாமியின் நேர்மையான உழைப்புப் பிழைப்பைப் பற்றி நெகிழ்ச்சியோடு சொல்ல ஆரம்பித்தார்.

"... ஒரு கிராமத்தின் கதையை - நடப்புக்காட்சிகளை, ஒரு வித தேர்ந்த, காமிரா கலைஞனின் பார்வையுடன் படம் பிடித்துக் காட்டுகிறார் சூர்யகாந்தன். கிராமந்தான் கதாநாயகன் என்பனதக் காட்டிலும், வறுமைதான், கதாநாயகன் என்று சொல்ல வேண்டும். வறுமைதான் எல்லா வாழ்க்கை தர்மங்களையும் நிர்ணயிக்கிறது என்பதை அழகாக எடுத்துக் காட்டுகிறது இந்நாவல். இப்படிப் பார்க்கும் போது சம்பாணையும் நம்மால் புரிந்து கொள்ள முடிகின்றது. உழைப்பைப் போற்றிய மருதமுத்துவைக் கடைசியில் எந்த நிலைக்கு இட்டுச் செல்கின்றது இந்த சமூகம்? ஆகவே, வறுமை நிலைக்கு ஆளாகி விடக்கூடாதென்று தம்மைத்தாமே எந்த வழியிலாவது தற்காத்துக் கொள்ளுதல் என்பது இந்தியாவில் இக்காலத்திய சமூக தர்மமாகி விட்டது. இந்தச் செய்தியைச் சுட்டிக்காட்டுவதன் மூலம், ஒரு சிறு கிராமத்தின் கதையை உலகக்கதை ஆக்குகிறார் சூர்யகாந்தன்''

Dr. இந்திரா பார்த்தசாரதி,

கணையாழி, ஜூலை 1989

"Maanaavaari Manithargal" is essence an account of the continuous readjustment of men and women in the changing society and environment of today. In this case, it is about a region traditionally called the Kongu Naadu where we have some of the oldest settlement of the land and also the most parched.

But the sprit the novel evokes is nearer to modern times in that it has more than one young man who might seem to be insensitive to the support of the elders and the joint family, but actually acts in a sense of compulsion to cope with changing vocational necessities in a land utterly deprived of rain and doesn't have other sources of water.

- Indian Express-Asokamithiran (1-7-1989)

இந்த நாவலின் ஒவ்வொரு அம்சமும் உயிர்த்துடிப்புடன் உள்ளது. கூட்டலும் கழித்தலும் அற்ற மனிதாபிமான யதார்த்த வெளிப்பாடாக... சிறந்த படைப்பாக வெளிவந்துள்ளது.

-திருமதி. ராஜம் கிருஷ்ணன் (13-4-1989)

கொங்கு மண்ணின் கொடிய, நீண்ட சோகத்தைப்பற்றி இவ்வளவு யதார்த்தமாக எழுதியுள்ள இவர், ஒரே ஒரு இடத்திலாவது மழை வருவதைச் சித்தரித்து இருக்கக் கூடாதா என்ற ஆதங்கம் எழுந்தது.

இந்த நாவலைப்படித்து முடித்ததும். இதை நானே எழுதியிருந்தால் எனக்கு எவ்வளவு பூரிப்பு ஏற்படுமோ அவ்வளவு உள நிறைவு.. மகிழ்வு என்னுள் ஏற்பட்டது.

- திரு. சிவகுமார் (13-04-1989)